VIETNAMESE

A ROUGH GUIDE DICTIONARY PHRASEBOOK

Compiled by

LEXUS

D13335897

Credits

Compiled by Lexus with Ka Fue Lay MIL, Nguyen Thi
Thanh Binh and Nguyen Quoc Hung
Lexus Series Editor: Sally Davies
Rough Guides Phrase Book Editor: Jonathan Buckley
Rough Guides Series Editor: Mark Ellingham

First edition published in 1996 by Rough Guides Ltd,
62–70 Shorts Gardens, London WC2H 9AB.
Revised in 2000.

Distributed by the Penguin Group.

Penguin Books Ltd, 27 Wrights Lane, London W8 5TZ
Penguin Books USA Inc., 375 Hudson Street, New York 10014, USA
Penguin Books Australia Ltd, 487 Maroondah Highway,
PO Box 257, Ringwood, Victoria 3134, Australia
Penguin Books Canada Ltd, Alcorn Avenue,
Toronto, Ontario, Canada M4V 1E4
Penguin Books (NZ) Ltd, 182–190 Wairau Road,
Auckland 10, New Zealand

Typeset in Bembo and Helvetica to an original design by Henry Iles.
Printed in Spain by Graphy Cems.

British Library Cataloguing in Publication Data
A catalogue for this book is available from the British Library.

ISBN 1-85828-750-2

HELP US GET IT RIGHT

Lexus and Rough Guides have made great efforts to be accurate and
informative in this Rough Guide Vietnamese phrasebook. However, if you
feel we have overlooked a useful word or phrase, or have any other
comments to make about the book, please let us know. All contributors
will be acknowledged and the best letters will be rewarded with a free
Rough Guide phrasebook of your choice. Please write to 'Vietnamese
Phrasebook Update', at either Shorts Gardens (London) or Hudson Street
(New York) – for full addresses see above. Alternatively you can email us at
mail@roughguides.co.uk

Online information about Rough Guides can be found at our website
www.roughguides.com

CONTENTS

Introduction

The Rough Guide Vietnamese dictionary phrasebook is a highly practical introduction to the contemporary language. Laid out in clear A-Z style, it uses key-word referencing to lead you straight to the words and phrases you want – so if you need to book a room, just look up 'room'. The Rough Guide gets straight to the point in every situation, in bars and shops, on trains and buses, and in hotels and banks.

The main part of the Rough Guide is a double dictionary: English-Vietnamese then Vietnamese-English. Before that, there's a page explaining the pronunciation system we've used, then a section called **Basics**, which sets out the fundamental rules of the language, with plenty of practical examples. You'll also find here other essentials like numbers, dates, telling the time and basic phrases.

Forming the heart of the guide, the **English-Vietnamese** section gives easy-to-use transliterations of the Vietnamese words wherever pronunciation might be a problem, and to get you involved quickly in two-way communication, the Rough Guide includes dialogues featuring typical responses on key topics – such as renting a car and asking directions. Feature boxes fill you in on cultural pitfalls as well as the simple mechanics of how to make a phone call, what to do in an emergency, where to change money, and more. Throughout this section, cross-references enable you to pinpoint key facts and phrases, while asterisked words indicate where further information can be found in the Basics.

In the **Vietnamese-English** dictionary, we've given not just the phrases you're likely to hear (starting with a selection of slang and colloquialisms), but also various signs, labels, instructions and other basic words you may come across in print or in public places.

Finally the Rough Guide rounds off with an extensive **Menu Reader**. Consisting of food and drink sections (each starting with a list of essential terms), it's indispensable whether you're eating out, stopping for a quick drink or browsing through a local food market.

chúc đi chơi vui vẻ!
have a good trip!

Basics

Pronunciation

In this phrasebook, the Vietnamese has been written in a system of imitated pronunciation so that it can be read as though it were English, bearing in mind the notes on pronunciation given below.

a	as in f**a**ther
ai	as in Th**ai**
ao	as in M**ao**
ay	as in p**ay**
aw	as in **aw**e
e or eh	like the 'e' in b**e**d
ew	as in f**ew**
g	as in **g**oat
i	as in –**i**ng
n-y	as in ca**ny**on
o	as in h**o**t
oh	as in **oh**
oo	as in b**oo**
∞	closest to French 'u'
u	as in h**u**t (slight 'u', like unstressed English 'a')
uh	as above only longer
ur	as in f**ur**
y	as in **y**oung

Vietnamese Vowels

a	'a' as in f**a**ther
ă	'u' as in h**u**t (slight 'u' as in unstressed English 'a')
â	'uh' sound as above only longer
e	'e' as in b**e**d
ê	'ay' as in p**ay**
i	'i' as in –**i**ng
o	'o' as in h**o**t
ô	'aw' as in **aw**e
ơ	'ur' as in f**ur**
u	'oo' as in b**oo**
ư	'∞' closest to French 'u'
y	'i' as in –**i**ng

Vietnamese Consonants

c	'g'
ch	'j' as in **j**ar
d	'y' as in **y**oung; in Northern Vietnam sounds more like a 'z'
đ	'd'
g, gh	'g' as in **g**oat, but a throatier sound, something like the 'ch' in the Scottish pronunciation of lo**ch**
gi	'y' as in **y**oung; in Northern Vietnam sounds more like a 'z'
k	'g' as in **g**oat
kh	'k' as in **k**eep
ng, ngh	'ng' as in si**ng**
nh	'n-y' as in ca**ny**on; 'ng' at the end of a word
ph	'f'
qu	'gu' as in **Gu**atemala
t	'd' as in **d**ay
th	't'
tr	'j' as in **j**ar
x	's'

Vietnamese Vowel Combinations

ai	'ai' as in Th**ai**
ao	'ao' as in M**ao**
au	'a-oo'
âu	'oh'
ay	'ay' as in h**ay**
ây	'ay-i' (as in 'ay' above but longer)
eo	'eh-ao'
êu	'ay-oo'
iu	'ew' as in f**ew**
iêu	'i-yoh'
oa	'wa'
oe	'weh'
ôi	'oy'
ơi	'uh-i'
ua	'waw'
uê	'weh'

uô	'waw'
uy	'wee'
ưa	'oo-a'
ưu	'er-oo'
ươi	'oo-uh-i'

Vietnamese has three main dialects: Northern, Central and Southern. The difference is mainly phonetic. For example, the Northern dialect has six tones while the Southern has five tones. Some consonants, such as 'r', 's' and 'tr', are pronounced less strongly in North Vietnam.

Tones

Vietnamese is a tonal language which means that the pitch at which a word is pronounced determines its meaning. The tone is as important a part of the word as the consonant and vowel sounds. The same combination of consonants and vowels pronounced with different tones will produce different meanings. In standard Vietnamese, there are six tones:

mid-level tone (no marker)
low falling tone (à)
low rising tone (ả)
high broken tone (ã)
high rising tone (á)
low broken tone (ạ)

For example:

ta	we, us	tã	be worn out
tà	flap	tá	dozen
tả	describe	tạ	100kg

To help you get a clearer idea of how the tones sound, ask a Vietnamese speaker to read the words for you so that you can hear the tonal differences.

Mid-level tone (no marker): the voice begins at about the middle of normal speaking range. This tone is thought to be slightly higher than normal voice pitch:

ba	three
ma	ghost
tai	ear

Low falling tone (à): this starts lower than the mid-level tone and falls off gradually:

bà	grandmother
mà	but; then
tài	talent; gift

Low rising tone (ả): this starts at the same level as the low falling tone, dips a bit and finishes at the height of the starting level:

bả	poisoned food
mả	tomb
tải	carry

High broken tone (ã): this starts a bit higher than the low falling tone, dips slightly, rises abruptly, and finishes higher than the starting level:

bã	waste
mã	code
tãi	spread thin

High rising tone (á): this starts a bit lower than the mid-level tone and rises sharply:

bá	aunt
má	cheek
tái	half-done

Low broken tone (ạ): this starts at the height of the low falling tone and falls immediately to finish at a lower level:

bạ	any
mạ	rice seedling
tại	at; in

Below is a graphical comparison of the six tones in Vietnamese:

| mid-level tone | low falling tone | low rising tone | high broken tone | high rising tone | low broken tone |

Notes

If two forms are given in phrases e.g. **ông/bà**, the first is said to a man and the second to a woman.

There are two words for 'yes': **vâng** is used in North Vietnam and **dạ** is used in South Vietnam.

If an English word is used in Vietnamese and pronounced as in English, it is given in single quotes.

In this dictionary we have generally ordered words according to English alphabetical order so as to make reference more user-friendly, whereas in other Vietnamese dictionaries you will find vowels ordered by tone mark and accent. However, we follow Vietnamese practice in grouping the following letters separately:
ch (after c); đ (after d); gi (after g); kh (after k); ng (after n); nh (after ng); ph (after p); th (after t); tr (after t).

Abbreviations

adj	adjective	N	North Vietnamese usage
lit	literally	S	South Vietnamese usage
pol	polite		

General

Vietnamese words do not change their form to express their grammatical relationships in a sentence. There are no articles (a/the). Since verbs do not conjugate, time references and word order play an important role in the grammar.

However, the word order in Vietnamese is often similar to that in English:

subject + verb + object

> **tôi gặp Anne hôm qua**
> doy gup – hawm gwa
> I met Anne yesterday

Nouns

Unlike most European languages, nouns in Vietnamese have no number, gender, or case. Instead there are a multitude of markers and classifiers, as can be seen below.

Plurals

The following are some of the plural markers used in Vietnamese:

những n-yõõng some, a certain number of	**các** gág all, every
vài vài several	**mọi** mọi every

To form a plural in Vietnamese, all that is required is the insertion of an appropriate marker before the noun. The noun itself does not change. Sometimes these markers can be translated directly into English, sometimes they cannot:

bạn bạn friend	**những bạn** n-yõõng bạn friends
các bạn gág bạn (all) friends	**vài bạn** vài bạn several friends
người ngoo-ùh-i person	**mọi người** mọi ngoo-ùh-i every person, everyone

Numbers can be used directly with nouns without any marker:

ba cốc bia ba gáwg bia three glasses of beer (lit: three glass beer)	**hai chai rượu** hai jai rôo-ụroo two bottles of wine (lit: two bottle wine)

Classifiers

To distinguish between objects/persons in general and an object/person in particular Vietnamese uses classifiers.

A classifier is used when reference is made to something or someone specific. When a reference is general, the classifier is not used. For example:

tôi thích ăn cam doy tịj un gam I like eating oranges (no classifier used)	**xin cho tôi một quả cam** sin jo doy mạwd gwả gam please give me an orange (classifier **quả** [gwả] used)

What classifier to use depends on the characteristic of the noun that it is being talked about. Here are some common classifiers in Vietnamese, listed according to the type of noun they are used with.

For human beings in general the classifier is **người** (which means 'person'):

người bạn	**anh ấy là người Anh**
ngoo-ùh-i bạn	ang áy-i là ngoo-ùh-i ang
friend	he is English
(lit: person friend)	(lit: he is person English)

To refer to a senior man, respectfully, use the classifier **ông** [awng]:

ông giám đốc

awng yám đáwg

director

To refer to a senior woman, respectfully, use **bà**:

bà chủ tịch

bà jỏỏ địj

chairwoman

For a young man use **anh**:

anh công nhân

ang gawng n-yuhn

worker

For a young woman use **chị**:

chị thư ký

jị tơơ gí

secretary

Cái is the classifier used for inanimate objects:

cái bàn	**cái ghế**	**cái ô tô**
gái bàn	gái gáy	gái aw daw
table	chair	car

Con is normally used for animals:

con mèo	**con chó**	**con bò**
gon mèo	gon jó	gon bò
cat	dog	cow

Bức and **tấm** are classifiers for objects that have flat surfaces:

bức tranh	**bức thư**
bứg jang	bứg tơ
picture	letter

tấm bản đồ	**tấm thảm**
dúhm bản dàw	dúhm tảm
map	carpet

Cuốn or **quyển** are used for printed materials:

cuốn/quyển từ điển	**cuốn/quyển tạp chí**
gwáwn/gwi-ảyn dờø di-ảyn	gwáwn/gwi-ảyn dạp jí
dictionary	magazine

cuốn/quyển sách
gwáwn/gwi-ảyn sáj
book

Tờ is used for sheets of paper:

tờ báo	**tờ giấy**
dừ báo	dừ yáy-i
newspaper	piece of paper

Quả or **trái** are used for fruits:

quả/trái cam	**quả/trái táo**	**quả/trái cà chua**
gwả/jái gam	gwả/jái dáo	gwả/jái gà jwaw
orange	apple	tomato

Cây is used for trees or plants:

cây cam	**cây táo**	**cây cà chua**
gay-i gam	gay-i dáo	gay-i gà jwaw
orange tree	apple tree	tomato plant

17

For uncountable nouns the classifier is the word for the container or the unit of measurement:

một bát phở
mạwd bád fửr
a bowl of rice
noodle soup

một đĩa phở xào
mạwd đĩa fửr sào
a plate of fried
rice noodles

năm kilô gạo
num gilaw gạo
five kilograms
of rice

Adjectives and Adverbs

Adjectives

In Vietnamese adjectives are always placed after the nouns they describe:

một bức tranh đẹp
mạwd bứg jang đẹp
a beautiful picture
(lit: a [classifier] picture beautiful)

một người bạn tốt
mạwd ngoo-ùh-i bạn dáwd
a good friend
(lit: a [classifier] friend good)

Adjectives can function like verbs in the following structure:

subject + adjective
subject + to be + adjective

bức tranh này đẹp
bứg jang này đẹp
this picture is beautiful
(lit: [classifier] picture this beautiful)

Comparatives

To form the comparative in Vietnamese, simply put the word **hơn** after the adjective:

đẹp hơn
đẹp hurn
more beautiful

tốt hơn
dáwd hurn
better

rẻ hơn
rẻh hurn
cheaper

The word **như** (comparable to 'as ... as' in English) is placed after the adjective:

đẹp như	**tốt như**	**rẻ như**
đẹp n-yoo	dáwd n-yoo	rẻh n-yoo
as beautiful as	as good as	as cheap as

Superlatives

The word **nhất** (the most) is placed after the adjectives to form the superlative:

đẹp nhất	**tốt nhất**	**rẻ nhất**
đẹp n-yúhd	dáwd n-yúhd	rẻh n-yúhd
the most beautiful	the best	the cheapest

Adverbs

Adverbs in Vietnamese have the same form as adjectives.

hay
interesting, well

đây là một cuốn sách hay	**cô ấy hát hay**
day-i là mạwd gwáwn sáj hay	gaw áy-i hád hay
this is an interesting book	she sang beautifully
(lit: this is an [classifier] interesting book)	

Adverbs of degree often accompany adjectives or some modal verbs.

Rất [rúhd] (very) comes before adjectives and some modal verbs:

rất đẹp	**rất rẻ**	**rất thích**
rúhd đẹp	rúhd rẻh	rúhd tíj
very beautiful	very cheap	like very much

tôi rất thích món này
doy rúhd tíj món này
I like this dish very much

Lắm and **quá** (very, too, so) are placed after adjectives:

đẹp lắm/quá	**rẻ lắm/quá**	**thích lắm/quá**
đẹp lúm/gwá	rẻh lúm/gwá	tíj lúm/gwá
too beautiful	too cheap	like very much

bãi biển này đẹp quá!	**đồ thủ công ở đây rẻ lắm**
bãi bi-ảyn này dẹp gwá	dàw tỏô gawng ử day-i rẻh lúm
this beach is so beautiful!	handicrafts are very cheap here

The words **hơn**, **bằng** and **nhất** are also used to form the comparative and superlative of adverbs:

rõ ràng hơn	**rõ ràng bằng**	**rõ ràng nhất**
rõ ràng hurn	rõ ràng bùng	rõ ràng n-yúhd
more clearly	as clearly as	most clearly

Demonstrative adjectives

Demonstrative adjectives are:

này [này] this, these
kia, đó, ấy [gia, dó, úhi] that, those

They always follow the noun:

bức tranh này	**cái bàn kia**
bớg jang này	gái bàn gia
this picture	that table
(lit: [classifier] picture this)	(lit: [classifier] table that)

When a number word is used in a sentence, the word order is:

number + classifier + noun + demonstrative adjective

hai cái bàn này
hai gái bàn này
these two tables
(lit: two [classifier] table these)

Pronouns

Personal pronouns

Personal pronouns in Vietnamese vary depending on the age, gender and social position of their subject. (In fact, personal pronouns in Vietnamese are kin terms, so sometimes you can guess the family connection between the speakers just by the pronouns they use when speaking to each other.)

For the pronoun 'you', the choice of pronoun will depend on the age and seniority (social status etc) of the person with respect to you. Generally, in a formal situation, **ông** is used for a man who is older/more senior than you, and **bà** is used for an older/more senior woman. They both express considerable politeness and respect. **Anh** and **chị**, on the other hand, can be used both formally and informally when the person addressed is of approximately the same age as you: **anh** for a man, **chị** for a woman. The word **cô** is a more formal word, and would, amongst other uses, be used by a man speaking to a young woman he doesn't know well.

If you know a person's given name, it is polite to use it after the appropriate Vietnamese word for 'you' when addressing or referring to them; in which case **ông** etc would be spelt with a capital letter (see **name** on page 68). Therefore a man about the same age as you whose given name is '**Chi**' would be addressed as follows:

> **Anh Chi có làm gì tối nay không?**
> ang ji gó làm gì dóy nay kawng
> what are you doing tonight?

Note that there is no distinction between subject pronouns and object pronouns. 'He' and 'him', for example, are both expressed by the same word.

Singular Pronouns

first person

tôi [doy] I/me

second person

ông [awng] you
(formal word used when speaking to an older or more senior man)

bà you
(formal word used when speaking to an older or more senior woman)

anh [ang] you
(friendly, less formal word used when speaking to a youngish man or one about the same age as yourself)

chị [ji] you
(friendly, less formal word used when speaking to a youngish woman or one about the same age as yourself)

cô [gaw] you
(formal word, amongst other uses, spoken by a man to a young woman he doesn't know well)

em you
(informal word, used when speaking to a much younger person or child of either sex)

third person

ông ấy [awng áy-i] or
ổng (South Vietnam) [ảwng] he/him
(when referring respectfully to an older or more senior man)

anh ấy [ang áy-i] he/him
(when referring to a youngish man or one about the same age as yourself)

bà ấy [bà áy-i] or bả (South Vietnam) she/her
(when referring respectfully to an older or more senior woman)

chị ấy [ji áy-i] she/her
(when referring to a youngish woman or one about the same age as yourself)

nó he/him, she/her, it
(used when referring to a much younger person or child)

Plural Pronouns

first person

chúng tôi [jóóng doy] we/us
(referring to self only)

chúng ta [jóóng da] we/us
(including both speaker and listeners)

To form the second and third person plural, put the word **các** before the singular pronouns.

second person

các anh [gág ang], **các chị** [gág ji], etc you
(the same distinctions are made as for the singular use)

third person

các anh ấy [gág ang áy-i], **các ông ấy** [gág awng áy-i], etc they/them
(the same distinctions are made as for the singular use)

The third person singular pronoun **nó** (he/she/it) refers to a child or a person younger than you in a friendly way. But **nó** is also used to express anger or disapproval of the person, so be careful of your intonation when using it.

Demonstrative pronouns

đây [day-i] this (here)
kia, đấy, đó [gia, dáy-i, dó] that (over there)

đây là anh Hùng
day-i là ang Hòòng
this is Mr Hung

kia là chị Hoa
gia là jị Hwa
that is Mrs Hoa

Myself/himself/herself/themselves

These are all expressed by the word **tự**, which should be placed before the verb in Vietnamese:

tự mặc áo quần
dợo mụg áo gwùhn
dress oneself

tôi tự làm việc này
doy dợo làm vi-ạyg này
I do it myself

Possessive Adjectives and Possessive Pronouns

To form possessive adjectives and possessive pronouns, simply place **của** before the personal pronouns:

của tôi [gỏỏ-a doy]
my/mine

của anh, của chị, của ông, của bà [gỏỏ-a ang, gỏỏ-a jị, gỏỏ-a awng, gỏỏ-a bà]
your/yours

của anh ấy, của chị ấy, của ông ấy, của bà ấy [gỏỏ-a ang áy-i, gỏỏ-a jị áy-i, gỏỏ-a awng áy-i, gỏỏ-a bà áy-i]
his, her/hers, its

của chúng tôi, của chúng ta [gỏỏ-a jóóng doy, gỏỏ-a jóóng da]
our/ours

của các anh, của các chị, của các ông, của các bà [gỏỏ-a gág ang, gỏỏ-a gág jị, gỏỏ-a gág awng, gỏỏ-a gág bà]
your/yours

của họ, của các anh ấy, của các chị ấy [gỏỏ-a họ, gỏỏ-a gág ang áy-i, gỏỏ-a gág jị áy-i]
their/theirs

For example:

cuốn sách của tôi mới
gwáwn sáj gỏ̂o-a doy múh-i
my book is new

cuốn sách này là của tôi
gwáwn sáj này là gỏ̂o-a doy
this book is mine

Sometimes the word **của** [gỏ̂o-a] can be omitted:

mẹ của tôi
mẹh gỏ̂o-a doy
my mother

mẹ tôi
mẹh doy
my mother

Verbs

Unlike English, verbs in Vietnamese do not change their form according to person or tense. Normally, tenses in Vietnamese are distinguished by an adverb of time, a time-marker or by the context.

Time-markers are always placed before the verb.

Đã refers to an action in the past:

tôi đã gặp Lisa hôm qua
doy dã gụp Lisa hawm gwa
I met Lisa yesterday

Đang refers to an action that is continuing:

anh ấy đang nói chuyện với bạn
ang áy-i dang nói jwee-ạyn vúh-i bạn
he is talking with his friend

Sẽ refers to an action in the future:

họ sẽ đi Việt Nam
họ sẽh di vi-ạyd nam
they will go to Vietnam

Sắp refers to an action that will happen in the near future:

họ sắp đến

họ súp dáyn

they are about to arrive

However, the time-marker can be omitted when the meaning of a sentence is clearly indicated by an adverb of time:

tôi đã học tiếng Việt năm ngoái

doy dã họg di-áyng vi-ạyd num ngwái

I studied Vietnamese last year

tôi học tiếng Việt năm ngoái

doy họg di-áyng vi-ạyd num ngwái

I studied Vietnamese last year

Modal verbs

As in English, modal verbs in Vietnamese are combined with other verbs to express the attitude or desire of the speaker. Modal verbs are always placed before the main verbs.

muốn (want)

tôi muốn mua vài thứ đồ lưu niệm

doy mwáwn mwaw vài tớ dàw ler-oo ni-ạym

I want to buy some souvenirs

có thể (can, may)

chuyến tàu 10 giờ sáng có thể đến muộn

jwee-áyn dà-oo 10 yừr sáng gó tẩy dáyn mwạwn

the 10 a.m. train may be late

cần, cần phải (need)

chúng ta có cần phải đi ngay không?

jóóng da gó gừhn fải di ngay kawng

do we need to go right away?

nên (should, ought to)

anh nên đi thăm vịnh Hạ Long

ang nayn di tum vịng hạ long

you should visit Halong Bay

phải (must, have to)

anh phải mua vé trước hai ngày

ang fải mwaw véh jɔɔ-úrg hai ngày

you have to buy the ticket two days beforehand

The Verb 'To Be'

Unlike 'to be' in English, the verb **là** is used with nouns and noun phrases only:

tôi là James Taylor

doy là James Taylor

I am James Taylor

anh ấy là người Anh

ang áy-i là ngoo-ùh-i ang

he is English

(lit: he is person English)

họ là giáo viên

họ là yáo vi-ayn

they are teachers

Where English uses the verb 'to be' before an adjective, Vietnamese just uses an adjective. For example:

khách sạn ấy tốt

káj sạn áy-i dáwd

that hotel is good

(lit: hotel that good)

Negatives

To form the negative, the phrase **không phải** (not; lit: not right) is added before the verb **là**. The word **không** (not) can also be used before other verbs.

tôi không phải là James

doy kawng fải là James

I am not James

(lit: I not am James)

anh ấy không phải là người Anh

ang áy-i kawng fải là ngoo-ùh-i ang

he is not English

(lit: he not is person English)

tôi không học tiếng Pháp năm ngoái

doy kawng họg di-áyng fáp num ngwái

I did not study French last year

tôi không biết đường đến đó

doy kawng bi-áyd dꝏ-ừng dáyn dó

I don't know how to get there

(lit: I not know way to get there)

anh không phải giữ chỗ trước

ang kawng fải yꝏ jãw jꝏ-úrg

you don't have to book in advance

Imperatives

Hãy and **đi** are used to give an order in Vietnamese.

Hãy is placed before the verb:

hãy nhìn kìa!

hãy n-yìn gìa

look over there!

Đi is placed after the verb:

chạy đi!	**ăn đi!**
jạy di	un di
run!	please eat!

Negative commands are formed by adding the word **đừng** (do not) before the verb:

đừng ăn!	**đừng lo!**
dừơng un	dừơng lo
don't eat!	don't be worried!

đừng dẫm lên cỏ!
dừng yũhm layn gỏ
don't walk on the grass!

When you want to ask somebody to do something for you, the phrase **làm ơn** (please) is used to express politeness:

làm ơn chỉ cho tôi đường đến Ga Hà nội
làm urn jỉ jo doy đơ-ừrng dáyn ga hà nọy
please, show me the way to Hanoi Station

làm ơn đưa cho tôi quyển sách kia
làm urn doo-a jo doy gwi-ảyn sáj gia
pass me that book, please

Questions and Answers

... phải không? (don't you?/aren't you?/doesn't it?/aren't they? etc)

To form a question tag in Vietnamese you only have to put the phrase **phải không** at the end of the statement.

Answers are **vâng** (North Vietnam), **dạ** (South Vietnam) (yes) and **không** (no; not).

anh ấy là giáo viên
ang áy-i là yáo vi-ayn
he is a teacher

anh ấy là giáo viên phải không?
ang áy-i là yáo vi-ayn fải kawng
he is a teacher, isn't he?

vâng, anh ấy là giáo viên
vuhng ang áy-i là yáo vi-ayn
yes, he is a teacher

không, anh ấy không phải   là giáo viên
kawng ang áy-i kawng fải là yáo vi-ayn
no, he is not a teacher

29

chị đã gặp Lisa
jị dã gụp Lisa
you met Lisa

chị đã gặp Lisa phải không?
jị dã gụp Lisa fải kawng
you met Lisa, didn't you?

vâng, tôi đã gặp Lisa
vuhng doy dã gụp Lisa
yes, I met Lisa

không, tôi không gặp Lisa
kawng doy kawng gụp Lisa
no, I did not meet Lisa

Another way of forming questions is by using:

... có ... không?

chị ấy có học Tiếng Việt không?
jị áy-i gó họg Tiáyng Viạyd kawng
did she study Vietnamese?

When using this question form, to answer 'yes' say **có** instead of **vâng** or **dạ**:

có, chị ấy có học tiếng Việt
gó jị áy-i gó họg di-áyng vi-ạyd
yes, she studied Vietnamese

For 'no' say **không**:

không, chị ấy không học tiếng Việt
kawng jị áy-i kawng họg di-áyng vi-ạyd
no, she did not study Vietnamese

Below are examples of the use of other interrogatives in Vietnamese. Note that the word order of the questions and answers does not change:

ai? who?

> **ai là giáo viên?**
> ai là yáo vi-ayn
> who is a teacher?

> **anh ấy là giáo viên**
> ang áy-i là yáo vi-ayn
> he is a teacher

gì? what?

> **kia là cái gì?**
> gia là gái gì
> what is that?

> **kia là rạp xiếc**
> gia là rạp si-áyg
> that is the circus building

nào? which?

> **người nào?**
> ngoo-ùh-i nào
> which person?

> **người này**
> ngoo-ùh-i này
> this person

> **cái nào?**
> gái nào
> which one?

> **cái này**
> gái này
> this one

đâu? [doh] where?

> **bà đi đâu?**
> bà đi doh
> where are you going?

> **tôi đi chợ**
> doy đi jụr
> I am going to the market

sao?/vì sao?/tại sao? [sao/vì sao/dại sao] why?

> **sao chị đến muộn?**
> sao jị dáyn mwạwn
> why did you arrive late?

> **vì xe tôi bị hỏng**
> vì seh doy bị hỏng
> because my bicycle wasn't working

thế nào? bằng cách nào? làm sao? [táy nào/bùng gáj nào làm sao]
how?

chị đến đây bằng cách nào?
jị dáyn day-i bùng gáj nào
how did you get here?

tôi đến đây bằng tàu hoả
doy dáyn day-i bùng dà-oo hwả
I came here by train

bao giờ? lúc nào? khi nào? [bao yừr lóóg nào ki nào] when?

If **bao giờ** (when) is placed at the end of a question, it implies that the action has already taken place; if **bao giờ** is placed at the beginning of a question, it implies that the action will take place in the future:

chị đến đây bao giờ?   **tôi đến đây hôm qua**
jị dáyn day-i bao yừr   doy dáyn day-i hawm gwa
when did you arrive?   I arrived here yesterday

bao giờ anh ấy đến đây?   **ngày mai**
bao yừr ang áy-i dáyn day-i   ngày mai
when will he arrive?   tomorrow

mấy?, bao nhiêu? [máy-i, bao nyi-yoh] how much?/how many?

Mấy is used for amounts less than ten. **Bao nhiêu** is used for amounts over ten. If you're not sure, **bao nhiêu** can always be used.

chị có mấy anh em trai?
jị gó máy-i ang em jai
how many brothers do you have?
(lit: you have how many brother)

có bao nhiêu viện bảo tàng ở Hà nội?
gó bao nyi-yoh vi-ạyn bảo dàng ửr hà nọy
how many museums are there in Hanoi?

cái hộp sơn mài này giá bao nhiêu?
gái hạwp sưrn mài này yá bao nyi-yoh
how much does this lacquer box cost?

(**Bao nhiêu** is used because the price is going to be more than 10 dong).

Dates

Dates in Vietnamese are expressed in the following order:

thứ – ngày – tháng – năm
tốờ – ngày – táng – num
day – date – month – year

thứ Hai ngày 30 tháng 12 năm 1996
thốờ hai ngày 30 táng 12 num 1996
Monday 30th December 1996

hôm nay là ngày mấy?
hawm nay là ngày máy-i
what date is it today?

ngày 25 tháng 7 năm 1997
ngày 25 táng 7 num 1997
25th July 1997

or simply: 25/7/97

Days

Monday thứ Hai [tốờ hai]
Tuesday thứ Ba [tốờ ba]
Wednesday thứ Tư [tốờ tốờ]
Thursday thứ Năm [tốờ sum]
Friday thứ Sáu [tốờ sá-oo]
Saturday thứ Bảy [tốờ bảy]
Sunday chủ Nhật [jỏờ n-yụhd]

Months

January tháng Giêng [táng gi-ayng]
February tháng Hai [táng hai]
March tháng Ba [táng ba]
April tháng Tư [táng tœ]
May tháng Năm [táng num]
June tháng Sáu [táng sá-oo]
July tháng Bảy [táng bảy]
August tháng Tám [táng tàm]
September tháng Chín [táng chin]
October tháng Mười [táng moo-ùh-i]
November tháng Mười Một [táng moo-ùh-i mạwd]
December tháng Mười Hai, tháng Chạp [táng moo-ùh-i hai, táng chạp]

Time

a.m. sáng
p.m. (noon to sunset) chiều [jiàyoo]
p.m. (sunset to midnight) tối [dóy]
noon buổi trưa [bwóy joo-a]
midnight nửa đêm [nœ̉-a daym]
what time is it? bây giờ là mấy giờ? [bay-i yùr là máy-i yùr] (lit: now is how many hour)
it's 10 a.m. bây giờ là mười giờ sáng [bay-i yùr là moo-ùh-i yùr sáng]
it's 3 p.m. bây giờ là ba giờ chiều [bay-i yùr là ba yùr ji-àyoo]
it's 8 p.m. bây giờ là tám giờ tối [bay-i yùr là dám yùr dóy]

The word **kém** (less) corresponds to English 'to':

five to one một giờ kém năm [mạwd yùr gém num]
ten to two hai giờ kém mười [hai yùr gém moo-ùh-i]

There is no Vietnamese equivalent to 'past'. Vietnamese uses the formula 'hour + minutes' as in 'five twenty-five' or 'hour + **rưỡi**' (half):

ten past two, two ten hai giờ mười [hai yùr moo-ùh-i]
a quarter past three, three fifteen hai giờ mười lăm [hai yùr moo-ùh-i lum]

two thirty hai giờ ba mươi [hai yừr ba moo-uh-i]
half past two (lit: two hour half) hai giờ rưởi [hai yừr rœ-ủh-i]
two forty-five hai giờ bốn mươi nhăm [hai yừr báwn moo-uh-i n-yum]
ten to three ba giờ kém mười [ba yừr gém moo-ùh-i]

Numbers

0	không	[kawng]
1	một	[mạwd]
2	hai	
3	ba	
4	bốn	[báwn]
5	năm	[num]
6	sáu	[sá-oo]
7	bảy	
8	tám	[dám]
9	chín	[jín]
10	mười	[moo-ùh-i]
11	mười một	[moo-ùh-i mạwd]
12	mười hai	[moo-ùh-i hai]
13	mười ba	[moo-ùh-i ba]
14	mười bốn	[moo-ùh-i báwn]
15	mười lăm/nhăm	[moo-uh-i lum/n-yum]
16	mười sáu	[moo-ùh-i sá-oo]
17	mười bảy	[moo-ùh-i bảy]
18	mười tám	[moo-ùh-i dám]
19	mười chín	[moo-ùh-i jín]
20	hai mươi	[hai moo-uh-i]
21	hai mươi mốt	[hai moo-uh-i máwd]
22	hai mươi hai	[hai moo-uh-i hai]
23	hai mươi ba	[hai moo-uh-i ba]
24	hai mươi bốn	[hai moo-uh-i báwn]
25	hai mươi lăm/nhăm	[hai moo-uh-i lum/n-yum]
30	ba mươi	[ba moo-uh-i]
31	ba mươi mốt	[ba moo-uh-i máwd]
34	ba mươi bốn	[ba moo-uh-i báwn]
35	ba mươi nhăm/lăm	[ba moo-uh-i n-yum/lum]
40	bốn mươi	[báwn moo-uh-i]

50	năm mươi [num moo-uh-i]
90	chín mươi [jín moo-uh-i]
100	một trăm [mạwd jum]
101	một trăm linh/lẻ một [mạwd jum ling/lẻh mạwd]
102	một trăm linh/lẻ hai [mạwd jum ling/lẻh hai]
191	một trăm chín mươi mốt [mạwd jum jín moo-uh-i máwd]
200	hai trăm [hai jum]
300	ba trăm [ba jum]
1,000	một ngàn, một nghìn [mạwd ngàn, mạwd ngìn]
10,000	mười ngàn [moo-ùh-i ngàn]
100,000	một trăm ngàn [mạwd jum ngàn]
1,000,000	một triệu [mạwd ji-ạyoo]
2,000,000	hai triệu [hai ji-ạyoo]
one billion	một tỷ [mạwd dỉ] (1,000,000,000)
two billion	hai tỷ [hai dỉ]

In spoken Vietnamese, for numbers ending in 5 (from 15 onwards), **lăm** [lum] is used in North Vietnam and **nhăm** [n-yum] is used in the South; in written Vietnamese, the correct spelling is **năm** [num].

Another word for 10 when used in units of 10 (20, 30, 40 etc) is **chục** [jọog]:

10	một chục [mạwd jọog]
20	hai chục [hai jọog]
30	ba chục [ba jọog]

Ordinal numbers

To form ordinal numbers in Vietnamese, the word **thứ** [tớ] is placed before the cardinal numbers.

1st	thứ nhất [tớ n-yúhd]
2nd	thứ nhì, thứ hai [tớ n-yì, tớ hai]
3rd	thứ ba [tớ ba]
4th	thứ tư [tớ dơ]
5th	thứ năm [tớ num]
6th	thứ sáu [tớ sá-oo]
7th	thứ bảy [tớ bảy]
8th	thứ tám [tớ dám]

9th	thứ chín [tớ jín]
10th	thứ mười [tớ moo-ùh-i]
11th	thứ mười một [tớ moo-ùh-i mạwd]
15th	thứ mười lăm/nhăm [tớ moo-ùh-i lum/n-yum]
20th	thứ hai mươi [tớ hai moo-uh-i]

Basic Phrases

yes vâng (N)/dạ (S) vuhng/yạ	**please** làm ơn làm urn
no không kawng	**yes, please** vâng (N)/dạ (S), xin ông/bà vuhng/yạ sin awng/bà
OK 'OK'	**thanks, thank you** cám ơn ông/bà gám urn awng/bà
hello (said to man) chào ông jào awng	**no thanks, no thank you** không cám ơn kawng gám urn
(said to woman) chào bà jào bà	**thank you very much** cám ơn nhiều gám urn n-yàyoo
good morning 'good morning'	**don't mention it** không có chi kawng gó ji
good evening 'good evening'	
good night chúc ngủ ngon jóóg ngổ ngon	**how do you do?** hân hạnh gặp ông/bà huhn hạng gụp awng/bà
see you! chào ông/bà! jào awng/bà	**how are you?** ông/bà có khỏe không? awng/bà gó kwẻh kawng
goodbye chào jào	**fine, thanks** tôi khỏe cám ơn doy kwẻh gám urn

pleased to meet you
hân hạnh gặp ông/bà
huhn hạng gụp awng/bà

excuse me
(to get past) xin ông/bà thứ lỗi
sin awng/bà tớ lỗy

(to get attention) ông/bà ơi
awng/bà uh-i

(pol: to get attention) thưa ông/bà
too-a awng/bà

(to say sorry) xin lỗi
sin lỗy

(I'm) sorry
xin lỗi
sin lỗy

sorry?/pardon (me)?
ông/bà nói sao?
awng/bà nóy sao

I see/I understand
tôi hiểu rồi
doy hi-ẩyoo ròy

I don't understand
tôi không hiểu
doy kawng hi-ẩyoo

do you speak English?
ông/bà biết nói tiếng Anh
   không?
awng/bà bi-áyd nóy di-áyng ang
   kawng

I don't speak Vietnamese
tôi không biết nói tiếng Việt
doy kawng bi-áyd nóy di-áyng vi-ạyd

could you repeat that?
xin ông/bà lập lại
sin awng/bà lụhp lại

can you write it down?
ông/bà có thể viết ra không
awng/bà gó tẩy vi-áyd ra kawng

I'd like ... (requesting)
cho tôi xin một ...
jo doy sin mạwd

can I have ...?
làm ơn cho tôi một ...
làm urn jo doy mạwd

do you have ...?
ông/bà có không ...?
awng/bà gó kawng

how much is it?
bao nhiêu tiền?
bao ni-yoh di-àyn

cheers!
cạn chén! (N)/cạn ly! (S)
gạn jén/gạn li

where?
ở đâu?
ửr doh

is it far from here?
cách đây có xạ không?
gáj day-i gó sa kawng

Conversion Tables

1 centimetre = 0.39 inches   1 inch = 2.54 cm

1 metre = 39.37 inches = 1.09 yards   1 foot = 30.48 cm

1 kilometre = 0.62 miles = 5/8 mile   1 yard = 0.91 m

1 mile = 1.61 km

km	1	2	3	4	5	10	20	30	40	50	100
miles	0.6	1.2	1.9	2.5	3.1	6.2	12.4	18.6	24.8	31.0	62.1

miles	1	2	3	4	5	10	20	30	40	50	100
km	1.6	3.2	4.8	6.4	8.0	16.1	32.2	48.3	64.4	80.5	161

1 gram = 0.035 ounces   1 kilo = 1000 g = 2.2 pounds

g	100	250	500		1 oz = 28.35 g
oz	3.5	8.75	17.5		1 lb = 0.45 kg

kg	0.5	1	2	3	4	5	6	7	8	9	10
lb	1.1	2.2	4.4	6.6	8.8	11.0	13.2	15.4	17.6	19.8	22.0

kg	20	30	40	50	60	70	80	90	100
lb	44	66	88	110	132	154	176	198	220

lb	0.5	1	2	3	4	5	6	7	8	9	10	20
kg	0.2	0.5	0.9	1.4	1.8	2.3	2.7	3.2	3.6	4.1	4.5	9.0

1 litre = 1.75 UK pints / 2.13 US pints

1 UK pint = 0.57 litre   1 UK gallon = 4.55 litre
1 US pint = 0.47 litre   1 US gallon = 3.79 litre

centigrade / Celsius   °C = (°F - 32) x 5/9

°C	-5	0	5	10	15	18	20	25	30	36.8	38
°F	23	32	41	50	59	64	68	77	86	98.4	100.4

Fahrenheit   °F = (°C x 9/5) + 32

°F	23	32	40	50	60	65	70	80	85	98.4	101
°C	-5	0	4	10	16	18	21	27	29	36.8	38.3

English

→

Vietnamese

A

a, an* một [mạwd]
about: about 20 khoảng hai
chục [kwảng hai jọọg]
it's about 5 o'clock khoảng
năm giờ [kwảng num yừr]
a film about Vietnam một
cuộn phim nói về Việt nam
[mạwd gwạwn fim nói vày vi-ạyd
nam]
above trên [jayn]
abroad nước ngoài [nɷɷ-úrg
ngwài]
absolutely (I agree) hoàn toàn
[hwàn dwàn]
absorbent cotton bông gòn
[bawng gòn]
accelerator bàn đạp ga
accept (gift) nhận [n-yụhn]
accident tai nạn [dai nạn]
there's been an accident có
một vụ tai nạn [gó mạwd vọọ dai
nạn]
accommodation chỗ ở [jãw ừr]
see room and hotel
accurate chính xác [jíng ság]
ache đau [da-oo]
my back aches lưng tôi đau
[lɷng doy da-oo]
across: across the road/river
bên kia đường/sông [bayn gia
dɷɷ-ừrng/sawng]
adapter a-đáp-tơ [a-dáp-dur],
(for voltage) cục biến điện [gọọg
bi-áyn diạyn]
address địa chỉ [dịa jỉ]
what's your address? địa chỉ

của ông/bà là gì? [dịa jỉ gỏỏ-a
awng/bà yì]

Addresses are written as
follows:
Ông Lộc Văn Chi
27 Âu Cơ
Phường 15
Quận 11
T.P. Hồ Chí Minh

Ông: Mr
Lộc: surname
Văn Chi: first name
27: house number
Âu Cơ: name of street (no word for
street or road is used)
Phường 15: Quarter 15
Quận 11: District 11
T.P. (abbreviation for Thành
Phố): city
Hồ Chí Minh: name of the city
You may also see the abbreviations
Q. or Q/ for 'District' and F. or F/
for 'Quarter'.

address book cuốn sổ địa chỉ
[gwáwn sảw dịa jỉ]
admission charge tiền vào
cửa [di-àyn vào gửꝋ-a]
adult người lớn [ngoo-ùh-i lứrn]
advance: in advance trước
[jɷɷ-úrg]
aeroplane máy bay [máy bay]
after sau [sa-oo]
after you mời ông/bà đi
trước [mùh-i awng/bà đi jɷɷ-úrg]
after lunch sau cơm trưa [sa-
oo gurm joo-a]

afternoon buổi chiều [bwỏy ji-àyoo], chiều [ji-àyoo]
  in the afternoon vào buổi chiều [vào bwỏy ji-àyoo]
  this afternoon chiều nay [ji-àyoo nay]
aftershave dầu xức sau khi cạo râu [yòh sốg sa-oo ki gạo roh]
aftersun cream kem thoa sau khi phơi nắng [gem twa sa-oo ki fuh-i núng]
afterwards sau đó [sa-oo dó]
again nữa [nỗ-a], lần nữa [lùhn nỗ-a]
against phản đối [fản dóy]
age tuổi [dwỏy]
ago: a week ago cách đây một tuần [gáj day-i mạwd dwùhn]
  an hour ago cách đây một giờ [gáj day-i mạwd yùr]
agree: I agree tôi đồng ý [doy dàwng í]
AIDS bệnh SIĐA [bạyng sida]
air không khí [kawng kí]
  by air bằng máy bay [bùng máy bay]
air-conditioner máy lạnh [máy lạng]
airmail: by airmail bằng đường hàng không [bùng dœ-ùrng hàng kawng]
airmail envelope bìa thư hàng không [bìa tœ hàng kawng]
airplane máy bay
airport sân bay [suhn bay]
  to the airport, please làm ơn đưa tôi đi sân bay [làm urn dœ-a doy di suhn bay]
aisle seat ghế gần lối đi [gáy gùhn lóy di]

alarm clock đồng hồ báo thức [dàwng hàw báo tóg]
alcohol rượu [rœ-ụroo]
alcoholic (drink) có chất rượu [gó júhd rœ-ụroo]
all tất cả [dúhd gả]
  that's all, thanks được rồi, cảm ơn [dœ-ụrg ròy gám urn]
allergic dị ứng [yị ởng]
  allergic to ... (food) tôi bị dị ứng với ... [doy bị yị ởng vúh-i]
allowed: is it allowed? có được không? [gó dœ-ụrg kawng]
all right được [dœ-ụrg], tốt [dáwd], ô-kê [aw-gay]
  I'm all right vẫn thường [vũhn tœ-ùrng]
  are you all right? ông/bà thế nào? [awng/bà táy nào]
almond hột hạnh [hạwd hạng]
almost hầu hết [hòh háyd]
alone một mình [mạwd mìng]
alphabet mẫu tự [mũh-oo dọ]

a	ah	n	enna
b	bay	o	o
c	say	p	bay
d	yay	q	goo
đ	day	r	air
e	eh	s	ess
f	ép-fừr	t	day
g	yay	u	oo
h	hat	v	vay
i	ee	w	vay dóóp
j	jee (like French 'j')	x	ess
k	ga	y	ee-grek
l	ella	z	yét
m	emma		

already đã ... rồi [đã ... ròy]

I've already got one tôi đ cómột cái rồi [doy dã gó méd gái ròy]

also cũng vậy [gõõng vạy-i]

although mặc đầu [mụg yòh]

altogether cả thảy [gả tảy], tất cả [dúhd gả]

how much altogether? cả thảy bao nhiêu? [gả tảy bao ni-yoh]

always luôn luôn [lwawn lwawn]

am*

a.m.*: **at six/seven a.m.** vào sáu/bảy giờ sáng [vào sá-oo/bảy yừr sáng]

amazing (surprising) kinh quá [ging gwá]

(very good) hay quá [hay gwá]

ambulance xe cứu thương [seh gớờ-oo tơơ-urng]

call an ambulance! gọi xe cứu thương! [gọy seh gớờ-oo tơơ-urng]

Dial 15 for an ambulance. However there is only a minimal ambulance service in Vietnam; in almost all cases it is better to rely on taxis or some other means of transport.

America Nước Mỹ [nớờ-urg mĩ]

American (adj) Mỹ [mĩ]

I'm American tôi là người Mỹ [doy là ngoo-ùh-i mĩ]

among trong số [jong sáw]

amount (money) số [sáw]

amp: a 13-amp fuse một cầu

chì mười ba am-pe [mạwd gòh ji moo-ùh-i ba am-peh]

and và

angry giận [yụhn]

animal súc vật [sóóg vụhd]

ankle mắt cá chân [múd gá juhn]

annoy: this man's annoying me ông này làm tôi bực mình [awng này làm doy bọợg mìng]

annoying bực mình [bọợg mìng]

another cái khác [gái kág]

another one một cái khác [mạwd gái kág]

can we have another room? ông/bà còn phòng nào nữa không? [awng/bà gòn fòng nào nỡỡ-a kawng]

another beer, please làm ơn cho thêm một chai bia [làm urn jo taym mạwd jai bia]

antibiotics thuốc trụ sinh (S) [twáwg jọọ sing], kháng sinh (N) [káng sing]

antihistamines thuốc chống dị ứng [twáwg jáwng yị ởng]

antique: is it an antique? có phải đồ cổ không? [gó fải dàw gảw kawng]

antique shop tiệm bán đồ cổ [di-ạym bán dàw gảw]

antiseptic thuốc sát trùng [twáwg sád jòòng]

any: have you got any bread/tomatoes? ông/bà có bánh mì/cà chua không? [awng/bà gó báng mì/gà jwaw kawng]

do you have any change?

ông/bà có tiền lẻ không?
[awng/bà gó di-àyn léh kawng]
sorry, I don't have any xin lỗi,
tôi không có [sin lõy doy kawng
gó]
anybody ai
does anybody speak
English? có ai nói được tiếng
Anh không? [gó ai nói dœ-urg
di-áyng ang kawng]
there wasn't anybody there
không có ai ở đó [kawng gó ai
ử dó]
anything bất cứ cái gì [búhd gœ
gái yì]

dialogues

anything else? còn gì nữa
không? [gòn yì nõ-a kawng]
nothing else, thanks không
còn gì nữa, cám ơn [kawng
gòn yì nõ-a gám urn]

would you like anything to
drink? ông/bà uống gì
không? [awng/bà wáwng yì
kawng]
I don't want anything,
thanks tôi không uống gì
cả, cám ơn [doy kawng
wáwng yì gả gám urn]

apart from ngoài ra [ngwài ra]
apartment căn hộ [gun hạw],
nhà lầu [n-yà lòh]
apartment block dãy nhà lầu
[yãy n-yà lòh]
apology xin lỗi [sin lõy]

appendicitis đau ruột dư (S)
[da-oo rwạwd yœ], ruột thừa (N)
[rwạwd tờ-a]
appetizer (food) món khai vị
[món kai vị]
apple táo tây [dáo day-i]
appointment cái hẹn [gái hẹn]

dialogue

good morning, how can I
help you? xin chào ông/
bà, có việc gì không? [sin
jào awng/bà gó vi-ạyg yì kawng]
I'd like to make an
appointment tôi muốn lấy
cái hẹn [doy mwáwn láy-i gái
hẹn]
what time would you like?
ông/bà muốn hẹn mấy
giờ? [awng/bà mwáwn hẹn
máy-i yừr]
three o'clock lúc ba giờ
[lóóg ba yừr]
I'm afraid that's not
possible, is four o'clock all
right? tôi e rằng ba giờ
không được, bốn giờ
được không? [doy eh rùng ba
yừr kawng dœ-urg báwn yừr dœ-
urg kawng]
yes, that will be fine được,
bốn giờ được [dœ-urg báwn
yừr dœ-urg]
the name was ...? tên gì?
[dayn yì]

apricot quả mơ [gwả mur]
April tháng Tư [táng dœ]

are*

area vùng [vòòng], khu vực [koo vựợg]

area code mã vùng [mã vòòng]

arm cánh tay [gáng day]

arrange: will you arrange it for us? ông/bà dàn xếp cho chúng tôi được không? [awng/bà yàn sáyp jo jóóng doy đợợ-ựrg kawng]

arrival đến nơi [dáyn nuh-i], đến [dáyn]

arrive đến nơi [dáyn nuh-i], đến [dáyn]

when do we arrive? khi nào chúng tôi đến nơi? [ki nào jóóng doy dáyn nuh-i]

has my fax arrived yet? 'fax' tôi đến chưa? [doy dáyn joo-a]

we arrived today chúng tôi đến hôm nay [jóóng doy dáyn hawm nay]

art môn hội họa [mawn họy hwạ]

art gallery phòng triển lãm hội họa [fòng ji-áyn lãm họy hwạ]

artist họa sĩ [hwạ sĩ]

as: as big as to như [do n-yoo]

as soon as possible càng sớm càng tốt [gàng súrm gàng dáwd]

ashtray gạt tàn thuốc [gạd dàn twáwg]

Asia Á Châu [á joh]

Asian (adj) Á Châu [á joh]

ask kêu [gayoo], hỏi [hỏy]

I didn't ask for this tôi không có kêu lấy cái này [doy kawng gó gayoo láy-i gái này]

could you ask him to ...?

ông/bà có thể hỏi ông ấy ...? [awng/bà gó tẩy hỏy awng áy-i]

asleep: she's asleep bà ấy đang ngủ [bà áy-i dang ngỏỏ]

aspirin thuốc 'aspirin' [twáwg]

asthma bệnh hen [bạyng hen]

astonishing kinh ngạc [ging ngạg]

at: at the hotel tại khách sạn/ ô-ten [dại káj sạn/aw-den]

at the station tại ga xe lửa [dại ga seh lỏ̉-a]

at six/seven o'clock lúc sáu/ bảy giờ [lóóg sá-oò/bảy yùr]

at Hung's tại nhà ông Hùng [dại n-yà awng hòòng]

attractive hấp dẫn [húhp yũhn]

August tháng Tám [táng dám]

aunt (maternal) dì [yì] (paternal) cô [gaw]

Australia nước Úc [nợợ-úrg úg]

Australian (adj) Úc [úg]

I'm Australian tôi là người Úc [doy là ngoo-ùh-i úg]

automatic (adj, car) tự động [dợợ dạwng]

autumn mùa thu [mòò-a too]

in the autumn vào mùa thu [vào mòò-a too]

average (not good) trung bình [joong bìng] (ordinary) bình thường [bìng tợợ-ùrng]

on average trung bình [joong bìng]

awake: is he awake? ông ấy còn thức không? [awng áy-i gòn tớợg kawng]

away: go away! đi chỗ khác!

[di jāw kág]
is it far away? có xa lắm không? [gó sa lúm kawng]
awful dễ sợ [yãy sựr]
axle trục xe [jọog seh]

B

baby em bé [em béh]
baby food đồ ăn con nít [dàw un gon níd]
baby's bottle bình sữa [bìng sõ̃-a]
back (of body) lưng [lơng]
(back part) phần lưng [fùhn lơng]
at the back sau lưng [sa-oo lơng]
can I have my money back? tôi muốn lấy tiền lại được không? [doy mwáwn láy-i di-àyn lại dơ-ựrg kawng]
to come/go back về lại [vày lại]
backache đau lưng [da-oo lơng]
bacon thịt ba chỉ [tịd ba jỉ]
bad (film, hotel) tồi [dòy]
(situation) xấu [sòh]
(meat, fruit) hôi thúi [hoy tóó-i]
a bad headache sự nhức đầu ghê gớm [sơ n-yớơg dòh gay gúrm]
not bad không đến nỗi nào [kawng dáyn nỗy nào]
badly: badly made làm dở quá [làm yửr gwá]
badly hurt bị thương nặng [bị

tɔɔ-urng nụng]
bag cái túi [gái dóó-i]
(handbag) xắc tay [súg day]
(suitcase) va-li
baggage hành lý [hàng lí]
baggage check chỗ gửi hành lý [jãw gỏ̃-i hàng lí]
baggage claim chỗ lấy hành lý [jãw láy-i hàng lí]
bakery tiệm bán bánh mì [di-ạym bán báng mì]
balcony bao lơn [bao lurn]
a room with a balcony một phòng có bao lơn [mạwd fòng gó bao lurn]
bald đầu hói [dòh hóy]
ball quả bóng [gwả bóng], banh [bang]
ballet ba-lê [ba-lay]
ballpoint pen bút bi [bóód bi]
bamboo tre [jeh]
bamboo flutes sáo trúc [sáo jóóg]
bamboo shoots măng [mung]
banana chuối [jwáwi]
band (musical) ban nhạc [ban n-yạg]
bandage vải băng bó [vải bung bó]
Bandaid® thuốc dán [twáwg yán]
bank (money) nhà băng [n-yà bung], ngân hàng [nguhn hàng]

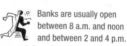

Banks are usually open between 8 a.m. and noon and between 2 and 4 p.m. on weekdays; they are open from 8 a.m. to noon on Saturdays and are closed on Sundays. Sterling and US dollars can be exchanged in banks and US dollars can also be exchanged in jeweller's shops (**tiệm vàng**); large denomination notes sometimes get a slightly higher rate in such shops. Personal cheques are not accepted. Traveller's cheques can only be cashed in banks.

bank account trương mục ngân hàng (S) [j00-urng mọọg nguhn hàng], tài khoản ngân hàng (N) [dài kwản nguhn hàng]
bar 'bar'
a bar of chocolate một thỏi sô-cô-la [mạwd tỏy saw-gaw-la]
see **café**
barber's tiệm hớt tóc [di-ạym húrd dóg]
bargaining trả giá [jả yá]

dialogue

how much is this? cái này bao nhiêu? [gái này bao n-yayoo]
5,000 dong năm ngàn đồng [num ngàn dàwng]
that's too expensive đắt quá [dúd gwá]
how about 3,000 dong? ba ngàn đồng được không ? [ba ngàn dàwng d00-ựrg kawng]
all right, I'll let you have it for 3,500 thôi, lấy ông/bà ba ngàn rưỡi [toy láy-awng/bà ba ngàn r00-ũh-i]
it's still too expensive,

can't you reduce it a bit more? vẫn còn quá đắt, giảm tí nữa được không? [vũhn gòn gwá dúd swáwng taym đí n00-a d00-ựrg kawng]
OK 'OK'

 Foreigners are always likely to be overcharged, so be wary. It is always worth trying to bargain, sometimes even over bus fares and rooms in cheaper hotels. When buying goods you could start by knocking the price down by about a third. If the seller is intransigent, pretend to leave. When travelling by cyclo or as a motorbike passenger it is important to negotiate a price before the journey begins; when bargaining over transport or at a street stall, the offer of a cigarette usually eases the process.
see **taxi**

basket cái thúng [gái tóóng], cái giỏ [gái yỏ]
bath: to have a bath tắm [dúm]

 Baths are only available in very upmarket hotels; in most other hotels you usually get a shower or a bucket with a cold tap (**thùng tắm**).

bathroom phòng tắm [fòng dúm]
with a private bathroom với một phòng tắm riêng [vúh-i

mạwd fòng dúm ri-ayng]
bath towel khăn tắm [kun dúm]
battery (for car) bình ác-quy
[bìng ág-gwi]
(for radio) pin
bay vịnh [vịng]
be*
beach bãi biển [bãi bi-ảyn]

The seas around Vietnam
are generally safe for
swimming. Some
beaches may charge a small
entrance fee and hire out parasols
and chairs.

beach mat chiếu [ji-áyoo]
beach umbrella cái dù [gái yòò]
bean curd đậu phụ [dụh-oo fọo]
beans đậu [dụh-oo]
  French beans đậu Pháp [dụh-
  oo fáp]
  broad beans đậu tằm [dụh-oo
  dùm]
  yard-long beans đậu đũa
  [dụh-oo dõõ-a]
bean sprouts giá [yá]
beard râu quai [roh gwai]
beautiful đẹp [dẹp]
because vì [vì], bởi vì [bủh-i vì]
  because of ... vì ... [vì]
bed giường [yꭐ-ùrng]
  I'm going to bed now tôi đi
  ngủ đây [doy di ngỏỏ day-i]
bedroom phòng ngủ [fòng
ngỏỏ]
beef thịt bò [tịd bò]
beer bia
  two bottles/cans of beer,

please làm ơn cho hai chai/
lon bia [làm urn jo hai jai/lon bia]

Beer – in the form of
lager – is one of the most
popular drinks with men.
It usually comes in bottles, though
cans are becoming more readily
available; draught beer is less
common. Foreign brands are much
more expensive than local brands,
such as **Bia Sài Gòn, 333** and
Tiger. It is expected that used
bottles will be returned; if you want
to take them away you have to pay a
deposit. Avoid ice in beer as it is
made from unpurified water; chilled
beers can cost slightly more.

before trước [jꭐ-úrg]
  (once before) trước đây [jꭐ-úrg
  day-i]
begin bắt đầu [búd dòh]
  when does it begin? khi nào
  bắt đầu? [ki nào búd dòh]
beginner tay non [day non]
beginning: at the beginning
lúc đầu [lóóg dòh]

behaviour
If you are doing business
in Vietnam, it's important
not to cause 'loss of face' – an Asian
concept which means public shame,
or the compromising of one's good
name. Never lose your cool or show
annoyance, no matter how
impenetrable the bureaucracy you
are battling with; never look people

in the eye for too long; and never be too openly critical of mistakes. Bear in mind, too, that disagreeing with someone is deemed impolite (a 'yes' in Vietnam can sometimes mean 'no'), so word questions carefully. If tea is offered in business situations, it is impolite to refuse it.

behind đàng sau [dàng sa-oo]
  behind me đàng sau tôi [dàng sa-oo doy]
beige màu nâu nhạt [mà-oo noh n-yạd]
Belgium nước Bỉ [nɔɔ-úrg bỉ]
believe tin tưởng [din dɔɔ-ừrng]
below bên dưới [bayn yoo-úh-i]
belt dây nịt [yay-i nịd]
bend (in road) cong [gong]
bent cong [gong]
berth (on ship) giường ngủ [yɔɔ-ùrng ngỏỏ]
beside: beside the ... bên cạnh [bayn gạng]
best khá nhất [ká n-yúhd]
betelnut quả cau [gwả ga-oo]
better khá hơn [ká hurn]
  are you feeling better? ông/bà cảm thấy khá hơn chưa? [awng/bà gảm táy-i ká hurn joo-a]
between ... giữa ... [yɔɔ̃-a]
beyond ... ngoài ... [ngwài]
bicycle xe đạp [seh dạp]
big to [do], lớn [lúrn]
  too big quá to [gwá do]
  it's not big enough không đủ to [kawng dỏỏ do]
bike (bicycle) xe đạp [seh dạp]
  (motorbike) xe gắn máy [seh gún máy], xe hon-đa [seh]
bikini bi-kí-ni [bi-gí-ni]
bill đơn tính tiền [durn díng di-àyn]
  (US: banknote) tiền giấy [di-àyn yáy-i]
  could I have the bill, please? làm ơn tính tiền [làm urn díng di-àyn]

Bills are never shared among Vietnamese. A foreigner would be expected to foot the whole bill unless there was a particular reason for the host to do so. Bills in smarter hotels and restaurants include a service charge, but this isn't the case elsewhere. Tips are appreciated but not expected. There is no set amount: between 2,500-5,000 dong would be appropriate at your discretion.

bin thùng rác [tòòng rág]
bird con chim [gon jim]
birthday sinh nhật [sing n-yụhd]
  happy birthday! chúc sinh nhật vui vẻ! [jóóg sing n-yụhd vwee vẻ]
biscuit bánh bích-quy [báng bíj-gwi]
bit: a little bit một miếng nhỏ [mạwd mi-áyng n-yỏ]
  a big bit một miếng lớn [mạwd mi-áyng lúrn]
  a bit of ... một chút ... [mạwd jóód]
  a bit expensive hơi đắt [huh-i

dúd]

bite cắn [gún]

bitter đắng [dúng]

black màu đen [mà-oo den]

blanket chăn (N) [jun], mền (S) [màyn]

blind mù [mòò]

blinds rèm cửa [rèm gऊ-a]

blister da phồng [ya fàwng]

blocked (road, pipe, sink) tắc nghẽn [dúg ngẽn]

blond (adj) vàng hoe [vàng hweh]

blood máu [má-oo]

  high blood pressure huyết áp cao [hwee-áyd áp gao]

blouse áo sơ-mi đàn bà [áo sur-mi dàn bà]

blow-dry sấy tóc [sáy-i dóg]

  I'd like a cut and blow-dry tôi muốn cắt và sấy tóc [doy mwáwn gúd và sáy-i dóg]

blue màu xanh [mà-oo sang]

  blue eyes mắt xanh [múd sang]

blusher phấn hồng [fúhn hàwng]

boarding house nhà nấu cơm trọ [n-yà núh-oo gurm jọ]

boarding pass phiếu lên máy bay [fi-áyoo layn máy bay]

boat tàu bè [dà-oo bèh]

boat trip du ngoạn bằng thuyền [doo ngwạn bùng twee-àyn]

body cơ thể [gur tảy]

boiled egg trứng luộc [jǒng lwạwg]

bone xương [sऊ-urng]

bonnet (of car) ca-pô [ga-paw]

book (noun) sách [sáj]

  (verb: ticket) mua trước [mwaw jऊ-úrg]

  (table, seat) đặt trước [dụd jऊ-úrg]

  can I book a seat? tôi có thể đặt ghế trước không? [doy gó tảy dụd gáy jऊ-úrg kawng]

dialogue

I'd like to book a table for two tôi muốn đặt trước một bàn hai người [doy mwáwn dụd jऊ-úrg mạwd bàn hai ngoo-ùh-i]

what time would you like it booked for? ông/bà muốn đặt bàn lúc mấy giờ? [awng/bà mwáwn dụd bàn lóóg máy-i yùr]

half past seven bảy giờ rưởi [bảy yùr roo-ũh-i]

that's fine ô-kê [aw-gay]

and your name? và tên ông/bà là gì? [và dayn awng/bà là yì]

bookshop, bookstore tiệm bán sách [di-ạym bán sáj]

boot (footwear) giày ống [yày áwng]

  (of car) thùng xe [tòòng seh]

border (of country) biên giới [bi-ayn yúh-i]

bored: I'm bored buồn [bwàwn]

boring buồn [bwàwn]

born: I was born in Manchester tôi đẻ ở 'Manchester' [doydẻh ửr]

I was born in 1960 tôi đẻ vào năm một chín sáu mươi [doy dẻh vào num mawd jín sá-oo moo-uh-i]

borrow mượn [mɷ-ụrn]

may I borrow ...? ông/bà cho tôi mượn ...được không? [awng/bà jo doy mɷp-urn ...dɷp-urg kawng]

both cả hai [gả hai]

bother: sorry to bother you xin lỗi làm phiền ông/bà [sin lãwi làm fi-àyn awng/bà]

bottle chai [jai]

a bottle of red wine một chai rượu vang đỏ [mạwd jai rɷp-ụroo vang dỏ]

bottle-opener đồ mở chai [dàw mửr jai]

bottom (of person) đít [díd]

at the bottom of the ... (hill) chân ... [juhn]

(street) cuối ... [gwóy]

bowl chén [jén]

box hộp [hạwp]

box office phòng bán vé [fòng bán véh]

boy con trai [gon jai]

boyfriend bạn trai [bạn jai], bồ [bàw]

bra nịt vú [nịd vóó], xú-chiêng [sóó ji-ayng]

bracelet vòng đeo tay [vòng deh-ao day]

brake (noun) thắng [túng]

brandy rượu cô-nhắc [rɷp-ụroo gawn-yúg]

bread bánh mì [báng mì]

Bread is usually small loaves of French-style bread. Brown and wholemeal bread is only available in Western-style cafés or fast food shops. 'Petits pains' or 'baguettes' are often sold from roadside kiosks with a choice of fillings; be sure to specify if you don't want chopped chillies: **'xin đừng cho ớt'** [sin dừng jo úrd] (no chillies, please).

break (verb) đánh bể (S) [dáng bảy], đánh vỡ (N) [dáng vữr]

I've broken the ... tôi đã đánh bể ... [doy dã dáng bảy]

I think I've broken my wrist hình như cổ tay tôi bị gãy rồi [hìng n-ɷp gảw day doy bị gãy ròy]

break down xe hư [seh hɷp]

I've broken down xe tôi bị hư rồi [seh doy bị hɷp ròy]

breakfast điểm tâm [di-ảym duhm]

break-in: I've had a break-in tôi bị cướp đập vào phòng [doy bị gɷp-úrp dụhp vào fòng]

breast vú [vóó]

breathe thở [tửr]

breeze gió mát [yó mád]

bribe đút lót [dóód lód]

When dealing with officialdom, it may often be necessary to smooth your way with a packet of foreign cigarettes or a few notes to the person in charge. It might be helpful, for instance, to offer cigarettes to staff when depositing valuables at a hotel, when negotiating prices for transport, hotel rooms etc, or at the beginning of a long train journey (as a sort of insurance policy).

bridge (over river) cái cầu [gái gùh-oo]
brief vắn tắt [vún dúd]
briefcase cái cặp [gái gụp]
bright (light etc) sáng chói [sáng jói]
bright red màu đỏ chói [mà-oo đỏ jói]
brilliant (idea, person) hay thật [hay tụhd]
bring mang [mang]
(in vehicle) chở [jừr]
I'll bring it back later lát nữa tôi sẽ mang lại trả [lád nữ-a doy sẽh mang lại jả]
Britain Vương Quốc Anh [vơo-urng gwáwg ang]
British người Anh [ngoo-ùh-i ang]
broken (not working) hư rồi [hơo ròy]
(in pieces) bể rồi (S) [bẩy ròy], vỡ rồi (N) [vữ ròy]
bronchitis viêm phế quản [vi-aym fáy gwản]
bronze đồng đỏ [đàwng đỏ]
brooch trâm cài áo [juhm gài áo]
broom chổi [jỏy]
brother (older) anh [ang]

(younger) em trai [em jai]
brother-in-law (older sister's husband) anh rể [ang rảy]
(younger sister's husband) em rể [em rảy]
(wife's older brother) anh vợ [ang vụr]
(wife's younger brother) em vợ [em vụr]
(husband's older brother) anh chồng [ang jàwng]
(husband's younger brother) em chồng [em jàwng]
brown màu nâu [mà-oo noh]
brown hair tóc nâu [dóg noh]
brown eyes mắt nâu [múd noh]
bruise bầm tím [bùhm dím]
Brunei nước Bru-nê [nớo-úrg broo-nay]
brush (for hair) bàn chải tóc [bàn jải dóg]
(artist's) bút lông [bóod lawng]
(for cleaning) cái chổi [gái jỏy]
bucket cái thùng [gái tòong]
Buddhism phật giáo [fụhd yáo]
Buddhist (adj) theo phật giáo [teh-ao fụhd yáo]
building tòa kiến trúc [dwà gi-áyn jóóg]
bulb (light bulb) bóng đèn [bóng dèn]
bumper pa-ra-sốc [pa-ra-sáwg]
bunk giường ngủ [yơo-urng ngỏỏ]
bureau de change chỗ đổi tiền [jãw dỏy di-àyn]
see bank
burglary ăn trộm [un jạwm]
Burma nước Miến Điện [nơo-

úrg mi-ạyn di-ạyn]

burn (noun) vết bỏng [váyd bỏng], vết cháy [váyd jáy]
(verb: set fire) đốt [dáwd]
(of fire) cháy [jáy]

burnt: this is burnt cái này bị cháy [gái này bị jáy]

burst: a burst pipe bể ống nước [bảy áwng nᴏᴏ-úrg]

bus xe buýt [seh bwééd]
which bus goes to ...? xe nào đi ...? [seh nào di]
when is the next bus to ...? chừng nào có xe đi ...? [jừng nào gó seh di]
what time is the last bus? chuyến xe cuối cùng đi mấy giờ? [jwee-áyn seh gwóy gòong di máy-i yừr]

 Within cities there is a very limited bus service apart from in Ho Chi Minh City, where there are buses every 20-30 minutes. Hanoi has inter-city bus links only. The cheapest and easiest form of public transport is the cyclo (**xích-lô**), a kind of large tricycle seating two or three (see taxi). Long-distance buses (**xe đò**) usually depart very early in the morning, often break down, and can get very crowded. It is not usually necessary to buy tickets in advance.

dialogue

does this bus go near ...? xe này có đi gần ...

không? [seh này gó di gùhn ... kawng]
no, you need the bus that goes to ... không, ông/bà cần đón xe đi ... [kawng awng/bà gùhn dón seh di]

business công chuyện [gawng jwee-ạyn]

bus station bến xe buýt [báyn seh bwééd]

bus stop trạm xe buýt [jạm seh bwééd]

bust (chest) vòng ngực [vòng ngᴏᴏg]

busy (restaurant, person etc) bận [bụhn]
I'm busy tomorrow ngày mai tôi bận [ngày mai doy bụhn]

but nhưng [n-yᴏᴏng]

butcher's hàng thịt [hàng tịd]

butter bơ [bur]

button nút [nóód]

buy mua [mwaw]
where can you buy ...? ông/bà mua ... ở đâu? [awng/bà mwaw ... ừr doh]

by: by coach/car bằng xe đò/ xe hơi [bùng seh dò/seh huh-i]
written by ... do ... viết [yo ... vi-áyd]
by the window gần bên cửa sổ [bayn gạng gửᴏ-a sảw]
by the sea gần biển [gùhn bi-ạyn]
by Thursday trước thứ Năm [jᴏᴏ-úrg tᴏᴏ num]

bye chào ông/bà [jào awng/bà]

C

cabbage cải bắp [gải búp]
cabin (on ship) ca-bin [ga-bin]
café quán cà-phê [gwán gà-fay]

Cafés serve alcohol, freshly made fruit drinks, sugar-cane juice, cans, coffee, etc. Foreigners should avoid ice, which is made from unpurified water. Check the prices before ordering and pay when you leave. A cà phê ôm (literally: embracing café) offers female company along with more expensive drinks.

cagoule áo mưa [áo moo-a]
cake bánh ngọt [báng ngọd]
cake shop tiệm bán bánh ngọt [di-ạym bán báng ngọd]
call (verb) gọi [gọy]
(to phone) gọi điện thoại [gọy di-ạyn twọy]
what's it called? cái này gọi là gì? [gái này gọy là yì]
he/she is called ... ông/bà ấy tên là ... [awng/bà áy-i dayn là]
please call the doctor làm ơn gọi bác sĩ [làm urn gọy bág sĩ]
please give me a call at 7.30 a.m. tomorrow xin gọi tôi dậy lúc bảy giờ rưỡi sáng mai [sin gọy doy yậy-i lóóg bảy yùr roo-ũh-i sáng mai]
please ask him to call me xin bảo ông/bà ấy gọi điện thoại cho tôi [sin bảo awng/bà áy-i gọy

di-ạyn twại jo doy]
call back: I'll call back later lát nữa tôi sẽ gọi lại [lád nŏŏ-a doy sẽh gọy lại]
call round: I'll call round tomorrow ngày mai tôi sẽ đến [ngày mai doy sẽh dáyn]
Cambodia nước cam-pu-chia [nŏŏ-úrg gam-poo-jia]
Cambodian (adj) cam-pu-chia [gam-poo-jia]
(language) tiếng cam-pu-chia [di-áyng gam-poo-jia]
camcorder máy quay phim [máy gway fim]
camera máy ảnh [máy ảng]
camera shop tiệm bán máy ảnh [di-ạym bán máy ảng]
camp (verb) cắm trại [gúm jại]

campsite
There are no official campsites; camping rough is not regulated in any way, but it is not recommended for safety reasons and should not be necessary because accommodation is cheap.

can cái lon [gái lon]
a can of beer một lon bia [mạwd lon bia]
can*: can you ...? (ability) ông/bà có thể ... không? [awng/bà có tảy ... kawng]
(request) ông/bà ... được không? [awng/bà ... dŏŏ-ụrg kawng]
can I have ...? ông/bà làm ơn

cho tôi ... [awng/bà làm urn jo doy]

I can't ... tôi không thể ... [doy kawng tảy]

Canada Ca-na-đa [ga-na-da], Gia Nã Đại [ya nã dại]

Canadian (adj) Ca-na-đa [ga-na-da]

I'm Canadian tôi là người Ca-na-đa [doy là ngoo-ùh-i Ca-na-da]

canal kênh [gayng]

cancel hủy bỏ [hỏô-i bỏ]

candies kẹo [gẹh-ao]

candle nến [náyn]

canoe ca-nô [ga-naw]

canoeing chèo ca-nô [jèh-ao ga-naw]

can-opener đồ khui hộp [dàw kwee hạwp]

Cantonese tiếng Quảng Đông [di-áyng gwảwng dawng]

cap (hat) mũ kết [mõõ géd] (of bottle) nắp chai [núp jai]

car xe hơi [seh huh-i]

by car bằng xe hơi [bùng seh huh-i]

carburettor các-buy-ra-tơ [gág-bwee-ra-dur]

card (birthday etc) thiệp [tiạyp]

here's my (business) card đây là danh thiếp của tôi [day-i là yang ti-áyp gỏô-a doy]

Business cards are all the rage in Vietnam – even the smallest shop or business possesses a boxful. If you are offered a card, take it with both

hands; when you offer one, do likewise, with your name facing the receiver.

careful cẩn thận [gủhn tụhn]

be careful! cẩn thận! [gủhn tụhn]

caretaker người gác dan [ngoo-ùh-i gág yan]

car ferry phà chở xe [fà jủr seh]

carnival ngày hội [ngày họy]

car park sân đậu xe [suhn dọh seh]

carpet thảm [tảm]

car rental chỗ thuê xe hơi [jãw tweh seh huh-i]

carriage (of train) toa xe lửa [dwa seh lử-a]

carrier bag túi đựng hàng [dóó-i dụợng hàng], túi xách hàng [dóó-i sáj hàng]

carrot cà-rốt [gà-ráwd]

carry (luggage etc) xách [sáj] (in one's arms) ôm [awm] (on one's back or shoulder) vác [vág]

carton hộp giấy [hạwp yáy-i] (of drink) một bị [mạwd bị]

case (suitcase) va-li

cash (noun) tiền mặt [di-àyn mụd]

will you cash this for me? ông/bà có thể đổi tôi cái này ra tiền mặt không? [awng/bà gó tảy dỏy doy gái này ra di-àyn mụd kawng]

cash desk quầy trả tiền [gwày-i jả di-àyn]

cassava khoai mì [kwai mì]

cassette băng cát-sét [bung gád-séd]

cassette recorder máy cát-sét [máy gád-séd]

casualty department phòng cứu thương [fòng gớo-oo tœ-urng]

cat con mèo [gon mèh-ao]

catch (verb) bắt [búd]

(bus etc) đón

where do we catch the bus to ...? ở đâu đón xe đi ...? [ừr doh đón seh đi]

cathedral nhà thờ lớn [n-yà từr lúrn]

Catholic (adj) theo Công giáo [teh-ao gawng yáo]

cauliflower cải bông [gải bawng]

cave hang

ceiling trần nhà [jùhn n-yà]

celery rau cần [ra-oo gùhn]

cemetery nghĩa trang [ngĩa jang], nghĩa địa [ngĩa địa]

centigrade* độ [dạw]

centimetre* phân tây [fuhn day-i], xăng-ti-mét [sung-di-méd]

central trung ương [joong œ-urng]

centre trung tâm [joong duhm]

how do we get to the city centre? làm sao chúng tôi có thể đi vào trung tâm thành phố? [làm sao jóóng doy go tẩy di vào joong duhm tàng fáw]

certainly chắc chắn [júg jún]

certainly not chắc chắn không [júg jún kawng]

chair ghế [gáy]

change (noun: money) tiền lẻ [di-àyn lẻh]

(verb: money) đổi tiền [dỏy di-àyn]

can I change this for ...? tôi có thể đổi cái này để lấy ... không? [doy go tẩy dỏy gái này dẩy láy-i ... kawng]

I don't have any change tôi không có tiền lẻ [doy kawng gó di-àyn lẻh]

can you give me change for a note? ông/bà có thể đổi giấy bạc này ra tiền lẻ không? [awng/bà gó tẩy dỏy yáy-i bạg này ra di-àyn lẻh kawng]

dialogue

do we have to change (trains)? chúng tôi có phải đổi tàu không? [jóóng doy gó fải dỏy dà-oo kawng]

yes, change at Hue có, đổi ở Huế [gó dỏy ừr hwéh]

no, it's a direct train không cần, tàu chạy suốt [kawng gùhn dà-oo jạy swáwd]

changed: to get changed thay quần áo [tay gwùhn áo]

charge: how much do you charge for this? cái này ông/bà lấy bao nhiêu? [gái này awng/bà láy-i bao ni-yoh]

cheap rẻ [rẻh]

do you have anything cheaper? ông/bà còn gì rẻ

hơn không? [awng/bà gòn yì rẻh hurn kawng]

check (US: noun) séc [ség], chi phiếu [ji fi-áyoo]
(US: bill) đơn tính tiền [durn díng di-àyn]

check (verb) xem lại [sem lại], coi lại [goi lại]

could you check the ..., please? ông/bà làm ơn xem lại đi ... [awng/bà làm urn sem lại di]

check-in (airport) quầy cân hành lý [gwày-i guhn hàng lí]

check in (at hotel) đăng ký [dung gí]
(at airport) cân hành lý [guhn hàng lí]

where do we have to check in? chúng tôi cân hành lý ở đâu? [jóóng doy guhn hàng lí ử doh]

cheek (on face) má

cheerio! chào! [jào]

cheers! (toast) cạn chén! (N) [gạn jén], cạn ly! (S) [gạn li]

cheese phó-mát [fó-mád]

chemist's tiệm thuốc tây [di-aym twáwg day-i]
see pharmacy

cheque séc [ség], chi phiếu [ji fi-áyoo]

do you take cheques? ông/ bà có lấy séc không? [awng/ bà gó láy-i ség kawng]
see bank

cherry quả anh đào [gwả ang dào]

chess cờ [gừ]

Chinese chess cờ tướng [gừ dúú-úrng]

chest ngực [ngụg]

chewing gum kẹo cao su [gẹh-ao gao soo]

chicken (meat) thịt gà [tịd gà]

chickenpox thủy đậu [tỏỏ-i dọh]

child trẻ em [jẻh em], trẻ con [jẻh gon], con nít (S) [gon níd]

children
Few concessions are made for children travelling; you won't find any special services for them, but they are welcomed everywhere. Ordinary people do not use cots, pushchairs etc, so they are unlikely to be supplied by hotels. You can, however, hire bicycles with a child's seat on the front.

chin cằm [gùm]

china (crockery) chén đĩa bằng sứ [jén đĩa bùng sỏỏ]

China nước Trung Quốc [nơơ-úrg joong kwáwg], nước Tàu [nơơ-úrg dà-oo]

Chinese (adj) Trung Quốc [joong gwáwg], Tàu [dà-oo]
(person) người Trung Quốc [ngoo-ùh-i joong gwáwg], người Tàu [ngoo-ùh-i dà-oo]

chips khoai tây chiên [kwai day-i ji-ayn]

chocolate kẹo sô-cô-la [gẹh-ao saw-gaw-la]

milk chocolate sô-cô-la sữa [saw-gaw-la sỏỏ-a]

plain chocolate sô-cô-la
nguyên chất [saw-gaw-la
ngwee-ayn júhd]
choose chọn [jọn]
chopsticks đũa [dõõ-a]
Christmas Giáng Sinh [yáng
sing], Nô-en [naw en]
Christmas Eve đêm Giáng
Sinh [daym yáng sing]
merry Christmas! chúc Giáng
Sinh vui vẻ! [jóóg yáng sing
vwee vẻh]
chrysanthemum hoa cúc [hwa
góóg]
church nhà thờ [n-yà từr]
cider rượu táo [rœœ-uroo dáo]
cigar xì-gà [sì-gà]
cigarette thuốc lá [twáwg lá]

Almost all men smoke in
Vietnam, and virtually no
women. It pays to carry a
packet of cigarettes and a box of
matches with you, even if you are a
non-smoker: the offering of
cigarettes is a very commonplace
form of courtesy, and a simple means
of getting people on your side, be
they bureaucrats or bus drivers.

cigarette lighter quẹt lửa [gwẹd
lửr-a]
cinema xi-nê [si-nay], rạp
chiếu bóng [rạp ji-áyoo bóng]
citadel thành lũy [tàng lõõ-i]
city thành phố [tàng fáw]
city centre trung tâm thành
phố [joong duhm tàng fáw]
clean (adj) sạch sẽ [sạj sẽh]

can you clean these for me?
ông/bà làm sạch những cái
này cho tôi được không?
[awng/bà làm sạj n-yõong gái này jo
doy dœœ-urg kawng]
cleansing lotion kem thoa
[gem twa], kem tẩy [gem dẩy-i]
clear (water, statement) rõ ràng
clever thông minh [tawng ming]
cliff vách núi [váj nóó-i]
climbing leo [leh-ao]
clinic phòng chẩn mạch [fòng
jủhn mạj]
clock đồng hồ [dàwng hàw]
close (verb) đóng cửa [dóng gửr-
a]
(near) gần [gùhn]

dialogue

what time do you close?
ông/bà đóng cửa mấy
giờ? [awng/bà dóng gửr-a máy-
i yừr]
we close at 4.30 p.m.,
Monday to Saturday chúng
tôi đóng cửa vào bốn giờ
rưỡi từ thứ Hai đến thứ
Bảy [jóóng doy dóng gửr-a vào
báwn yừr roo-ũh-i dœ̀r tứ hai
dáyn tứ bảy]
do you close for lunch?
ông/bà có đóng cửa nghỉ
trưa không? [awng/bà gó
dóng gửr-a ngỉ joo-a kawng]
yes, between 12 and 1
p.m. có, giữa mười hai
giờ và một giờ [gó yũr-a
moo-ùh-i hai yừr và mạwd yừr]

closed đóng cửa [đóng gửᴓ-a]
cloth (fabric) vải
  (for cleaning etc) giẻ [yẻh]
clothes quần áo [gwừhn áo]
clothes line dây phơi quần áo
  [yay-i fuh-i gwừhn áo]
clothes peg kẹp phơi quần áo
  [gẹp fuh-i gwừhn áo]
cloud mây [may-i]
cloudy nhiều mây [n-yàyoo may-i]
clutch (noun) am-bray-da [am-bray-ya], bộ ly kết [bạw li gáyd]
coach (bus) xe ca (N) [seh ga], xe đò (S) [seh dò]
  (on train) toa xe lửa [dwa seh lửᴓ-a]
coach station bến xe ca (N) [báyn seh ga], bến xe đò (S) [báyn seh dò]
coast bờ biển [bừr bi-ảyn]
  on the coast trên bờ biển [jayn bừr bi-ảyn]
coat (long coat) áo choàng [áo jwàng]
  (jacket) áo khoác [áo kwác]
coathanger cái mắc áo [gái múg áo]
cockroach con dán [gon yán]
cocoa ca-cao [ga-gao]
coconut dừa [yử ᴓ-a]
code (for phoning) mã vùng [mã vòòng]
  what's the (dialling) code for Nha Trang? mã vùng Nha Trang là gì? [mã vòòng n-ya jang là yì]
coffee cà-phê [gà-fay]
  two coffees, please làm ơn cho hai ly cà-phê [làm urn jo hai li gà-fay]

 Coffee is mostly drunk black, very strong and already sweetened. A small quantity is served in a tall glass, sometimes poured over ice or with condensed milk added. If you want something approaching 'Western' white coffee, ask for some hot water and some milk with your **cà phê đen** and no ice, or try the following phrases:

cà phê sữa pha thật loãng [gà fay sửᴓ-a fa tụhd lwãng] very weak white coffee
cà phê đen pha thật loãng [gà fay den fa tụhd lwãng] very weak black coffee
Some more useful phrases:
cà phê đen [gà fay den] black coffee
cà phê đá [gà fay dà] iced black coffee
cà phê sữa [gà fay sửᴓ-a] white coffee
cà phê sữa đá [gà fay sửᴓ-a dà] iced white coffee
không cần đường [kawng gừhn dᴓᴓ-ừrng] no sugar
làm ơn cho ly nước nóng [làm urn jo li nᴓᴓ-úrg nóng] can I have a glass of hot water?
đừng cho đá [dừng jo dá] no ice
xin cho tí sữa [sin jo dí sửᴓ-a] can I have some milk?

coin đồng tiền [dàwng di-àyn]

Coke® co-ca [go-ga]

cold (adj) lạnh [lạng]

it's cold (weather) trời lạnh [jùh-i lạng]

I'm cold tôi lạnh [doy lạng]

I have a cold tôi bị cảm [doy bị gảm]

the rice is cold cơm nguội rồi [gurm ngwọy rồy]

collapse: he's collapsed ông ấy ngã quỵ [awng áy-i ngã gwẹẹ]

collar cổ áo [gẩw áo]

collect thu [too], lấy [láy-i]

I've come to collect ... tôi đến thu ... [doy dáyn too]

college trường cao đẳng [jœ-ừrng gao dủng]

colour màu [mà-oo]

do you have this in other colours? ông/bà còn những màu nào khác không? [awng/bà gòn n-yỗng mà-oo nào kág kawng]

colour film phim màu [fim mà-oo]

comb (noun) lược [lœ-ựrg]

come đến [dáyn]

dialogue

where do you come from? ông/bà ở đâu đến? [awng/ bà ừr doh dáyn]
I come from Scotland tôi ở Tô Cách Lan đến [doy ừr daw gáj lan dáyn]

come back quay lại [gway lại]

I'll come back tomorrow mai tôi sẽ quay lại [mai doy sẽh gway lại]

come in đi vào [di vào]

comfortable (bed, chair) thoải mái [twải mái]

communism chủ nghĩa cộng sản [jỏô nghĩa gạwng sản]

Communist Party đảng cộng sản [dảng gạwng sản]

compact disc đĩa C.Đ [dĩa see dee]

company (business) hãng, công ty [gawng di]

compartment (on train) buồng ngăn [bwàwng ngun]

compass la bàn

complaint lời khiếu nại [lùh-i ki-áyoo nại]

I have a complaint tôi có lời khiếu nại [doy gó lùh-i ki-áyoo nại]

completely hoàn toàn [hwàn dwàn]

computer com-píu-tơ [gom-péw-dur], máy tính [máy díng]

personal computer máy vi tính [máy vi díng]

concert buổi hòa nhạc [bwỏy hwà n-yạg]

concussion chấn thương não [jủhn tœ-urng não]

condom bao cao su [bao gao soo]

conference hội nghị [họy ngị]

confirm xác thực [ság tựg], xác nhận [ság n-yụhn]

Confucianism Khổng giáo [kảwng yáo]

congratulations! xin chúc mừng ông/bà! [sin jóóg mœng awng/bà]

connection (travel) chuyến nối tiếp [jwee-áyn nóy di-áyp]

conscious tỉnh [dỉng]

constipation táo bón [dáo bón]

consulate lãnh sự quán [lãng sœ gwán]

contact (verb) liên lạc [li-ayn lạg]

contact lenses kính lồng [gíng làwng]

contraceptive cách ngừa thai [gáj ngœ̀-a tai]

convenient tiện [di-ạyn]

 that's not convenient cái đó không tiện [gái dó kawng di-ạyn]

conversation
The Vietnamese can be extremely direct in conversation, so don't be unnerved if someone you've only just met questions you about your age, salary, marital status, and so on. Feel free to do the same back, but bear in mind that after many years of being unable to converse freely with foreigners, a sense of caution is deeply ingrained. Vietnamese history and politics should be broached only with great delicacy.

cook (verb) nấu [nóh]

 not cooked chưa chín [joo-a jín]

cooker lò bếp [lò báyp]

cookie bánh bích-quy [báng bíj-gwi]

cooking utensils đồ làm bếp [dàw làm báyp]

cool mát [mád]

coral san hô [san haw]

coral island đảo san hô [dảo san haw]

cork nút chai [nóód jai]

corkscrew đồ vặn nút chai [dàw vụn nóód jai]

corner: on the corner trên góc đường [jayn góg dœ̀-ừrng]

 in the corner trong góc [jong góg]

correct (right) đúng [dóóng]

corridor hành lang [hàng lang]

cosmetics son phấn [son fúhn], mỹ phẩm [mĩ fủhm]

cost (verb) giá [yà]

 how much does it cost? cái này giá bao nhiêu? [gái này yà bao ni-yoh]

cot giường trẻ [yœ̀-ừrng jẻh]

cotton (for sewing) chỉ [jỉ] (material) bông [bawng]

cotton wool bông gòn [bawng gòn]

couch (sofa) giường đi-văng [yœ̀-ừrng di-vung]

couchette giường ngủ [yœ̀-ừrng ngỏ]

cough (noun) cơn ho [gurn ho]

cough medicine thuốc ho [twáwg ho]

could: could you ...? ông/bà có thể ...? [awng/bà gó tảy]

 could I have ...? có thể cho tôi ... không? [gó tảy jo doy ... kawng]

I couldn't ... tôi không thể ... [doy kawng tây]

country (nation) nước [nꝏ-úrg], quốc gia [gwáwg ya]

countryside miền quê [mi-àyn gway]

couple (two people) một cặp [mạwd gụp]

a couple of ... hai ...

courier (guide) người hướng dẫn [ngꝏ-ùh-i hꝏ-úrng yũhn]

course (of meal) món ăn [món un]

of course dĩ nhiên [yĩ nyi-ayn]

of course not dĩ nhiên là không [yĩ nyi-ayn là kawng]

cousin (maternal: older male) anh họ [ang họ]

(maternal: older female) chị họ [jị họ]

(younger) em họ

(paternal: older male) anh (chú bác) [ang (jóó bág)]

(paternal: older female) chị (chú bác) [jị (jóó bág)]

(younger) em (chú bác) [em (jóó bág)]

cow con bò [gon bò]

crab con cua [gon gwaw]

cracker (biscuit) bánh quy dòn [báng gwi yòn]

craft shop cửa hàng thủ công nghệ [gꝏ-a hàng tỏ̉ gawng ngạy]

crash (noun) đụng xe [dọọng seh]

I've had a crash tôi bị đụng xe [doy bị dọọng seh]

crazy điên [di-ayn]

cream (in cake) kem [gem]

(lotion) kem thoa [gem twa]

(colour) màu kem [mà-oo gem]

credit card thẻ tín dụng [tẻh dín yọọng]

do you take credit cards? ông/bà có lấy thẻ tín dụng không? [awng/bà gó láy-i tẻh dín yọọng kawng]

Visa, Mastercard and American Express are accepted in state-run commercial centres and enterprises and in a few joint-venture hotels and restaurants only. There are no cash dispensers/ATMs. You can get cash using a credit card in the larger banks.

dialogue

can I pay by credit card? tôi trả bằng thẻ tín dụng được không? [doy jả bùng tẻh dín yọọng dꝏ-ựrg kawng]

which card do you want to use? ông/bà muốn dùng thẻ nào? [awng/bà mwáwn yòòng tẻh nào]

Access/Visa thẻ Access/Visa [tẻh]

yes, sir vâng/dạ thưa ông được [vuhng/yạ too-a awng dꝏ-ựrg]

what's the number? xin ông/bà cho biết số thẻ [sin awng/bà jo bi-áyd sáw tẻh]

and the expiry date? và ngày hết hạn? [và ngày háyd hạn]

crockery chén đũa [jén dōō-a]

crocodile cá sấu [gá sóh]

crossing (by sea) đi qua biển [di gwa bi-âyn]

crossroads ngã tư [ngã đơ]

crowd đám đông [dám dawng]

crowded đông người [dawng ngoo-ùh-ì]

crown (on tooth) vành răng [vàng rung]

cruise ngắm cảnh bằng tàu bè [ngúm gẳng bùng dà-oo bèh]

crutches nạng chống [nạng jáwng]

cry (verb) khóc [kóg]

cucumber dưa chuột (N) [yoo-a jwạwd], dưa leo (S) [yoo-a leh-ao]

cup chén (N) [jén], ly (S) [lì]
 a cup of ..., please làm ơn cho một chén/ly [làm urn jo mạwd jén/lì]

cupboard tủ đựng quần áo [dỏỏ dựng gwùhn áo]

curly quăn [gwun]

current (electric) dòng điện [yòng di-ạyn]
 (in water) dòng nước [yòng nơơ-úrg]

curtains màn cửa [màn gỏỏ-a]

cushion nệm [nạym], đệm [dạym]

custom tập quán [dụhp gwán], phong tục [fong dọog]

Customs thuế quan [twéh gwan]

 On arrival in Vietnam it is necessary to complete a detailed Customs declaration for any foreign currency, camera film, medicines and watches you may have. These things will all be checked when you leave the country. As well as the obvious things, you may not bring in religious items and 'cultural materials unsuitable to Vietnamese society'. During your stay, keep receipts for large purchases, hotel bills and currency transactions in case Customs officers want to check them when you leave. Clearance must be obtained prior to taking an antique or religious article out of the country.

cut (noun) vết cắt [váyd gúd] (verb) cắt [gúd]
 I've cut myself tôi bị cắt phải [doy bị gúd fải]

cycling đạp xe đạp [dạp seh dạp]

cyclist người đi xe đạp [ngoo-ùh-i di seh dạp]

cyclo xích-lô [síj-law]

D

dad ba, bố [báw]

daily hàng ngày [hàng ngày]

damage (verb) làm hỏng [làm hỏng]
 damaged bị hỏng [bị hỏng]
 I'm sorry, I've damaged this

xin lỗi tôi đã làm hỏng cái này rồi [sin lỗy doy đã làm hỏng gái này rỏy]

damn! 'damn!'

damp (adj) ẩm [ủhm]

dance (verb: disco, ballroom) nhảy [n-yảy]

(traditional) múa [móo-a]

would you like to dance? ông/bà có muốn nhảy không? [awng/bà gó mwáwn n-yảy kawng]

dangerous nguy hiểm [ngwee hi-ảym]

Danish (adj) Đan Mạch [dan mạj]

(language) tiếng Đan Mạch [di-áyng dan mạj]

dark (adj: colour) đậm [dụhm]

(hair) đen

it's getting dark trời sắp tối [jùh-i súp dóy]

date*: what's the date today? hôm nay là ngày mấy? [hawm nay là ngày máy-i]

let's make a date for next Monday chúng ta hãy hẹn thứ Hai tuần sau [jóóng da hãy hẹn tớ hai dwàwn sa-oo]

dates (fruit) quả chà là [gwả jà là]

(for medicinal use) táo Tàu [dáo dà-oo]

daughter con (gái) [gon (gái)]

daughter-in-law con dâu [gon yoh]

dawn bình minh [bing ming]

at dawn vào bình minh [vào bing ming]

day ngày [ngày], thứ [tớ]

the day after hôm sau [hawm sa-oo]

the day after tomorrow mốt [máwd]

the day before hôm trước [hawm jớo-úrg]

the day before yesterday hôm kia [hawm gia]

every day hàng ngày [hàng ngày], mỗi ngày [mỗy ngày]

all day cả ngày [gả ngày]

in two days' time hai ngày nữa [hai ngày nỡ-a]

day trip cuộc du hành không qua đêm [gwạwg yoo hàng kawng gwa daym]

dead chết [jáyd]

deaf điếc [di-áyg]

deal (business) thỏa thuận [twả twạwn]

it's a deal xong [song]

death sự chết chóc [sợ jáyd jóg]

December tháng Chạp [táng jạp]

decide quyết định [gwi-áyd dịng]

we haven't decided yet chúng tôi còn chưa quyết định [jóóng doy gòn joo-a gwi-áyd dịng]

decision sự quyết định [sợ gwi-áyd dịng]

deck (on ship) boong tàu [bong dà-oo]

deckchair ghế xếp [gáy sáyp]

deep sâu [soh]

definitely chắc chắn [júg jún]

definitely not chắc chắn

không [júg jún kawng]
degree (qualification) bằng đại học [bùng dại hoạ]
dehydration cơ thể mất nước [gur tảy múhd nœ-úrg]
delay (noun) sự chậm trễ [sœ juhm jãy]
delayed trễ [jãy]
deliberately cố ý [gáw í]
delicious rất ngon [rúhd ngon]
deliver đưa [doo-a]
delivery (of mail) đưa [doo-a], phát [fád]
Denmark nước Đan Mạch [nœ-úrg dan mạj]
dental floss dây xỉa răng [yay-i sỉa rung]
dentist nha sĩ [n-ya sĩ]

 It would be best to get advice from a hotel or hospital as to which dentist to visit – standards vary greatly.

dialogue

> **it's this one here** răng này đây [rung này day-i]
> **this one?** răng này hả? [rung này hả]
> **no that one** không phải, răng kia [kawng fải rung gia]
> **here?** đây? [day-i]
> **yes** vâng/dạ [vuhng/yạ]

dentures hàm răng giả [hàm rung yả]
deodorant nước thơm khử

mùi mồ hôi [nœ-úrg turm kœ mòo-i màw hoy]
department store cửa hàng bách hóa [gœ-a hàng báj hwá]
departure sự khởi hành [sœ kủh-i hàng]
departure lounge phòng đợi khởi hành [fòng dụh-i kủh-i hàng]
depend: it depends tùy [dòò-i]
> **it depends on ...** cái đó tùy vào ... [gái dó dòò-i vào]
deposit (as security) gửi nhà băng [gœ-i n-yà bung]
(as part payment) đặt cọc [dụd gọg]
description sự miêu tả [sœ mi-yoh dả]
dessert đồ tráng miệng [dàw jáng mi-ạyng]
destination nơi đến [nuh-i dáyn]
develop (film) rửa [rœ-a]

dialogue

> **could you develop these films?** ông/bà có thể rửa mấy phim này không? [awng/bà gó tảy rœ-a máy-i fim này kawng]
> **yes, certainly** vâng/dạ được [vuhng/yạ dœ-urg]
> **when will they be ready?** khi nào được? [ki nào dœ-urg]
> **tomorrow afternoon** chiều mai [ji-àyoo mai]
> **how much is the four-hour service?** nếu rửa trong bốn

tiếng thì tính nhiêu? [náyoo
rờ̀̀-a jong báwn di-áyng ti díng
ni-yoh]

diabetic (noun) người có bệnh
đái đường [ngoo-ùh-i gó bạyng
dái đờ-ùrng]

diabetic foods thức ăn cho
người có bệnh đái đường
[tờ̀g un jo ngoo-ùh-i gó bạyng dái
đờ-ùrng]

dial (verb) quay số [gway sáw]

dialling code mã vùng [mã
vòòng]

see **phone**

diamond kim cương [gim gœ-
urng], hột xoàn (S) [hạwd swàn]

diaper tả [dả]

diarrhoea ỉa chảy [ỉa jảy]

**do you have something for
diarrhoea?** có thuốc gì chữa
ỉa chảy không? [gó twáwg yì jœ-
ã ỉa jảy kawng]

diary (business etc) sổ nhật ký
[sảw n-yụhd gí]

(for personal experiences) tập
nhật ký [dụhp n-yụhd gí]

dictionary tự điển [dọ di-áyn]

didn't* see **not**

die chết [jáyd]

diesel dầu nhớt [yòh n-yúrd]

diet ăn kiêng [un gi-ayng]

I'm on a diet tôi đang ăn
kiêng [doy dang un gi-ayng]

I have to follow a special diet
tôi phải ăn kiêng theo một
chế độ đặc biệt [doy fải un gi-
ayng teh-ao mạwd jáy dạw dụg bi-
ạyd]

difference khác [kág]

what's the difference? có gì
khác nhau? [gó yì kág n-yoh]

different khác [kág]

this one is different cái này
khác [gái này kág]

a different table một bàn
khác [mạwd bàn kág]

difficult khó [kó]

difficulty khó [kó]

dinghy xuồng hơi [swàwng huh-
i]

dining room phòng ăn [fòng un]

dinner (evening meal) cơm tối
[gurm dóy]

to have dinner ăn cơm tối [un
gurm dóy]

direct (adj) thẳng [tửng], trực
tiếp [jọg di-áyp]

is there a direct train? có tàu
chạy suốt không? [gó dà-oo jay
swáwd kawng]

direction hướng [hœ-úrng]

which direction is it? hướng
nào? [hœ-úrng nào]

is it in this direction? có phải
ở hướng này không? [gó fải ừr
hœ-úrng này kawng]

directory enquiries
Dial 16 for a telephone
number enquiry; the
number for international operator-
assisted calls is 110.

dirt sự dơ dáy [sọ yur yáy]

dirty dơ [yur]

disabled tàn tật [dàn dụhd]

is there access for the

disabled? có lối ra vào cho
người tàn tật không? [gó lóy ra
vào jo ngoo-ùh-i dàn dụhd kawng]

disappear biến mất [bi-áyn
múhd], mất tích [múhd dị]

it's disappeared biến mất rồi
[bi-áyn múhd ròy]

disappointed thất vọng [túhd
vọng]

disaster tai họa [dai hwạ]

disco nhảy đầm [n-yảy dùhm],
'disco'

disease bệnh tật [bạyng dụhd]

disgusting ghê tởm [gay dừm]

dish (meal) món ăn [món un]
(bowl) đĩa [đĩa]

dishcloth giẻ rửa chén bát [yẻh
rỏ0-a jén bád]

disinfectant (noun) thuốc nước
sát trùng [twáwg noo-úrg sád
jòòng]

disk, diskette đĩa [đĩa]

disposable diapers/nappies tả
giấy [dả yáy-i]

distance khoảng cách [kwảng
gáj]

in the distance ở tận đằng xa
[ủr dụhn dùng sa]

district khu [koo], quận [gwụhn]

disturb quấy rầy [gwáy-i rùhi]

diversion (detour) đổi hướng
[dỏy hoo-úrng]

diving board cầu nhảy [gòh n-
yảy]

divorced ly dị [li yị]

dizzy: I feel dizzy tôi cảm thấy
chóng mặt [doy gảm táy-i jóng
mụd]

do (verb) làm

what shall we do? chúng tôi
nên làm gì đây? [jóóng doy nayn
làm yì day-i]

how do you do it? ông/bà
làm bằng cách nào? [awng/bà
làm bùng gáj nào]

will you do it for me? ông/bà
làm hộ tôi được không?
[awng/bà làm hạw doy doo-ựrg
kawng]

dialogue

how do you do? chào
ông/bà [jào awng/bà]
nice to meet you vui lòng
gặp ông/bà [vwee lòng gụp
awng/bà]
what do you do? (work)
ông/bà làm gì? [awng/bà làm
yì]
I'm a teacher, and you? tôi
dạy học còn ông/bà? [doy
yạy họg gòn awng/bà]
I'm a student tôi còn đi
học [doy gòn di họg]
**what are you doing this
evening?** ông/bà có làm gì
tối nay không? [awng/bà gó
làm yì dóy nay kawng]
**we're going out for a drink,
do you want to join us?**
chúng tôi đi uống rượu
ông/bà có muốn đi chung
không? [jóóng doy di wáwng
roo-ụh-oo awng/bà gó mwáwn di
joong kawng]

do you want chillies?

ông/bà có ăn ớt không?
[awng/bà gó un úrd kawng]
I do, but she doesn't tôi có
ăn nhưng bà ấy thì không
[doy gó un n-yơng bà áy-i tì
kawng]

doctor bác sĩ [bág sĩ]
we need a doctor chúng tôi
cần một bác sĩ [jóóng doy gùhn
mạwd bág sĩ]
please call a doctor làm ơn
gọi bác sĩ [làm urn gọi bág sĩ]

You could find a doctor
through your hotel, or go
to a state-run clinic
(trạm y tế) or a pharmacy (look for
the blue cross sign). Otherwise, you
can go to a state-run hospital, where
you are more likely to find someone
who speaks English. You'll have to
pay for any hospital treatment, so
it's worth taking out travel
insurance. You may wish to contact
your insurance company in the
event of a major health crisis, so you
can get yourself flown home.

dialogue

where does it hurt? đau ở
chỗ nào? [da-oo ử jãw nào]
right here ngay chỗ này
[ngay jãw này]
does that hurt now? chỗ
đó bây giờ có đau không?
[jãw dó bay-i yùr gó da-oo
kawng]

yes có [gó]
take this to the pharmacy
mang cái này đi tiệm
thuốc tây [mang gái này di di-
ạym twáwg day-i]

document giấy tờ [yáy-i dừr]
dog con chó [gon jó]
doll búp-bê [bóóp-bay]
domestic flight chuyến bay
nội địa [jwee-áyn bay nọy dịa]
don't!* đừng! [dừng]
don't do that! đừng làm vậy!
[dừng làm vụhi]
see not
door cửa [gửơ-a]
doorman người gác cửa [ngoo-
ừh-i gág gửơ-a]
double gấp đôi [gúhp doy]
double bed giường đôi [yơ-
ừrng doy]
double room phòng hai người
[fòng hai ngoo-ừh-i]
down dưới [yoo-úh-i]
down here dưới đây [yoo-úh-i
day-i]
put it down over there đặt
xuống dưới kia [dụd swáwng
yoo-úh-i gia]
it's down there on the right
dưới kia bên phải [yoo-úh-i gia
bayn fải]
it's further down the road ở
dưới kia, đi nữa [ửr yoo-úh-i kia
di nữơ-a]
downmarket (restaurant etc)
hạng xoàng [hạng swàng]
downstairs dưới lầu [yoo-úh-i
lòh]

dozen một tá [mạwd dá]
  half a dozen nửa tá [nǒo-a dá]
dragon dance múa rồng [móó-a ràwng]
drain (noun) cống rãnh [gáwng rãng]
draught beer bia hơi [bia huh-i]
draughty: it's draughty gió lùa quá [yó lòò-a gwá]
drawer ngăn kéo [ngun géh-ao]
drawing vẽ [vẽh]
dreadful (food) tồi quá [dòy gwá]
  (noise) dễ sợ [yãy sựr]
  (weather) xấu dễ sợ [sóh yãy sựr]
  it's dreadful tồi quá [dòy gwá]
dream (noun) giấc mộng [gi-úhg mạwng]
dress (noun) váy dài [váy yài]

Vietnamese people dress quite conservatively: many women still wear the traditional *ao dai* – a combination of baggy silk trousers and a knee-length tunic split to the waist – while men tend to wear collared shirts and long trousers. Though locals aren't priggish about what Western tourists wear, it's best not to wear anything skimpy if you want to be treated with respect. Nude and topless bathing are not welcomed on Vietnam's beaches.

dressed: to get dressed mặc quần áo [mụg gwùhn áo]
dressing (for cut) băng bó [bung bó]

dressing gown áo khóac ngoài [áo kwág ngwài]
drink (noun: non-alcoholic) thức uống [tứg wáwng]
  (alcoholic) rượu [rơo-ựroo]
  (verb) uống [wáwng]
  a cold drink thức uống lạnh [tứg wáwng lạng]
  can I get you a drink? ông/bà có uống gì không? [awng/bà gó wáwng yì kawng]
  what would you like (to drink)? ông/bà uống gì? [awng/bà wáwng yì]
  no thanks, I don't drink không cám ơn tôi không uống rượu [kawng gám urn doy kawng wáwng rơo-ựroo]
  I'll just have a drink of water cho tôi xin tí nước [jo doy sin dí nơo-úrg]
drinking water nước uống được [nơo-úrg wáwng dơo-ựrg]
  is this drinking water? nước này có uống được không? [nơo-úrg này gó wáwng dơo-ựrg kawng]

It is only safe to drink boiled water or bottled mineral water, which is readily available.

drive (verb) lái xe [lái seh]
  we drove here chúng tôi đã lái xe đến đây [jóóng doy đã lái seh đáyn day-i]
  I'll drive you home tôi sẽ đưa ông/bà về [doy sẽh đoo-a

awng/bà vày]

 Cars are still uncommon, especially outside the cities. If you rent a car it comes with a driver. Tips and meals for the driver would be expected.

driver lái xe [lái seh]

driver's licence bằng lái xe [bùng lái seh]

drop: just a drop, please (of drink) cho xin tí thôi [jo sin dí toy]

drug thuốc men [twáwg men]
  drugs (narcotics) ma-túy [ma-dóó-í]

drunk (adj) say

dry (adj) khô [kaw]
  (wine) chát [jád]

dry-cleaner tiệm giặt khô [di-aym nyud kaw]

duck (meat) thịt vịt [tịd vịd]

due: he was due to arrive yesterday ông ấy đúng lẽ đã đến nơi hôm qua [awng áy-i dóóng lẽh dã dáyn nuh-i hawm gwa]

when is the train due? khi nào tàu đến? [ki nào dà-oo dáyn]

dull (pain) âm ỉ [uhm ỉ]
  (weather) u ám [oo ám]

dummy núm vú giả [nóóm vóó yả]

during trong khi [jong ki]

dust bụi [bọo-i]

dustbin thùng rác [tòòng rág]

dusty nhiều bụi [n-yàyoo bọo-i]

Dutch (adj) Hòa Lan [hwà lan]
  (language) tiếng Hòa Lan [di-áyng hwà lan]

duty-free (goods) hàng miễn thuế [hàng mi-ãyn twéh]

duty-free shop tiệm bán hàng miễn thuế [di-aym bán hàng mi-ãyn twéh]

duvet chăn bông (N) [jun bawng], mền bông (S) [màyn bawng]

E

each (every) mỗi [mõy]
  how much are they each? mỗi cái bao nhiêu? [mõy gái bao ni-yoh]

ear tai [dai]

earache: I have earache tôi bị đau tai [doy bị da-oo dai]

early sớm [súrm]
  early in the morning hồi sáng sớm [hòy sáng súrm]
  I called by earlier tôi đi ngang qua hồi sáng sớm [doy di ngang gwa hòy sáng súrm]

earrings bông tai [bawng dai]

east phía đông [fía dawng]
  in the east ở phía đông [ủr fía dawng]

Easter lễ Phục Sinh [lãy fọog sing]

easy dễ [yãy], dễ dàng [yãy yàng]

eat ăn [un]
  we've already eaten, thanks chúng tôi ăn rồi cám ơn [jóóng doy un ròy gám urn]

eating habits
The Vietnamese usually
have three meals a day:
breakfast generally consists of
noodles in soup (phở); lunch is vari-
ous dishes with rice (in the cities
lunch might be a filled baguette);
and the evening meal is a more
elaborate version of lunch, usually
including a soup. Rice forms the
backbone of the Vietnamese diet. It's
eaten from a bowl that's held right
up to the lips, and then shovelled
into your mouth with chopsticks.
Between mouthfuls, don't leave
chopsticks standing in your rice, as
this is thought to be bad luck – if a
chopstick stand hasn't been
provided, lean them on your sauce
dish. Don't be surprised if locals
belch after a meal; in Vietnam this is
not considered rude.

eau de toilette nước thơm dịu
[nꝏ-úrg turm yẹw]
economy class hạng bình dân
[hạng bìng yuhn]
egg trứng [jɷng]
(hen's egg) trứng gà [jɷng gà]
eggplant cà dái dê (N) [gà yái
yay], cà tím (S) [gà dím]
either: either … or … hoặc …
hay … [hwɛ̀g … hay]
either of them cái nào cũng
được [gái nào gɷõng dꝏ-ựrg]
elastic (noun) nịt thun [nịd toon]
elastic band dây thun [yay-i
toon]
elbow cùi tay (N) [gòò-i day],

cùi chỏ (S) [gòò-i jỏ]
electric chạy bằng điện [jạy
bùng di-ạyn]
electrical appliances vật dụng
điện khí [vụhd yọọng di-ạyn kí]
electric fire lửa điện [lɷ-a di-
ạyn]
electrician thợ điện [tụr di-ạyn]
electricity điện [di-ạyn]
see **voltage**
elevator thang máy [tang máy]
else: something else còn cái
gì nữa [gòn gái yì nɷ̃-a]
somewhere else chỗ khác
[jãw kág]
what else? còn gì nữa
không? [gòn yì nɷ̃-a kawng]

dialogue

would you like anything
else? ông/bà còn cần gì
nữa không? [awng/bà gòn
gùhn yì nɷ̃-a kawng]
no, nothing else, thanks
không, không cần gì nữa
cám ơn [kawng kawng gùhn yì
nɷ̃-a gám urn]

embassy tòa đại sứ [dwà dại
sꝏ́]
emergency khẩn cấp [kủhn
gúhp]
this is an emergency! đây là
một việc khẩn cấp! [day-i là
mạwd vi-ạyg kủhn gúhp]
emergency exit cửa an tòan
[gꝏ-a an dwàn]
empty (adj) trống không [jáwng

kawng]

end (noun) cuối [gwóy]

　at the end of the street ở cuối
　đường [ửr gwóy dᴐ-ùrng]

　when does it end? khi nào
　hết? [ki nào háyd]

engaged (toilet, telephone) đang
bận [dang buhn]

　(to be married) đính hôn [díng
　hawn]

engine (car) máy móc [máy
móg]

England nước Anh [nᴐ-úrg
ang], Anh Quốc [ang gwáwg]

English (adj) Anh [ang]

　(language) tiếng Anh [di-áyng
　ang]

　I'm English tôi là người Anh
　[doy là ngoo-ùh-i ang]

　do you speak English?
　ông/bà nói được tiếng Anh
　không? [awng/bà nóy dᴐ-ưrg di-
　áyng ang kawng]

enjoy (doing something) thích [tíj]

dialogue

> **how did you like the film?**
> ông có thích phim đó
> không? [awng gó tíj fim dó
> kawng]
>
> **I enjoyed it very much –
> did you enjoy it?** tôi thích
> lắm – ông/bà có thích
> không? [doy tíj lúm – awng/bà
> gó tíj kawng]

enjoyable (evening, night out) vui
[voo-i]

(day, film) thú vị [tóó vị]

enlargement (of photo) phóng
to [fóng do]

enormous rất to [rúhd do], to
lắm [do lúm]

enough đủ [dỏỏ]

　there's not enough không đủ
　[kawng dỏỏ]

　it's not big enough không
　to [kawng dỏỏ do]

　that's enough đủ rồi [dỏỏ ròy]

entrance (noun) lối vào [lóy vào]

envelope bìa thư [bìa tᴐ]

epileptic kinh phong [ging fong]

equipment (for climbing etc)
dụng cụ [yọong gọo], thiết bị
[ti-áyd bị]

error sai lầm [sai lùhm]

especially đặc biệt [dụg bi-ayd]

essential chủ yếu [jỏỏ yáyoo]

　it is essential that ... điều
　chủ yếu là ... [di-àyoo jỏỏ yáyoo
　là]

Europe Châu Âu [joh oh]

European (adj) Châu Âu [joh
oh]

even ngay [ngay], ngay cả
[ngay gả]

　even if ... ngay như ... [ngay n-
　yᴐ]

evening buổi tối [bwỏy dóy]

　this evening tối nay [dóy nay]

　in the evening vào buổi tối
　[vào bwỏy dóy]

evening meal cơm tối [gurm
dóy]

eventually dần dần [yùhn yùhn]

ever bao giờ [bao yừr]

dialogue

have you ever been to Phan Thiet? ông/bà có đi fan Thiet bao giờ chưa? ⟦awng/bà gó đi fan ti-áyd bao yừr joo-a⟧

yes, I was there two years ago có tôi đã có đi cách đây hai năm rồi ⟦gó doy đã gó đi gáj day-i hai num ròy⟧

every mọi ⟦mọy⟧
  every day mọi ngày ⟦mọy ngày⟧
everyone mọi người ⟦mọy ngoo-ừh-i⟧
everything mọi thứ ⟦mọy tớ⟧
everywhere mọi nơi ⟦mọy nuh-i⟧
exactly! đúng quá! ⟦đóóng gwá⟧, chính thế! ⟦jíng tấy⟧
example ví dụ ⟦ví yọọ⟧
  for example cho ví dụ ⟦jo ví yọọ⟧
excellent hảo hạng ⟦hảo hạng⟧
  excellent! rất hay! ⟦rúhd hay⟧
except ngoại trừ ⟦ngwại jờờ⟧, trừ phi ⟦jờờ fi⟧
exchange rate tỉ giá hối đoái ⟦đỉ yá hóy đwái⟧
exciting (day, holiday) đầy thú vị ⟦đày-i tóó vị⟧
  (film) hấp dẫn ⟦húhp yũhn⟧
excuse me (to get past) xin ông/bà thứ lỗi ⟦sin awng/bà tớ lõy⟧
  (to get attention) ông/bà ơi ⟦awng/bà uh-i⟧
  (pol: to get attention) thưa ông/bà ⟦too-a awng/bà⟧
  (to say sorry) xin lỗi ⟦sin lõy⟧
exhaust (pipe) ống khói ⟦áwng kóy⟧
exhausted (tired) mệt lả ⟦mạyd lả⟧
exhibition cuộc triển lãm ⟦gwạwg ji-áyn lãm⟧
exit lối ra ⟦lóy ra⟧
  where's the nearest exit? lối ra gần nhất ở đâu? ⟦lóy ra gùhn n-yúhd ửr doh⟧
expect trông đợi ⟦jawng dụh-i⟧, chờ mong ⟦jừr mong⟧
expensive đắt ⟦dúd⟧, mắc ⟦múg⟧
experienced giàu kinh nghiệm ⟦yà-oo ging ngi-ạym⟧
explain giải thích ⟦yải tij⟧
  can you explain that? ông/bà có thể giải thích cái đó không? ⟦awng/bà gó tảy yải tij gái dó kawng⟧
express (mail) tốc hành ⟦dáwg hàng⟧
  (train) tốc hành ⟦dáwg hàng⟧, chạy thẳng ⟦jạy tủng⟧
extension (telephone) máy nhánh ⟦máy n-yáng⟧
  extension 221, please cho tôi xin máy nhánh số hai-hai-một ⟦jo doy sin máy n-yáng hai-hai-mạwd⟧
extension lead dây nối ⟦yay-i nóy⟧
extra: can we have an extra one? có thể cho thêm một cái nữa không? ⟦gó tảy jo taym mạwd gái nõõ-a kawng⟧

do you charge extra for that?
cái đó có phải trả thêm tiền
không? [gái dó gó fải jả taym di-
àyn kawng]

extraordinary (strange) lạ lùng
[lạ lòòng], kì dị [gì yị]

extremely vô cùng [vaw gòòng],
cùng cực [gòòng gợg]

eye mắt [múd]

**will you keep an eye on my
suitcase for me?** ông/bà làm
ơn trông hộ (N)/giùm (S)
hành lý tôi được không?
[awng/bà làm urn jawng hạw/yòòm
hàng lí doy đơ-ựrg kawng]

eyebrow pencil bút chì vẽ
lông mày [bóód jì vẽh lawng
mày]

eye drops thuốc nhỏ mắt
[twáwg n-yỏ múd]

eyeglasses (US) mắt kính [múd
gíng]

eyeliner bút chì vẽ khoanh
mắt [bóód jì vẽh kwang múd]

eye make-up remover thuốc
tẩy vẽ mắt [twáwg dảy-i vẽh
múd]

eye shadow quầng mắt
[gwùhng múd]

F

face mặt [mụd]

factory xưởng chế tạo [sơơ-ửrng
jáy dạo]

faint (verb) bất tỉnh [búhd dỉng],
ngất xỉu [ngúhd sỉ-oo]
she's fainted bà ấy bất tỉnh

[bà áy-i búhd dỉng]

I feel faint tôi thấy muốn xỉu
[doy táy-i mwáwn sỉ-oo]

fair (funfair) hội chợ [họy jụr]
(trade fair) công bình [gawng
bìng]
(price) phải chăng [fải jung]

fairly đại khái [đại kái], trung
trung [joong joong]

fake đồ giả [dàw yả]

fall (US: noun) mùa thu [mòò-a
too]

in the fall vào mùa thu [vào
mòò-a too]

fall (verb) té [déh], ngã
she's had a fall bà ấy bị té [bà
áy-i bị déh]

false giả mạo [yả mạo], sai lầm
[sai lùhm]

family gia đình [ya dìng]

famous nổi tiếng [nỏy di-áyng]

fan (electrical) quạt máy [gwạd
máy]
(handheld) quạt tay [gwạd day]
(sports) người say mê [ngoo-
ùh-i say may]

fan belt dây quạt [yay-i gwạd]

fantastic tuyệt diệu [dwee-ạyd
yi-ạyoo]

far xa [sa]

dialogue

is it far from here? cách
đây có xa không? [gáj day-i
gó sa kawng]

no, not very far không
không xa lắm [kawng kawng
sa lúm]

well how far? vậy bao xa? [vạy-i bao sa]

it's about 20 kilometres khoảng hai chục cây số [kwảng hai joọg gay-i sáw]

fare (bus/rail fare) vé xe [véh seh]

farm ruộng rẫy [rwạwng rãy-i]

fashion mốt [máwd]

fashionable đúng mốt [dóóng máwd], thời trang [tùh-i jang]

fast lẹ (S) [lẹh], nhanh (N) [n-yang]

fat (person) mập [mụhp]
(on meat) thịt mỡ [tịd mữr]

father cha (N) [ja], bố (S) [báw]
(informal) ông già [awng yà]

father-in-law (wife's father) cha vợ (N) [ja vựr], bố vợ (S) [báw vựr]
(husband's father) cha chồng (N) [ja jàwng], bố chồng (S) [báw jàwng]
(informal) ông già vợ [awng yà vựr]

faucet vòi (nước) [vòy nꞡꞡ-úrg]

fault (noun) lỗi [lỗy]

sorry, it was my fault xin lỗi lỗi tại tôi [sin lỗy lỗy dại doy]

it's not my fault không phải lỗi tại tôi [kawng fải lỗy dại doy]

faulty hư [hꞡꞡ], hỏng

favourite thích nhất [tịj n-yúhd]

fax (noun) 'fax'
(verb: person) gửi 'fax' cho [gử-i – jo]
(verb: document) gửi đi bằng 'fax' [gử-i di bùng]

February tháng Hai [táng hai]

feel cảm thấy [gảm táy-i]

I feel hot tôi cảm thấy nóng [doy gảm táy-i nóng]

I feel unwell tôi cảm thấy không được khỏe [doy gảm táy-i kawng dꞡꞡ-ựrg kwẻh]

I feel like going for a walk tôi muốn đi thả bộ [doy mwáwn di tả bạw]

how are you feeling? ông/bà cảm thấy thế nào? [awng/bà gảm táy-i táy nào]

I'm feeling better tôi cảm thấy khá hơn [doy gảm táy-i ká hurn]

felt-tip (pen) bút nỉ [bóód nỉ]

fence (noun) hàng rào [hàng rào]

fender (US: of car) pa-ra-sốc [pa-ra-sáwg]

ferry phà [fà]

Ferries are often overcrowded and breaking down is not an unusual event. They are, however, a cheap means of transport. Frequency varies but generally there is quite a good service, particularly in the Delta region. Advance booking is not necessary.

festival lễ [lãy], hội hè [họy hèh]

fetch tìm [dìm]

I'll fetch him tôi sẽ đi gọi ông ấy đến [doy sẽh di gọy awng áy-i dáyn]

will you come and fetch me later? lát nữa ông/bà đến đón tôi được không? [lád nữꞡꞡ-a awng/bà dáym dón doy dœ-ưrg kawng]

feverish bị sốt [bị sáwd], lên cơn sốt [layn gurn sáwd]

I am feeling feverish tôi đang lên cơn sốt [doy dang layn gurn sáwd]

few: a few một vài [mạwd vài]

a few days một vài ngày [mạwd vài ngày]

fiancé chồng chưa cưới [jàwng joo-a goo-úh-i]

fiancée vợ chưa cưới [vụr joo-a goo-úh-i]

field cánh đồng [gáng dàwng], đồng ruộng [dàwng rwạwng]

fight (noun) đánh lộn [dáng lạwn]

figs quả sung [gwå soong]

fill in điền [di-àyn], điền vào [di-àyn vào]

do I have to fill this in? tôi có phải điền cái này không? [doy gó fải di-àyn gái này kawng]

fill up đổ đầy [dảw dày-i]

fill it up, please làm ơn đổ đầy [làm urn dảw dày-i]

filling (in cake, sandwich) nhân [n-yuhn]

(in tooth) trồng răng [jàwng rung]

film (movie, for camera) phim [fim]

dialogue

do you have this kind of film? ông/bà có loại phim này không? [awng/bà gó lwại

fim này kawng]

yes, how many exposures? có, loại mấy tấm? [gó lwại máy-i dúhm]

36 ba mươi sáu tấm [ba moo-uh-i sá-oo dúhm]

film processing rửa phim [rủ-a fim]

filthy (room etc) bẩn thỉu [bủhn tỉ-oo]

find (verb) tìm [dìm], tìm thấy [dìm táy-i]

I can't find it tôi tìm không thấy [doy dìm kawng táy-i]

I've found it tôi tìm thấy rồi [doy dìm táy-i ròy]

find out tìm ra [dìm ra]

could you find out for me? ông/bà có thể hỏi giùm tôi không? [awng/bà gó tảy hỏi yòòm doy kawng]

fine (weather) tốt [dáwd]

(punishment) bị phạt [bị fạd]

dialogues

how are you? ông/bà có khỏe không? [awng/bà gó kwẻh kawng]

I'm fine, thanks tôi khỏe cám ơn [doy kwẻh gám urn]

is that OK? cái đó được chứ? [gái dó dœ-ưrg jớ]

that's fine, thanks được cám ơn [dœ-ưrg gám urn]

finger ngón tay [ngón day]

finish hết [háyd]

(with verb) xong [song]

I haven't finished eating yet
tôi còn chưa ăn xong [doy gòn
joo-a un song]

when does it finish? khi nào
hết? [ki nào háyd]

fire lửa [lởửa]

fire! lửa! [lởửa]

can we light a fire here?
chúng tôi đốt lửa ở đây có
được không? [jóóng doy dáwd
lởửa ủr day-i gó dơơ-urg kawng]

it's on fire đang cháy [dang
jáy]

fire alarm còi báo lửa [gòi báo
lởửa]

fire brigade đội cứu lửa [doy
gớơ-oo lởửa]

The phone number for the
fire brigade is 14.

firecracker pháo [fáo]

fire escape lối thoát hỏa hoạn
[loy twát hwả hwạn]

fire extinguisher bình chữa lửa
[bìng jớ-a lởửa]

firework display đốt pháo
bông [dáwd fáo bawng]

fireworks pháo bông [fáo
bawng]

first trước [joơ-úrg], đầu tiên
[dòh di-ayn]

I was first tôi trước [doy joơ-
úrg]

at first mới đầu [múh-i dòh]

the first time lần đầu tiên

[lùhn dòh di-ayn]

first on the left thứ nhất ở
bên tay trái [tớ n-yúhd ửr bayn
day jái]

first aid cấp cứu [gúhp gớơ-oo]

first-aid kit hộp cấp cứu [hạwp
gúhp gớơ-oo]

first class (travel etc) hạng sang

first floor lầu một [lòh mạwd]

(US) lầu dưới [lòh yoo-úh-i]

first name tên [dayn]

fish (noun) cá [gá]

fisherman (with net) người
đánh cá [ngoo-ùh-i dáng gá]

(with rod) người câu cá [ngoo-
ùh-i goh gá]

fishing (with net) đánh cá [dáng
gá]

(with rod) câu cá [goh gá]

fishing village xóm chài [sóm
jài]

fishmonger's tiệm bán cá [di-
ạym bán gá]

fit (attack) lên cơn [layn gurn]

fit: it doesn't fit me không vừa
tôi [kawng vớ-a doy]

fitting room phòng thử quần
áo [fòng tớ gwùhn áo]

fix (verb: arrange) sắp xếp [súp
sáyp], dàn xếp [yàn sáyp]

(repair) sửa [sởửa]

can you fix this? ông/bà có
thể sửa cái này không?
[awng/bà gó tảy sởửa gái này
kawng]

fizzy có ga [gó ga]

flag lá cờ [lá gùr]

flannel (facecloth) khăn lau mặt
[kun la-oo mụd]

FI

flash (for camera) đèn nháy [dèn n-yáy]

flat (noun: apartment) nhà lầu [n-yà lòh]

(adj: level) phẳng [fủng], bằng phẳng [bùng fủng]

I've got a flat tyre tôi bị dẹt bánh xe [doy bị yẹd báng seh]

flavour mùi vị [mòo-i vị]

flea bọ chét [bọ jéd]

flight chuyến bay [jwee-áyn bay]

flight number số chuyến bay [sáw jwee-áyn bay]

flippers giày nhái [yày n-yái]

flood lụt [lọod]

floor (of room) sàn nhà [sàn n-yà]

(storey) tầng lầu [dùhng lòh]

on the floor ở trên sàn [ủr jayn sàn]

florist tiệm bán hoa [di-ạym bán hwa]

flour bột [bạwd]

flower hoa [hwa]

flu cảm cúm [gảm góóm]

fluent rành (S) [ràng], sõi (N)

he speaks fluent Vietnamese ông ấy nói rành/sõi tiếng Việt [awng áy-i nóy ràng/sõi di-áyng vi-ạyd]

fly (noun) ruồi [rwòy]

(verb) bay

can we fly there? chúng tôi có thể bay đến đó không? [jóóng doy gó tẩy bay dáyn dó kawng]

fly in bay vào

fly out bay ra

fog sương mù [sœœ-urng mòò]

foggy: it's foggy nhiều sương mù [n-yàyoo sœœ-urng mòò]

folk dancing múa dân tộc [móó-a yuhn dạwg]

folk music dân ca [yuhn ga]

follow theo [teh-ao]

follow me đi theo tôi [di teh-ao doy]

food thức ăn [tức un], đồ ăn [dàw un]

food poisoning ngộ độc thức ăn [ngạw dạwg tức un]

food shop/store tiệm bán thức ăn [di-ạym bán tức un]

foot* (of person) bàn chân [bàn juhn]

on foot đi bộ [di bạw]

football (game) bóng đá [bóng dá]

(ball) quả bóng đá [gwả bóng dá]

football match cuộc đấu bóng đá [gwạwg dóh bóng dá]

for cho [jo]

do you have something for ...? ông/bà có thuốc gì trị chứng ... không? [awng/bà gó twáwg yì jị jứng ... kawng]

dialogues

who's the fish soup for? món lẩu cá của ai đó? [món lủhoo gá gỏô-a ai dó]

that's for me của tôi [gỏô-a doy]

and this one? còn món này? [gòn món này]

that's for her của bà ấy [gỏô-a bà áy-i]

where do I get the bus for Hoi An? ở đâu đón xe đi Hội An? [ừr doh đón seh đi họy an]

the bus for Hoi An leaves from Dien Bien Phu Street xe Hội An chạy từ đường Điện Biên Phủ [seh họy an jay dừ đơ-ừrng đi-ạyn bi-ayn fỏ]

how long have you been here? ông/bà đến đây bao lâu rồi? [awng/bà dáyn day-i bao loh rờy]

I've been here for two days, how about you? tôi đến đây đã hai ngày rồi còn ông/bà thì sao? [doy dáyn day-i dã hai ngày rờy gòn awng/bà tì sao]

I've been here for a week tôi đến đây đã một tuần rồi [doy dáyn day-i dã mạwd dwàwn rờy]

forehead trán [ján]

foreign nước ngoài [nœ-úrg ngwài], ngoại quốc [ngwại gwáwg]

foreigner người nước ngoài [ngoo-ùh-i nœ-úrg ngwài], người ngoại quốc [ngoo-ùh-i ngwại gwáwg]

Venture into the less frequented areas of Vietnam and you're sure to hear people calling 'Liên Xô!'

after you. Meaning 'Soviet Union', the expression dates from the post-1975 years, when the only Caucasians seen were Russian advisers and holiday-makers. Nowadays it's come to be used for any white visitor, though since the Russians were never popular, you should try to make it clear where you really do come from.

forest rừng [rờng]

forget quên [gwayn]
 I forget tôi quên [doy gwayn]
 I've forgotten tôi đã quên rồi [doy dã gwayn ròy]

fork cái nĩa [gái nĩa]
 (in road) ngã ba

form (document) đơn [durn], tờ đơn [dùr durn]

formal (dress) trịnh trọng [jing jọng]

fortnight hai tuần [hai dwàwn]

fortunately may [may], may mắn [may mún]

forward: could you forward my mail? ông/bà có thể chuyển thư dùm tôi không? [awng/bà gó tảy jwee-ảyn tœ yòòm doy kawng]

forwarding address địa chỉ chuyển thư [địa jỉ jwee-ảyn tœ]

foundation cream kem nền [gem nàyn]

fountain (ornamental) thác phun [tág foon]
 (for drinking) vòi uống nước công cộng [vòy wáwng nœ-urg gawng gạwng]

fountain pen bút máy [bóód máy]

foyer (of hotel, theatre) phòng tiếp tân [fòng di-áyp duhn]

fracture (noun) vết nứt [váyd nóód]

France nước Pháp [nɯ-úrg fáp]

free rảnh [ràng]
  (no charge) miễn phí [mi-ãyn fí]
  is it free (of charge)? có phải miễn phí không? [gó fải mi-ãyn fí kawng]

freezer tủ đông lạnh [dỏỏ dawng lạng]

French (adj) Pháp [fáp]
  (language) tiếng Pháp [di-áyng fáp]

French fries khoai tây chiên [kwai day-i ji-ayn]

frequent thường xuyên [tɯ-ùrng swee-ayn]
  how frequent is the bus to Vung Tau? xe đi Vũng Tàu có chạy thường xuyên không? [seh di võõng dà-oo gó jạy tɯ-ùrng swee-ayn kawng]

fresh (weather, breeze) trong lành [jong làng]
  (fruit etc) tươi [doo-uh-i]
  (water) ngọt [ngọd]

fresh orange cam tươi [gam doo-uh-i]

Friday thứ Sáu [tỏỏ sá-oo]

fridge tủ lạnh [dỏỏ lạng]

fried chiên (S) [ji-ayn], rán (N)
  (stir-fried) xào [sào]

fried egg trứng chiên/rán [jỏỏng ji-ayn/rán]

fried rice cơm chiên [gurm ji-ayn], cơm rang [gurm rang]

friend bạn

friendly thân thiện [tuhn ti-ạyn]

from từ [dỏỏ]
  when does the next train from Thap Cham arrive? khi nào chuyến xe lửa kế tiếp từ Tháp Chàm đến? [ki nào jwee-áyn seh lỏỏ-a gáy di-áyp dỏỏ táp jàm dáyn]
  from Monday to Friday từ thứ Hai đến thứ Sáu [dỏỏ tỏỏ hai dáyn tỏỏ sá-oo]
  from next Thursday kể từ thứ Tư tuần sau [gảy dỏỏ tỏỏ dɯ dwàwn sa-oo]

dialogue

where are you from?
ông/bà từ đâu đến?
[awng/bà dỏỏ doh dáyn]
I'm from Bristol tôi từ
'Bristol' đến [doy dỏỏ – dáyn]

front (part) mặt trước [mụd jɯ-úrg]
  in front ở trước mặt [ừr jɯ-úrg mụd]
  in front of the hotel ở trước mặt khách sạn [ừr jɯ-úrg mụd káj sạn]
  at the front ở đằng trước [ừr dùng jɯ-úrg]

frost đóng băng [dóng bung]

frozen đông lạnh [dawng lạng]

frozen food thức ăn đông lạnh [tỏỏg un dawng lạng]

fruit trái cây [jái gay-i]

fruit juice nước trái cây [nœ-úrg jái gay-i]

fry (deep-fry) rán (N), chiên (S) [ji-ayn]

(stir-fry) xào [sào]

frying pan cái chảo [gái jảo]

full đầy [dày-i]

  it's full of ... đầy ... [dày-i]

  I'm full tôi no rồi [doy no ròy]

full board bao cả hết ăn và ở [bao gả háyd un và ùr]

fun: it was fun vui lắm [voo-i lúm]

  it's no fun không phải chuyện đùa [kawng fải jwee-ayn dòo-a]

funeral đám tang [dám dang]

funny (strange) kỳ cục [gì gọọg]

  (amusing) tức cười [dớg goo-ùh-i]

furniture đồ đạc bàn ghế [dàw dạg bàn gáy]

further xa hơn [sa hurn]

  it's further down the road ở dưới kia, đi nữa [ùr yoo-úh-i kia di nõõ-a]

dialogue

  how much further is it to Buon Me Thuot? còn bao xa mới đến Buôn Mê Thuột? [gòn bao sa múh-i dáyn bwawn may twạwd]

  about 5 kilometres khoảng năm cây số [kwảng num gay-i sáw]

fuse (noun) cầu chì [gòh jì]

  the lights have fused đèn bị

cháy cầu chì rồi [dèn bị jáy gòh ji ròy]

fuse box hộp cầu chì [hạwp gòh jì]

fuse wire dây nối cầu chì [yay-i nóy gòh jì]

future tương lai [dœ-urng lai], mai sau [mai sa-oo]

  in future trong tương lai [jong dœ-urng lai]

G

gallery 'gallery'

gallon* ga-lông [ga-lawng]

game (cards etc) trò chơi [jò juh-i]

  (match) ván [ván]

  (meat) thịt rừng [tịd rờng]

garage ga-ra

  (for fuel) trạm đổ xăng [jạm dảw sung]

garbage rác [rág]

garden vườn [vœ-ùrn], vườn hoa [vœ-ùrn hwa]

garlic tỏi [dỏy]

gas ga

  (US) xăng [sung]

gas cylinder (camping gas) ga xi-lanh [ga si-lang]

gas station trạm xăng [jạm sung]

gate cổng [gảwng]

gay lại cái [lại gái]

gearbox hộp số [hạwp sáw]

gear lever cần sang số [gùhn sang sáw]

gears số [sáw]

general (adj) đại khái [đại kái]

gents' toilet nhà vệ sinh đàn ông [n-yà vay sing dàn awng]

genuine (antique etc) đồ thật [đàw tụhd]

German (adj) Đức [dớg]
(language) tiếng Đức [di-áyng dớg]

German measles bệnh sởi Đức [bạyng sửh-i dớg]

Germany nước Đức [nớ-úrg dớg]

get (fetch) lấy [láy-i]

could you get me another one, please? phiền ông/bà lấy cho cái khác được không? [fi-àyn awng/bà láy-i jo gái kág đơ-ựrg kawng]

how do I get to ...? tôi phải đi ... bằng cách nào? [doy fải di ... bùng gáj nào]

do you know where I can get them? ông/bà có biết ở đâu lấy được những thứ này không? [awng/bà gó bi-áyd ừr doh láy-i đơ-ựrg n-yỡng tớ này kawng]

dialogue

can I get you a drink? ông/bà uống gì để tôi kêu? [awng/bà wáwng yì đấy doy gayoo]

no, I'll get this one, what would you like? không lần này để tôi mua ông/bà uống gì? [kawng lùhn này đấy doy mwaw awng/bà wáwng yì]

a glass of red wine một ly rượu vang đỏ [mạwd li rơ-ựroo vang đỏ]

get back (return) về lại [vày lại]

get in (arrive) về đến [vày dáyn]

get off xuống xe [swáwng seh]
where do I get off? ở đâu xuống xe? [ừr doh swáwng se]

get on (to train etc) lên xe [layn seh]

get out (of car etc) xuống xe [swáwng seh]

get up (in the morning) dậy [yạy-i]

gift (informal) quà [gwà]
(formal) tặng phẩm [dụng fửhm]

gift shop tiệm bán quà kỷ niệm [di-ạym bán gwà gỉ ni-ạym]

gin 'gin'
gin and tonic 'gin and tonic'

girl gái

girlfriend bạn gái [bạn gái]
(informal) bồ [bàw]

give cho [jo]
can you give me some change? ông/bà đổi tiền lẻ cho tôi được không? [awng/bà đỏy di-àyn lẻh jo doy đơ-ựrg kawng]
I gave it to him tôi đã cho ông ấy rồi [doy dã jo awng áy-i ròy]
will you give this to ...? ông/bà giao cái này cho ... được không? [awng/bà yao gái này jo ... đơ-ựrg kawng]

give back trả lại [jả lại]

given name tên [dayn]

glad mừng [mờng]

glass (material) kính [gíng]
(tumbler) cốc vại [gáwg vại]

(wine glass) ly đựng rượu [li dựng rơœ-uroo]

a glass of wine một ly rượu vang [mạwd li rơœ-uroo vang]

glasses (spectacles) mắt kính [múd gíng]

gloves găng tay [gung day]

glue (noun) keo [geh-ao]
(for paper) hồ [hàw]

go đi [đi]

  we'd like to go to the zoo chúng tôi muốn đi sở thú [jóóng doy mwáwn đi sử tóó]

  where are you going? ông/bà đi đâu? [awng/bà đi doh]

  where does this bus go? xe này chạy đâu? [seh này jay doh]

  let's go! chúng ta lên đường! [jóóng da layn đơœ-ùrng]

  she's gone (left) bà ấy đã đi rồi [bà áy-i dã đi ròy]

  where has he gone? ông ấy đi đâu rồi? [awng áy-i đi doh ròy]

  I went there last week tôi đã đến đó tuần qua [doy dã dáyndó dwàwn gwa]

  hamburger to go bánh hamburger mang đi [báng hamboorger mang đi]

go away đi vắng [đi vúng]

go away! đi chỗ khác! [đi jãw kág]

go back (return) về lại [vày lại], trở về [jừr vày]

go down (the stairs etc) đi xuống [đi swáwng]

go in (enter) đi vào [đi vào]

go out (in the evening) đi ra phố [đi ra fáw]

do you want to go out tonight? tối nay ông/bà có muốn đi ra phố không? [dóy nay awng/bà gó mwáwn đi ra fáw kawng]

go through đi qua [đi gwa]

go up (the stairs etc) đi lên [đi layn]

goat (meat) thịt dê [tịd yay]
(animal) con dê [gon yay]

God Trời [jùh-i]
(Christian) Chúa [jóó-a]

goggles kính che mắt [gíng jeh múd]

gold vàng

golf gôn [gawn]

golf course sân gôn [suhn gawn]

gong cái chiêng [gái ji-ayng]

good tốt [dáwd], hay

good! tốt! [dáwd], hay!

it's no good vô dụng [vaw dọong]

goodbye chào [jào], tạm biệt [dạm bi-ạyd], 'goodbye'

good evening 'good evening'

Good Friday Ngày Chúa thăng thiên [ngày jóó-a tung ti-ayn]

good morning 'good morning'

good night chúc ngủ ngon [jóóg ngỏð ngon], 'good night'

got: we've got to leave chúng tôi phải đi thôi [jóóng doy fải đi toy]

  have you got any ...? ông/bà có ... nào không? [awng/bà gó ... nào kawng]

government chính phủ [jing

85

fỏð]

gradually dần dần [yùhn yùhn]

gram(me) gờ-ram [gừr-ram]

grandchildren cháu [já-oo]

granddaughter cháu (gái) [já-oo (gái)]

grandfather (paternal) ông nội [awng nọy]

(maternal) ông ngoại [awng ngwại]

grandmother (paternal) bà nội [bà nọy]

(maternal) bà ngoại [bà ngwại]

grandson cháu (trai) [já-oo (jai)]

grapes quả nho [gwả n-yo]

grass cỏ [gỏ]

grateful nhớ ơn [n-yúr urn], cám ơn [gám urn]

great (excellent) tuyệt [dwee-ạyd]

that's great! tuyệt! [dwee-ạyd]

a great success một sự thành công vĩ đại [mạwd sợ tàng gawng vĩ đại]

Great Britain Vương Quốc Anh [vœ-urng gwáwg ang]

Greece nước Hy Lạp [nœ-úrg hi lạp]

greedy (for food) tham ăn [tam un], háu ăn [há-oo un]
(for money etc) tham lam [tam lam]

green màu xanh lá cây [mà-oo sang lá gay-i]

greengrocer's tiệm bán rau quả [di-ạym bán ra-oo gwả]

greeting people
If you want to beckon a Vietnamese person, the polite way is not to point at them, but to cup your hand, fingers pointing downwards, and make a digging motion in the air. Traditionally, Vietnamese people would greet each other with their palms pressed together and with a bow (like the wai in Thailand), but the handshake is now taking over. If you do shake hands with somebody, don't grip them too tightly or shake too vigorously.

grey màu xám [mà-oo sám]

grill (noun) cái vỉ nướng thịt [gái vỉ nœ-úrng tịd]

grilled nướng [nœ-úrng]

grocer's tiệm tạp hóa [di-ạym dạp hwá]

ground mặt đất [mụd dúhd]

on the ground trên mặt đất [jayn mụd dúhd]

ground floor lầu dưới [lòh yoo-úh-i]

group nhóm [n-yóm]

guarantee (noun) sự bảo đảm [sợ bảo dảm]

is it guaranteed? có bảo đảm không? [gó bảo dảm kawng]

guest khách [káj]

guesthouse nhà khách [n-yà káj]

see **hotel**

guide (person) người hướng dẫn [ngoo-ùh-i hœ-úrng yũhn]

guidebook sách hướng dẫn [sáj hœ-úrng yũhn]

guided tour du ngoạn có hướng dẫn [yoo ngwạn gó hœ-

úrng yũhn]
guitar đàn ghi-ta [dàn gi-da]
Gulf of Thailand Vịnh Thái
  Lan [vịng tái lan]
gum (in mouth) lợi răng [lựi
  rung]
gun súng [sóóng]
gym thể dục [tẩy yọog]

H

hair (on head) tóc [dóg]
  (on body) lông [lawng]
hairbrush bàn chải tóc [bàn jải
  dóg]
haircut cắt tóc [gúd dóg]
hairdresser's (men's) tiệm hớt
  tóc [di-ạym húrd dóg]
  (women's) tiệm uốn tóc [di-ạym
  wáwn dóg]
hairdryer máy sấy tóc [máy sáy-
  i dóg]
hair gel keo tóc [geh-ao dóg]
hairgrips kẹp tóc [gẹp dóg]
hairslide trâm kẹp tóc [juhm
  gẹp dóg]
hair spray nước xịt tóc [nœœ-úrg
  sịd dóg]
half* nửa [nœ̉-a], một nửa
  [mạwd nœ̉-a]
  half an hour nửa tiếng [nœ̉-a
  di-áyng], nửa giờ [nœ̉-a yùr]
  half a litre nửa lít [nœ̉-a líd]
  about half that khoảng một
  nửa cái đó [kwảng mạwd nœ̉-a
  gái dó]
half board see hotel
half-bottle nửa chai [nœ̉-a jai]

half dozen nửa tá [nœ̉-a dá]
half fare nửa giá vé [nœ̉-a yá
  véh]
half price nửa giá [nœ̉-a yá]
ham thịt dăm-bông [tịd yum-
  bawng]
hammer (noun) cái búa [gái bóó-
  a]
hand tay [day]

hands: holding hands
Public displays of physical
affection in Vietnam are
much more acceptable between
friends of the same sex than
between lovers of opposite sexes.
Holding hands and hugging is as
common among male friends as
with females, so if you're given fairly
intimate caresses by a Vietnamese
acquaintance of the same sex, don't
assume you're being propositioned.
But as far as foreigners are
concerned, holding hands with your
partner would not cause offence.

handbag cái xắc tay [gái súg
  day]
handbrake thắng tay [túng day]
handkerchief khăn tay [kun
  day], khăn mu-xoa [kun moo-
  swa]
handle cán [gán]
hand luggage hành lý xách
  tay [hàng lí sáj tay]
hangover đầu nặng trĩu [dòh
  nụng jĩ-oo]
  I've got a hangover đầu tôi
  nặng trĩu [dòh doy nụng jĩ-oo]

Hanoi Hà nội [hà nọy]
happen xảy ra [sảy ra]
  what's happening? việc gì
  đang xảy ra thế? [vi-ąyg yì dang
  sảy ra táy]
  what has happened? việc gì
  đã xảy ra thế? [vi-ąyg yì dã sảy
  ra táy]
happy vui [voo-i], vui vẻ [voo-i
  vẻh]
  I'm not happy about this tôi
  không hài lòng về việc này
  [doy kawng hài lòng vày vi-ąyg này]
harbour bến cảng [báyn gảng]
hard cứng [gứng]
  (difficult) khó [kó]
hard-boiled egg trứng luộc
  thật chín [jứng lwąwg tụhd jín]
hardly hiếm [hi-áym], ít khi [íd
  ki]
  hardly ever hầu như không
  bao giờ [hòh n-yoo kawng bao
  yừr]
hardware shop tiệm bán đồ
  sắt [di-ạym bán dàw súd]
harvest (rice) mùa gặt [mòo-a
  gụd]
hat nón
  (conical) nón lá [nón lá]
hate (verb) ghét [géd]
have có [gó]
  can I have a ...? làm ơn cho
  tôi một ... [làm urn jo doy mạwd]
  do you have ...? ông/bà có
  không ...? [awng/bà gó kawng]
  what'll you have? (drink)
  ông/bà uống gì? [awng/bà
  wáwng yì]
  I have to leave now tôi phải

đi ngay bây giờ [doy fải di ngay
  bay-i yừr]
  do I have to ...? tôi có
  phải ...? [doy gó fải]
  can we have some ...? làm
  ơn cho chúng tôi vài ... [làm
  urn jo jóóng doy vài]
hayfever bệnh cảm phấn hoa
  [bạyng gảm fúhn hwa]
he* ông ấy [awng áy-i], ổng (S)
  [ảwng]
head đầu [dòh]
headache nhức đầu [n-yứg
  dòh]
headlights đèn pha [dèn fa]
headphones bộ ống nghe [bạw
  áwng ngeh]
healthy (person) khỏe mạnh
  [kwẻh mạng]
  (food) lành mạnh [làng mạng]
  (climate) trong lành [jong làng]
hear nghe [ngeh]

dialogue

can you hear me? ông/bà
có nghe tôi nói gì không?
[awng/bà gó ngeh doy nóy yì
kawng]
**I can't hear you, could you
repeat that?** tôi không thể
nghe ông/bà nói gì cả làm
ơn nói lại đi? [doy kawng tảy
ngeh awng/bà nóy yì gả làm urn
nóy lại di]

hearing aid máy nghe [máy
  ngeh]
heart tim [dim]

heart attack bệnh đau tim [bạyng da-oo dim]

heat nhiệt [n-yạyd], sức nóng [sớg nóng]

heater (in room) lò sưởi [lò soo-ủh-i]

(in car) máy sưởi [máy soo-ủh-i]

heating sưởi ấm [soo-ủh-i úhm]

heavy nặng [nụng]

heel gót [gód]

could you heel these? ông/bà có thể đóng gót những cái này không? [awng/bà gó tảy dóng gód n-yỡng gái này kawng]

height chiều cao [ji-àyoo gao]

helicopter máy bay trực thăng [máy bay jợg tung]

hello chào ông/bà [jào awng/bà], 'hello'

(answer on phone) a-lô [a-law]

helmet (for motorcycle) nón sắt [nón súd]

help (noun) sự giúp đỡ [sợ yóóp dữr]

(verb) giúp [yóóp], giúp đỡ [yóóp dữr]

help! cứu tôi với! [gớờ-oo doy vúh-i]

can you help me? ông/bà có thể giúp tôi không? [awng/bà gó tảy yóóp doy kawng]

thank you very much for your help rất cảm ơn sự giúp đỡ của ông/bà [rúhd gám urn sợ yóóp dữr gỏô-a awng/bà]

helpful (person) hay giúp đỡ [hay yóóp dữr]

hepatitis bệnh viêm gan [bạyng vi-aym gan]

her* bà ấy [bà áy-i], bả (S)

I haven't seen her tôi không có thấy bà ấy [doy kawng gó táy-i bà áy-i]

that's her towel đó là khăn lau của bà ấy [đó là kun la-oo gỏô-a bà áy-i]

that's her bag đó là xắc tay của bà ấy [đó là súg day gỏô-a bà áy-i] OK

herbs các loại rau thơm [gág lwại ra-oo turm]

(medicinal) dược thảo [yợờ-ựrg tảo]

here đây [day-i]

here is/are ... đây là ... [day-i là]

here you are đây [day-i], ông/bà [awng/bà]

(very polite) đây [day-i], thưa ông/bà [too-a awng/bà]

hers* của bà ấy [gỏô-a bà áy-i], của bả (S) [gỏô-a bả]

hey! ê! [ay]

hi! chào! [jào], 'hello!'

hide (verb) dấu [yóh]

high cao [gao]

highway see motorway

hill đồi [dòy]

hill tribe dân tộc miền núi [yuhn dạwg mi-àyn nóó-i], dân tộc miền ngược [yuhn dạwg mi-àyn ngợờ-ựrg]

him* ông ấy [awng áy-i], ổng (S) [ảwng]

Hindu đạo Ấn Độ [dạo úhn dạw]

hip hông [hawng]

hire thuê [tweh], mướn (S) [mợờ-úrn]

for hire cho thuê [jo tweh]
where can I hire a bike? ở đâu có thuê xe đạp? [ừr doh gó tweh seh dạp]
see rent
his* của ông ấy [gỏô-a awng áy-i], của ổng (S) [gỏô-a ẳwng]
it's his car xe của ông ấy [seh gỏô-a awng áy-i]
that's his đó là của ông ấy [đó là gỏô-a awng áy-i]
hit (verb: in fighting) đánh [dáng] (of car) đụng [dọong]
hitch-hike đi quá giang [đi gwá yang]
hobby sở thích [sừr tịj]
Ho Chi Minh City Thành phố Hồ Chí Minh [tàng fáw hàw jí ming]
Ho Chi Minh Trail đường mòn Hồ Chí Minh [đơ-ừng mòn hàw jí ming]
hold (verb) cầm [gùhm], nắm [núm]
hole cái lỗ [gái lãw]
holiday nghỉ lễ [ngỉ lãy] (school holiday) nghỉ hè [ngỉ hèh]
on holiday đang nghỉ lễ [dang ngỉ lãy] (travelling) đi du lịch [đi yoo lịj]
Holland nước Hòa Lan [nôô-úrg hwà lan]
home nhà [n-yà]
at home (in my house etc) ở nhà [ừr n-yà] (in my country) ở quê hương [ừr gway hôô-urng]
we go home tomorrow ngày mai chúng tôi về nước [ngày

mai jóóng doy vày nôô-úrg]
honest thật thà [tụhd tà]
honey mật ong [mụhd ong]
honeymoon tuần trăng mật [dwàwn jung mụhd]
hood (US: of car) ca-pô [ga-paw]
hope mong [mong], hy vọng [hi vọng]
I hope so tôi mong vậy [doy mong vạy-i]
I hope not tôi mong không phải vậy [doy mong kawng fải vạy-i]
hopefully mong rằng [mong rùng], hy vọng rằng [hi vọng rùng]
horn (of car) còi xe [gòi seh]
horrible ghê gớm [gay gúrm]
it's horrible! ghê quá! [gay gwá]
horse con ngựa [gon ngôô-a]
horse riding cỡi ngựa [gũh-i ngôô-a]
hospital nhà thương [n-yà tôô-urng], bệnh viện [bạyng vi-ạyn]
hospitality sự tốt bụng [sôô dáwd bọong]
thank you for your hospitality cám ơn sự tốt bụng của ông/bà [gám urn sôô dáwd bọong gỏô-a awng/bà]

If you are invited to a Vietnamese home, a present for the host is not expected automatically, but alcohol, cigarettes or anything 'Western' will be greatly appreciated.

hot nóng

  (spicy) cay [gay]

  it's so hot! nóng quá! [nóng gwá], nực quá! [nɷg gwá]

  I'm hot tôi thấy nóng [doy tây-i nóng]

  it's hot today hôm nay trời nóng [hawm nay jùh-i nóng]

hotel khách sạn [káj sạn]

 Nowadays most hotels are privately owned or are joint ventures, run by the private and state sector together. Foreigners are charged a higher rate than Vietnamese guests. Ceiling fans are standard, as are mosquito nets; rooms with air-conditioning are more expensive. Washing facilities in the most basic hotels consist of a bucket and cold tap. All hotels have some kind of a laundry service for a very reasonable price.
Most of the upmarket hotels provide breakfast (included in the price) which is usually a choice of **phở** (noodles in soup), bread, cheese, ham, salads, fruit, teas etc. In medium-priced hotels, breakfast is not usually included in the price, but it can be provided on request; the choice of food is more limited. Basic hotels do not provide breakfast. It's easy to buy food at all times of the day from shops and stalls and far more worthwhile to go in search of your breakfast outside the hotel. Lunch and supper are not included in hotel prices, but most hotels have their own restaurant. If you want advice on where to eat genuine Vietnamese food, ask a taxi- or cyclo-driver, rather than the receptionist, who will probably direct you to something westernized.

hotel room phòng khách sạn [fòng kái sạn]

hour giờ [yùr]

house nhà [n-yà]

how thế nào [táy nào]

  how many? bao nhiêu? [bao ni-yoh]

  how do you do? hân hạnh gặp ông/bà [huhn hạng gụp awng/bà]

dialogues

> **how are you?** ông/bà có khỏe không? [awng/bà gó kwéh kawng]
> **fine, thanks, and you?** khỏe cám ơn còn ông/bà? [kwéh gám urn gòn awng/bà]

> **how much is it?** bao nhiêu tiền? [bao ni-yoh di-àyn]
> **one hundred thousand dong** một trăm ngàn đồng [mạwd jum ngàn dàwng]
> **I'll take it** tôi lấy [doy láy-i]

humid nóng nực [nóng nɷg]

hungry đói [dóy], đói bụng [dóy bọong]

  are you hungry? ông/bà có đói chưa? [awng/bà gó dóy joo-a]

hurry (verb) vội vã [voọ vã], vội vàng [voọ vàng]

I'm in a hurry tôi đang [doy dang], gấp việc [gúhp vi-ayg]

there's no hurry không có gì phải vội [kawng gó yì fải voọ]

hurry up! nhanh lên! [n-yang layn], lẹ lên! (S) [lẹh layn]

hurt (verb) đau [da-oo], bị thương [bị too-urng]

it really hurts đau qúa đi [da-oo gwá di]

he is badly hurt ông ấy bị thương nặng [awng ấy-i bị too-urng nụng]

husband người chồng [ngoo-ùh-i jàwng]

I

I* tôi [doy], tui (S) [doo-i]

ice đá [dá]

with ice với đá [vúh-i dá]

no ice, thanks đừng bỏ đá cám ơn [dừng bỏ dá gám urn]

ice cream kem đá [gem dá], cà-rem [gà-rem]

iced coffee cà phê đá [gà fay dá]

ice lolly kem đá [gem dá]

ID card thẻ chứng minh nhân dân [tẻh jứng ming n-yuhn yuhn]

idea ý kiến [í gi-ayn]

idiot (man/woman) anh ngốc [ang ngáwg], chị ngốc [jị ngáwg]

idiotic ngốc [ngáwg]

if nếu [náyoo]

ignition nổ máy [nảw máy]

ill ốm [áwm]

I feel ill tôi cảm thấy ốm [doy gảm tấy-i áwm]

illness ốm [áwm], bệnh hoạn [bạyng hwạn]

imitation (leather etc) đồ giả [dàw yả]

immediately lập tức [lụhp dứg], ngay [ngay]

Imperial Tombs lăng tẩm vua chúa [lung dửm vwa jóó-a]

important quan trọng [gwan jọng]

it's very important rất quan trọng [rúhd gwan jọng]

it's not important không quan trọng [kawng gwan jọng]

impossible (can't do) không thể làm được [kawng tẩy làm dượ-urg]

(disbelief) không thể có [kawng tẩy gó]

(not accepting) không thể được [kawng tẩy dươ-urg]

improve cải thiện [gải ti-ạyn], học thêm [họg taym]

I want to improve my Vietnamese tôi muốn học thêm tiếng Việt [doy mwáwn họg taym di-áyng vi-ạyd]

in: it's in the centre ở trung tâm [ửr joong duhm]

in my car ở xe tôi [ửr seh doy]

in Vung Tau ở Vũng Tàu [ửr võõng dà-oo]

in two days from now từ giờ trở đi còn hai ngày [dừ yừr jừr di gòn hai ngày]

in five minutes trong năm

phút [jong num fóód]

in May vào tháng Năm [vào táng num]

in English bằng tiếng Anh [bùng di-áyng ang]

in Vietnamese bằng tiếng Việt [bùng di-áyng vi-ayd]

is he in? ông ấy có ở nhà không? [awng áy-i gó ừr n-yà kawng]

include bao cả [bao gả]

does that include meals? cái đó có bao cả ăn chưa? [gái dó gó bao gả un joo-a]

is the service charge included? có bao cả tiền phục vụ chưa? [gó bao gả di-àyn foọg voọ joo-a]

inconvenient không tiện [kawng di-ạyn], bất tiện [búhd di-ạyn]

incredible (very good) hay quá [hay gwá]

(amazing) hay tuyệt [hay dwee-ạyd]

India nước Ấn Độ [nœœ-úrg úhn dạw]

Indian (adj) Ấn Độ [úhn dạw]

indicator đèn chớp [dèn júrp]

indigestion bội thực [bọy tœg]

Indonesia In-đô-nê-xi-a [in-daw-nay-si-a]

Indonesian người In-đô-nê-xi-a [ngoo-ùh-i in-daw-nay-si-a]

indoor pool hồ bơi trong nhà [hàw buh-i jong n-yà]

indoors trong nhà [jong n-yà]

inexpensive không đắt [kawng dúd]

infection truyền nhiễm [jwee-àyn n-yãym], lây độc [lay-i dạwg]

infectious dễ lây [yãy lay-i]

inflammation sưng [sœng], viêm [vi-aym]

informal (clothes) không trình trọng [kawng jing jong]

(occasion) thân mật [tuhn mụhd]

information (written material) tài liệu [dài li-ạyoo]

do you have any information about ...? ông/bà có tài liệu gì về ... không? [awng/bà gó dài li-ạyoo yì vày ... kawng]

information desk phòng thông tin [fòng tawng din]

injection thuốc chích [twáwg jíj]

injured bị thương [bị tœœ-urng]

she's been injured bà ấy bị thương [bà áy-i bị tœœ-urng]

in-laws (wife's parents) cha mẹ vợ [ja mẹh vụr]

(husband's parents) cha mẹ chồng [ja mẹh jàwng]

inner tube (for tyre) săm [sum], ruột [rwạwd]

innocent (not guilty) vô tội [vaw dọy]

insect sâu bọ [soh bọ]

insect bite bị sâu bọ cắn [bị soh bọ gún]

do you have anything for insect bites? ông/bà có thuốc trị sâu bọ cắn không? [awng/bà gó twáwg ji soh bọ gún kawng]

insect repellent thuốc ngừa sâu bọ cắn [twáwg ngœœ-a soh bọ gún] inside ở trong [ừr jong]

inside the hotel ở trong khách sạn [ừr jong káj sạn]

let's sit inside chúng ta hãy ngồi vào trong [jóóng da hãy ngòy vào jong]

insist (demand) yêu cầu [yayoo gòh]

I insist on paying tôi nhất định trả tiền [doy n-yúhd dịng jả di- àyn]

insomnia chứng mất ngủ [jứng múhd ngỏỏ]

instant coffee cà phê pha liền [gà fay fa li-àyn]

instead: **give me that one instead** cho tôi cái kia [jo doy gái gia]

instead of ... thay vì ... [tay vì]

insulin in-su-lin [in-soo-lin]

insurance bảo hiểm [bảo hi- ảym]

intelligent thông minh [tawng ming]

interested: **I'm interested in ...** tôi thích ... [doy tịj]

would you be interested in ...? ông/bà có muốn ... không? [awng/bà gó mwáwn ... kawng]

interesting thú vị [tóó vị]

that's very interesting cái đó thật là thú vị [gái dó tụhd là tóó vị]

international quốc tế [gwáwg dáy]

interpret thông dịch [tawng yịj], phiên dịch [fi-ayn yịj]

interpreter thông dịch viên [tawng yịj vi-ayn]

interval (at theatre) nghỉ xả hơi [ngỉ sả huh-i], nghỉ giải lao [ngỉ yải lao]

into: **I'm not into ...** tôi không thích ... [doy kawng tịj]

introduce giới thiệu [yúh-i ti- ạyoo]

may I introduce ...? tôi xin giới thiệu ... [doy sin yúh-i ti- ạyoo]

invitation (verbal) lời mời [lùh-i mùh-i]

(written) giấy mời [yáy-i mùh-i]

(card) thiệp mời [ti-ạyp mùh-i]

invite mời [mùh-i]

Ireland nước Ái Nhĩ Lan [nɔɔ- úrg ái n-yĩ lan]

Irish người Ái Nhĩ Lan [ngoo- ùh-i ái n-yĩ lan]

I'm Irish tôi là người Ái Nhĩ Lan [doy là ngoo-ùh-i ái n-yĩ lan]

iron (for ironing) bàn ủi [bàn ỏỏ-i]

can you iron these for me? ông/bà có thể ủi những thứ này cho tôi không? [awng/bà gó tảy ỏỏi n-yõong tɔɔ này jo doy kawng]

is*

island đảo [dảo]

it* (child, animal, object) nó

it's English/Vietnamese đồ Anh/Việt [dàw ang/vi-ạyd]

it's raining trời đang mưa [juh-ì dang moo-a]

it's expensive cái đó đắt [gái dó dúd]

where is it? ở đâu vậy? [ừr doh vạy-i]

Italian (adj) Ý [í]
  (language) tiếng Ý [di-áyng í]
Italy nước Ý [nɔɔ-úrg í]
itch: it itches nó ngứa [nó ngɔɔ-a]

J

jack (for car) cái kích xe [gái gíj seh]
jacket áo vét [áo véd]
jam (preserve) mứt [mɔɔd]
jammed: it's jammed bị mắc kẹt [bị múg gẹd]
January tháng Giêng [táng yayng]
Japan nước Nhật [nɔɔ-úrg n-yuhd]
Japanese (adj) Nhật [n-yuhd]
jar (noun) cái lọ [gái lọ]
jaw hàm
jazz 'jazz'
jealous ghen [gen]
jeans quần 'jeans' [gwùhn yin], quần bò [gwùhn bò]
jellyfish con sứa [gon sɔɔ-a]
jersey áo săng-đay [áo sung-day]
jetty cầu tàu [gòh dà-oo]
jeweller's tiệm vàng [di-ạym vàng]
jewellery đồ nữ trang [dàw nɔɔ jang]
Jewish Do Thái [yo tái]
job việc làm [vi-ạyg làm]
jogging thể dục chạy bộ [tảy yoọg jay bạw]
  to go jogging đi chạy bộ [di jay bạw]

joke chuyện đùa [jwee-ạyn dòo-a]
journey cuộc hành trình [gwạwg hàng jing]
  have a good journey! thượng lộ bình an! [tɔɔ-ụrng lạw bing an]
jug cái bình [gái bìng]
  a jug of water một bình nước [mạwd bìng nɔɔ-úrg]
juice nước trái cây [nɔɔ-úrg jái gay-i]
July tháng Bảy [táng bảy]
jump (verb) nhảy [n-yảy]
jumper áo ấm [áo úhm], áo lạnh [áo lạng]
jump leads dây xạc điện [yay-i sạg di-ạyn]
junction ngã tư [ngã dɔɔ]
June tháng Sáu [táng sá-oo]
jungle rừng rậm [rɔɔng rụhm]
junk (boat) ghe buồm [geh bwàwm]
just (only) chỉ [jỉ]
  just for me chỉ cho một mình tôi [jỉ jo mạwd mìng doy]
  just here ngay đây [ngay day-i], ngay chỗ này [ngay jãw này]
  not just now không phải ngay bây giờ [kawng fải ngay bay-i yùr]
  we've just arrived chúng tôi vừa đến nơi [jóóng doy vɔɔ-a dáyn nuh-i]

K

keep (verb) giữ [yɔɔ]
  keep the change khỏi thối

tiền [kởi tóy di-àyn]

can I keep it? tôi giữ lại có được không? [doy yở lại gó dœ-ưrg kawng]

please keep it xin cứ giữ lại [sin gở yở lại]

ketchup nước sốt cà [nœ-úrg sáwd gà]

kettle ấm đun nước [úhm doon nœ-úrg]

key chìa khóa [jia kwá]

the key for room 201, please làm ơn cho chìa khóa phòng hai không một [làm urn jo jia kwá fòng hai kawng mạwd]

keyring vòng xâu chìa khóa [vòng soh jia kwá]

kidneys thận [tụhn]

kill (verb) giết [yáyd]

kilo* kí [gí]

kilometre* cây số [gay-i sáw], kí-lô-mét [gí-law-méd]

how many kilometres is it to ...? bao nhiêu cây số thì đến ...? [bao ni-yoh gay-i sáw tì dáyn]

kind (generous) tử tế [dờ dáy]

that's very kind ông/bà tử tế quá [awng/bà dờ dáy gwá]

dialogue

which kind do you want? ông/bà muốn loại nào? [awng/bà mwáwn lwại nào]

I want this kind tôi muốn loại này [doy mwáwn lwại này]

I want that kind tôi muốn

loại kia [doy mwáwn lwại gia]

king vua [vwaw]

kiosk kê-ốt [gay-áwd]

kiss (noun) nụ hôn [nọọ hawn] (verb) hôn [hawn]

kissing
The Vietnamese do not kiss in public; kissing is regarded as highly intimate and in public you are only likely to see people kissing small children. Couples would be advised to bear this in mind and exercise restraint, especially when travelling outside urban areas.

see hands: holding hands

kitchen nhà bếp [n-yà báyp]

Kleenex® khăn giấy [kun yáy-i]

knee đầu gối [dòh góy]

knickers quần lót nữ [gwùhn lód nœ]

knife con dao [gon yao]

knock (verb) gõ

knock down đụng ngã [dọọng ngã]

he's been knocked down ông ấy bị đụng ngã [awng áy-i bị dọọng ngã]

knock over (object) đánh đổ [dáng dảw] (pedestrian) đụng té [dọọng déh]

know biết [bi-áyd]

I don't know tôi không biết [doy kawng bi-áyd]

I didn't know that việc đó tôi không biết [vi-ạyg dó doy kawng bi-áyd]

do you know where I can find ...? ông/bà có biết ở đâu có ... không? [awng/bà gó bi-áyd ử doh gó ... kawng]

kumquat quả quất [gwả gwúhd]

L

label nhãn hiệu [n-yãn hi-ayoo]

ladies' room, ladies' toilets nhà vệ sinh nữ [n-yà vạy sing nỗ]

ladies' wear quần áo nữ [gwùhn áo nỗ]

lady (younger woman) cô [gaw]
(older woman) bà

lager la-de [la-yeh]
see **beer**

lake hồ [hàwe]

lamb (meat) thịt cừu [tịd gờ-oo]

lamp đèn

lane (small road) hẻm

language ngôn ngữ [ngawn ngỗ]

the English/Vietnamese language tiếng Anh/Việt [di-áyng ang/vi-ạyd]

language course khóa dạy ngôn ngữ [kwá yạy ngawn ngỗ]

lantern đèn lồng [dèn làwng]

Laos nước Lào [nỗ-úrg lào]

large to [do], lớn [lúrn]

last cuối [gwóy], cuối cùng [gwóy gòong]

last week tuần vừa qua [dwàwn vỗ-a gwa]

last Friday thứ Sáu vừa qua

[tớ sá-oo vỗ-a gwa]

last night đêm qua [daym gwa]

what time is the last train to Hai Phong? chuyến xe lửa cuối cùng đi Hải Phòng thì là mấy giờ? [jwee-áyn seh lỗ-a gwóy gòong di hải fòng tì là máy-i yừr]

late muộn (N) [mwạwn], trễ (S) [jãy]

sorry, I'm late xin lỗi, tôi đến muộn [sin lãwi doy dáyn mwạwn]

the train was late xe lửa đã đến muộn [seh lỗ-a dã dáyn mwạwn]

we must go – we'll be late phải đi thôi – bằng không sẽ muộn [fải di toy – bùng kawng sẽh mwạwn]

it's getting late trời sắp tối rồi [jùh-i súp dúh-i ròy]

later lát nữa [lád nỗ-a]

I'll come back later lát nữa tôi sẽ quay lại [lád nỗ-a doy sẽh gway lại]

see you later lát nữa sẽ gặp [lád nỗ-a sẽh gụp]

later on lát nữa [lád nỗ-a]

latest muộn nhất (N) [mwạwn n-yúhd], trễ nhất (S) [jãy n-yúhd]

by Wednesday at the latest trễ nhất là thứ Tư [jãy n-yúhd là tớ dơ]

laugh (verb) cười [goo-ùh-i]

laundry (clothes) quần áo dơ [gwùhn áo yur]
(place) tiệm giặt quần áo [di-aym yụd gwùhn áo]

lavatory nhà vệ sinh [n-yà vạy

sing], cầu tiêu [gòh di-yoh]

law luật [lwạwd]

lawn sân cỏ [suhn gỏ]

lawyer luật sư [lwạwd sơ]

laxative thuốc nhuận tràng [twáwg n-ywạwn jàng]

lazy lười [loo-ùh-i]

lead (electrical) dây điện [yay-i di-ạyn]
(verb) dẫn [yũhn]
where does this lead to? cái này dẫn đến đâu? [gái này yũhn dáyn doh]

leaf lá

leaflet giấy thông tin [yáy-i tawng din]

leak (noun) sự rỉ [sơ rỉ]
(verb) rỉ
the roof leaks mái bị dột [mái bị yạwd]

learn học [họg]

least: not in the least hoàn toàn không [hwàn dwàn kawng]
at least ít nhất [íd n-yúhd]

leather da [ya]

leave (depart) rời khỏi [rùh-i kỏi]
(leave behind) để lại [dẩy lại]
I will leave tomorrow tôi sẽ lên đường vào ngày mai [doy sẽh layn đơơ-ừng vào ngày mai]
may I leave this here? tôi để lại cái này ở đây được không? [doy dẩy lại gái này ừ day-i đơơ-ựng kawng]
I left my coat in the bar tôi đã bỏ quên cái áo khoác ở quán bar [doy dã bỏ gwayn gái áo kwág ừ gwán bar]
when does the bus for Hoi An

leave? khi nào xe Hội An chạy? [ki nào seh họy an jạy]

leeks tỏi tây [dỏi day-i]

left bên trái [bayn jái]
on/to the left ở bên trái [ừr bayn jái]
turn left quẹo trái [gwẹh-ao jái]
there's none left không còn nữa [kawng gòn nỗ-a]

left-handed thuận tay trái [twạwn day jái]

left luggage (office) chỗ gửi hành lý [jãw gỗ-i hàng lí]

leg chân [juhn]

lemon quả chanh [gwả jang]

lemonade nước chanh chai [nỗơ-úrg jang jai]

lend cho mượn [jo mơơ-ựrn]
will you lend me your ...? ông/bà cho tôi mượn ... của ông/bà có được không? [awng/bà jo doy mơơ-ựrn ... gỏỏ-a awng/bà gó đơơ-ựrg kawng]

lens (of camera) ống kính [áwng gíng]

lesbian lại đực [lại dợg]

less ít đi [íd di], kém hơn [gém hurn]
less than ít hơn [íd hurn]
less expensive kém đắt hơn [gém dúd hurn]

lesson bài học [bài họg]

let (allow) cho phép [jo fép]
will you let me know? ông/bà sẽ cho tôi biết chứ? [awng/bà sẽh jo doy bi-áyd jở
I'll let you know tôi sẽ cho ông/bà biết [doy sẽh jo awng/bà bi-áyd]

let's go for something to eat
chúng ta hãy đi tìm cái gì ăn
[jóóng da hãy đi dìm gái yì un]

let off cho xuống [jo swáwng]

will you let me off at ...?
ông/bà làm ơn cho tôi xuống
chỗ ... [awng/bà làm urn jo doy
swáwng jãw]

letter (personal) lá thư [lá tꝏ]
(junk mail, bills etc) thư từ [tꝏ
dờ]

**do you have any letters for
me?** ông/bà có thư từ gì cho
tôi không? [awng/bà gó tꝏ dờ yì
jo doy kawng]

letterbox hộp thư [hạwp tꝏ],
thùng thư [tòòng tꝏ]

 There are no letterboxes
to be found in the streets.
The more expensive
hotels have mail and fax services,
but in general you would need to
find a post office to mail a letter. For
incoming mail, you can hire a P.O.
box number or use your hotel
address.

lettuce xà-lách [sà-láj], rau
diếp [ra-oo yáyp]

lever (noun) xà-beng [sà-beng]

library thư viện [tꝏ vi-ạyn]

licence giấy phép [yáy-i fép]

lid cái nắp [gái núp]

lie (verb: tell untruth) nói dối [nóy
yóy]

lie down nằm xuống [nùm
swáwng]

lifebelt phao cứu đắm [fao gér-

oo dúm]

lifeguard tuần biển [dwàwn bi-
ảyn]

life jacket áo phao [áo fao]

lift (in building) thang máy [tang
máy]

could you give me a lift?
ông/bà cho tôi quá giang
được không? [awng/bà jo doy
gwá yang đꝏ-ựrg kawng]

would you like a lift? ông/bà
có muốn quá giang không?
[awng/bà gó mwáwn gwá yang
kawng]

light (lamp) đèn [đèn]
(not heavy) không nặng [kawng
nụng]

light blue xanh nhạt [sang
n-yạd]

do you have a light? (for
cigarette) ông/bà có lửa
không? [awng/bà gó lử-a kawng]

light bulb bóng đèn [bóng đèn]

I need a new light bulb tôi
cần cái bóng đèn mới [doy
gùhn gái bóng đèn múh-i]

lighter (cigarette) quẹt lửa [gwẹd
lử-a]

lightning sấm chớp [súhm júrp]

like (verb) thích [tíj]

I like it tôi thích [doy tíj]

I like going for walks tôi thích
đi thả bộ [doy tíj di tả bạw]

I like you tôi mến ông/bà lắm
[doy máyn awng/bà lúm]

I don't like it tôi không thích
[doy kawng tíj]

do you like ...? ông/bà có
thích ... không? [awng/bà gó

tij ... kawng]

I'd like a beer cho tôi xin một
lon bia [jo doy sin mạwd lon bia]

I'd like to go swimming tôi
muốn đi bơi [doy mwáwn di
buh-i]

would you like a drink?
ông/bà uống gì không?
[awng/bà wáwng yì kawng]

**would you like to go for a
walk?** ông/bà có muốn đi thả
bộ không? [awng/bà gó mwáwn
di tả bạw kawng]

what's it like? như thế nào
vậy? [n-yơơ táy nào vạy-i]

I want one like this tôi muốn
một cái như cái này vậy [doy
mwáwn mạwd gái n-yơơ gái này vạy-
i]

lime quả chanh [gwả jang]

line (on paper) giòng [yòng]
(phone) đường dây [đơơ-ùrng
yay-i]

**could you give me an outside
line?** cho tôi xin đường dây
gọi ra ngoài [jo doy sin đơơ-ùrng
yay-i gọi ra ngwài]

lips môi [moy]

lip salve kem bôi môi [gem boy
moy]

lipstick son môi [son moy]

liqueur rượu mùi [rơơ-ựroo mòò-
i]

listen nghe [ngeh]

litre* lít [líd]

a litre of white wine một lít
rượu vang trắng [mạwd líd rơơ-
ựroo vang júng]

little chút [jóód], tí (S) [dí]

just a little, thanks chỉ một tí
thôi cám ơn [jỉ mạwd dí toy gám
urn]

a little milk một tí sữa [mạwd
dí sơơ-a]

a little bit more thêm một tí
nữa [taym mạwd dí nơơ-a]

live (verb) ở [ửr]

we live together chúng tôi ở
chung [jóóng doy ửr joong]

dialogue

where do you live? ông/bà
ở đâu? [awng/bà ửr doh]
I live in London tôi ở Luân
Đôn [doy ửr lwawn dawn]

lively (person) hoạt bát [hwạd
bád], vui nhộn [voo-i n-yạwn]
(town) vui nhộn [voo-i n-yạwn]

liver gan

loaf ổ [ẩw]

lobby (in hotel) phòng tiếp tân
[fòng di-áyp duhn]

lobster tôm hùm [dawm hòòm]

local địa phương [dịa fơơ-urng]

**can you recommend a local
speciality?** ông/bà có thể đề
nghị một món ăn thuần túy
địa phương không? [awng/bà
gó tẩy dày ngị mạwd món un twààn
dóó-i dịa fơơ-urng kawng]

lock (noun) ổ khóa [ẩw kwá]
(verb) khóa [kwá]

it's locked khóa rồi [kwá ròy]

lock in khóa ở trong [kwá ửr
jong]

lock out khóa ở ngoài [kwá ửr

ngwài]

I've locked myself out tôi tự khóa mình ngoài cửa [doy dọo kwá mìng ngwài gửa-a]

locker (for luggage etc) tủ khóa [dỏo kwá]

lollipop kẹo tăm [gẹh-ao dum]

London Luân Đôn [lwawn dawn]

long dài [yài]

how long will it take to fix it? phải sửa bao lâu mới được? [fải sửo-a bao loh múh-i dơo-ựrg]

how long does it take? phải tốn bao lâu? [fải dáwn bao loh]

a long time lâu lắm [loh lúm]

one day/two days longer thêm một ngày/hai ngày [taym mạwd ngày/hai ngày]

long-distance call cú điện thoại đường dài [góo di-ạyn twại dơo-ùrng yài]

look: I'm just looking, thanks tôi chỉ nhìn thôi cám ơn [doy jỉ n-yìn toy gám urn]

can I have a look? xem có được không? [sem gó dơo-ựrg kawng]

look after săn sóc [sun sóg]

look at nhìn [n-yìn], xem [sem]

look for tìm [dìm]

I'm looking for ... tôi đang tìm ... [doy dang dìm]

look forward to háo hức [háo hứog], mong đợi [mong dụh-i]

I'm looking forward to it tôi rất háo hức [doy rúhd háo hứog]

loose (handle etc) lỏng

lorry xe vận tải [seh vụhn dải]

lose lạc [lạg], mất [múhd]

I've lost my way tôi đi lạc đường [doy di lạg dơo-ùrng]

I'm lost, I want to get to ... tôi bị lạc tô muốn đi ... [doy bị lạg daw mwáwn di]

I've lost my bag tôi bị mất túi [doy bị múhd dóo-i]

lost property (office) trạm giữ của cải thất lạc [jạm yửo gỏo-a gải túhd lạg]

lot: a lot, lots nhiều [n-yàyoo]

not a lot không nhiều lắm [kawng n-yàyoo lúm]

a lot of people nhiều người [n-yàyoo ngoo-ùh-i]

a lot bigger to hơn nhiều [do hurn n-yàyoo]

I like it a lot tôi thích lắm [doy tíj lúm]

lotion (for skin) nước kem thoa [nơo-úrg gem twa]

loud to (tiếng) [do (di-áyng)]

lounge (in house, hotel) phòng khách [fòng káj]

(in airport) phòng đợi [fòng dụh-i]

love (verb: person, place) yêu [yayoo]

(object, food) rất thích [rúhd tíj]

I love Vietnam tôi yêu Việt Nam [doy yayoo vi-ayd nam]

lovely đẹp [dẹp]

(meal, drinks) ngon

(person) dễ thương [yãy tơo-urng]

low thấp [túhp]

luck sự may mắn [sọo may mún]

good luck! chúc may mắn!

[jóóg may mún]

luggage hành lý [hàng lí]

luggage trolley xe đẩy hành lý [seh dảy-i hàng lí]

lump (on body) cái bướu [gái bœ-úroo]

lunch bữa trưa [bõõ-a joo-a]

lungs phổi [fỏy]

luxurious (hotel, furnishings) sang trọng [sang jọng]

luxury sự xa hoa [sọ sa hwa]

luxury goods xa xỉ phẩm [sa sỉ fủhm]

M

machine máy

mad (insane) điên [di-ayn]

(angry) giận điên lên [yụhn di-ayn layn]

magazine tạp chí [dạp jí]

maid (in hotel) cô phục vụ phòng [gaw fọọg vọọ fòng]

maiden name họ riêng [họ ri-ayng]

see name

mail (noun) thư từ [tœ dœ̀]

(verb) gửi thư [gœ̉-i tœ]

is there any mail for me? có thư từ gì cho tôi không? [gó tœ dœ̀ yì jo doy kawng]

main chính [jíng]

main course món chính [món jíng]

main post office bưu điện chính [ber-oo di-ạyn jíng]

main road (in town) đường chính [dœ-ừng jíng]

(in country) đường cái [dœ-ừng gái]

mains switch công-tắc chính [gawng-dúg jíng]

make (brand name) nhãn hiệu [n-yãn hi-ạyoo]

(verb) làm

I make it 5,000 dong tôi tính năm ngàn đồng [doy díng num ngàn dàwng]

what is it made of? làm bằng gì? [làm bùng yì]

make-up son phấn [son fúhn]

man đàn ông [dàn awng]

manager giám đốc [yám dáwg]

can I see the manager? tôi có thể gặp ông giám đốc không? [doy gó tảy gụp awng yám dáwg kawng]

manageress bà giám đốc [bà yám dáwg]

manual (car) xe không tự động [seh kawng dọ dạwng]

many nhiều [n-yàyoo]

not many không nhiều [kawng n-yàyoo]

map bản đồ [bản dàw]

March tháng Ba [táng ba]

market (noun) chợ [jụr]

marmalade mứt [mớg]

married: I'm married (said by man/woman) tôi có vợ/chồng rồi [doy gó vụr/jàwng ròy]

are you married? (to man) anh có vợ chưa? [ang gó vụr joo-a] (to woman) chị có chồng chưa? [ji gó jàwng joo-a]

mascara thuốc bôi mí mắt [twáwg boy mí múd]

match (football etc) trận đấu [juhn dóh]

matches quẹt (S) [gwẹd], diêm (N) [yi-aym]

material (fabric) vải

matter: it doesn't matter không việc gì [kawng vi-ạyg yì]

what's the matter? việc gì vậy? [vi-ạyg yì vạy-i]

mattress nệm [nạym]

May tháng Năm [táng num]

may: may I have another one? làm ơn cho thêm một cái [làm urn jo taym mạwd gái]

may I come in? tôi vào được không? [doy vào dœ-ựrg kawng]

may I see it? tôi xem được không? [doy sem dœ-ựrg kawng]

may I sit here? tôi ngồi đây được không? [doy ngòy day-i dœ-ựrg kawng]

maybe có thể [gó tảy]

mayonnaise xốt mayone [sáwd mayoneh]

me* tôi [doy], tui (S) [doo-i]

me too tôi cũng vậy [doy gõõng vạy-i]

meal bữa ăn [bõõ-a un]

dialogue

did you enjoy your meal? ông/bà ăn có ngon miệng không? [awng/bà un gó ngon mi-ạyng kawng]

it was excellent, thank you ngon tuyệt, cám ơn [ngon dwee-ạyd gám urn]

mean: what do you mean? ý ông/bà muốn nói gì? [í awng/bà mwáwn nóy yì]

dialogue

what does this word mean? từ này nghĩa là gì? [dờ này ngĩa là yì]

it means ... in English trong tiếng Anh, nó có nghĩa là ... [jong di-áyng ang nó gó ngĩa là]

measles sởi [sủh-i]

meat thịt [tịd]

mechanic thợ máy [tụr máy]

medicine thuốc [twáwg]

medium (adj: size) vừa [vờ-a]

medium-dry chất vừa phải [jád vờ-a fải]

medium-rare vừa chín [vờ-a jín]

medium-sized cỡ vừa [gữr vờ-a]

meet gặp [gụp]

nice to meet you vui lòng gặp ông/bà [vwee lòng gụp awng/bà]

where shall I meet you? tôi sẽ gặp ông/bà ở đâu? [doy sẽh gụp awng/bà ừr doh]

meeting cuộc mít-tinh [gwạwg míd-ding]

meeting place chỗ gặp mặt [jãw gụp mụd]

melon dưa [yoo-a]

men đàn ông [dàn awng]

mend sửa [sõõ-a]

could you mend this for me?
ông/bà có thể sửa giùm tôi cái này không? [awng/bà gó tảy sửa yòòm doy gái này kawng]

men's room nhà vệ sinh đàn ông [n-yà vạy sing dàn awng]

menswear quần áo đàn ông [gwùhn áo dàn awng]

mention (verb) nhắc [n-yúg]

don't mention it không có chi [kawng gó ji]

menu thực đơn [tụg durn]

may I see the menu, please? làm ơn cho xem thực đơn [làm urn jo sem tụg durn]

see menu reader page 226

message lời nhắn [lùh-i n-yún]

are there any messages for me? có ai nhắn gì tôi không? [gó ai n-yún yì doy kawng]

I want to leave a message for ... tôi muốn nhắn ông/bà ... [doy mwáwn n-yún awng/bà]

metal (noun) kim loại [gim lwại]

metre* mét [méd]

microwave (oven) lò vi ba

midday buổi trưa [bwởy joo-a]

at midday vào buổi trưa [vào bwởy joo-a]

middle: in the middle ở giữa [ủr yử-a]

in the middle of the night lúc nửa đêm [lóóg nử-a daym]

the middle one cái ở giữa [gái ủr yử-a]

midnight nửa đêm [nử-a daym]

at midnight lúc nửa đêm [lóóg nử-a daym]

might: I might ... tôi có thể ... [doy gó tảy]

I might not ... tôi có thể không ... [doy gó tảy kawng]

I might want to stay another day tôi có thể ở lại thêm một ngày [doy gó tảy ửr lại taym mạwd ngày]

migraine chứng đau nửa đầu [jửng da-oo nử-a dòh]

mild (taste) dịu [yệw]
(weather) ôn hòa [awn hwà]

mile* dặm [yụm]

milk sữa [sửa]

milkshake sữa khuấy [sửa kwúy]

millimetre* mi-li-mét [mi-li-méd]

minced meat thịt băm nhỏ [tịd bum n-yỏ]

mind: never mind không sao [kawng sao]

I've changed my mind tôi đã thay đổi ý kiến [doy dã tay dỏy í gi-áyn]

dialogue

do you mind if I open the window? tôi mở cửa sổ có làm phiền ông/bà không? [doy mửr gửa sảw gó làm fi-àyn awng/bà kawng]

no, I don't mind không, không phiền gì cả [kawng kawng fi-àyn yì gả]

mine*: it's mine đó là của tôi [dó là gỏả-a doy]

mineral water nước khoáng [nɔɔ-úrg kwáng]

mints kẹo bạc hà [gẹh-ao bạg hà]

minute phút [fóód]

in a minute tí nữa [dí nɔɔ-a]

just a minute đợi tí [dụh-i dí]

mirror gương [gɔɔ-urng]

Miss (informal: to youngish woman or one of similar age to you) Chị [ji]

(formal: usually said by man to young woman) Cô [gaw]

miss: I missed the bus tôi đã lỡ chuyến xe (buýt) [doy dã lũr jwee-áyn seh (bweéd)]

missing thiếu mất [ti-áyoo múhd]

one of my ... is missing một trong những ... của tôi bị thiếu mất [mạwd jong n-yõõng ... gôô-a doy bị ti-áyoo múhd]

there's a suitcase missing thiếu mất một cái va-li [ti-áyoo múhd mạwd gái va-li]

mist sương mù [sɔɔ-urng mòò]

mistake (noun) sự sai lầm [sợợ sai lùhm]

I think there's a mistake tôi nghĩ có sự sai lầm [doy ngĩ gó sợợ sai lùhm]

sorry, I've made a mistake xin lỗi, tôi hiểu lầm [sin lõy doy hi-ẩy-oo lùhm]

misunderstanding sự hiểu lầm [sợợ hi-ẩyoo lùhm]

mix-up: sorry, there's been a mix-up xin lỗi, có sự nhầm lẫn [sin lõy gó sợợ n-yùhm lũhn]

mobile phone điện thoại cầm tay [di-ạyn twại gùhm day]

modern hiện đại [hi-ạyn dại]

modern art gallery phòng triển lãm nghệ thuật hiện đại [fòng ji-ảyn lãm ngạy twạwd hi-ạyn dại]

moisturizer kem dùng cho da đỡ khô [gem yòòng jo ya dữr kaw]

moment: I won't be a moment chỉ chốc lát thôi [jỉ jáwg lád toy]

monastery tu viện [doo vi-ạyn]

Monday thứ Hai [tớớ hai]

money tiền [di-àyn]

month tháng [táng]

monument (war) đài kỷ niệm [dài gỉ ni-ạym]

(historical) di tích [yi díj]

moon trăng [jung]

moped xe gắn máy [seh gún máy]

more: can I have some more water, please? xin ông/bà cho thêm tí nước [sin awng/bà jo taym dí nɔɔ-úrg]

more expensive/interesting đắt hơn/thú vị hơn [dúd hurn/tóó vị hurn]

more than 50 hơn năm chục [hurn num jọọg]

more than that nhiều hơn thế nữa [n-yàyoo hurn táy nɔɔ-a]

a lot more thêm nhiều hơn nữa [taym tụhd n-yàyoo hurn nɔɔ-a]

dialogue

would you like some more? ông/bà còn thêm

nữa không? [awng/bà gòn taym nõõ-a kawng]

no, no more for me, thanks thôi, không thêm nữa, cám ơn [toy kawng taym nõõ-a gám urn]

how about you? còn ông/bà thế nào? [gòn awng/bà tấy nào]

I don't want any more, thanks không thêm nữa, cám ơn [kawng taym nõõ-a gám urn]

morning buổi sáng [bwỏy sáng]

this morning sáng nay [sáng nay]

in the morning vào buổi sáng [vào bwỏy sáng]

mosquito muỗi [mwõy]

Malaria is a risk everywhere and from dusk onwards you should use mosquito repellent and wear clothes that leave as little flesh exposed as possible. Always use a mosquito net at night, particularly in the rainy season; nets are provided even in the cheapest hotels. The first signs of malaria are remarkably similar to flu; if you suspect anything, go to a hospital or clinic immediately.

mosquito net cái màn [gái màn]
mosquito repellent thuốc ngừa muỗi [twáwg ngõõ-a mwõy]

most: I like this one most of all tôi thích cái này nhất [doy tìjgái này n-yúhd]

most of the time thường [tõõ-ừrng]

most tourists đa số khách du lịch [da sáw káj yoo lịj]

mostly hầu hết [hòh háyd]

mother mẹ [mẹh]
  (informal) bà già [bà yà]

mother-in-law (husband's mother) mẹ chồng [mẹh jàwng]
  (wife's mother) mẹ vợ [mẹh vụr]

motorbike xe hon đa (S) [seh hon da], xe mô tô (N) [seh maw daw]

motorboat xuồng máy [swàwng máy]

motorway
There is no motorway but a main road called Quốc lộ runs from the North to the South (and back) along the coast and links major cities. During the rainy season it can be in a very bad state of repair.

mountain núi [nóó-i]

in the mountains ở trên núi [ửr jayn nóó-i]

mountaineering leo núi [leh-ao nóó-i]

mouse chuột [jwạwd]

moustache ria

mouth miệng [mi-ạyng]

mouth ulcer loét miệng [lwéd mi-ạyng]

move: he's moved to another room ông ấy đã dời sang

phòng khác [awng áy-i dã yùh-i sang fòng kág]

could you move your car? xin ông/bà dời xe đi chỗ khác được không? [sin awng/bà yùh-i seh di jãw kág dɔ-ựrg kawng]

could you move up a little? xin ông/bà ngồi xê ra một tí được không? [sin awng/bà ngòy say ra mạwd dí dɔ-ựrg kawng]

where has it moved to? dọn đi đâu rồi? [yọn di doh ròy]

where has it been moved to? bị dời đi đâu rồi? [bị yùh-i di doh ròy]

movie phim [fim]

movie theater xi-nê [si-nay], rạp chiếu bóng [rạp ji-áyoo bóng]

Mr (formal: to older or more senior man) Ông [äng]
(less formal: to youngish man) Anh [ang]

Mrs/Ms (formal: to older or more senior woman) Bà
(less formal: to youngish woman) Chị [ji]
(formal: usually said by man to young woman) Cô [gaw]

much nhiều [n-yàyoo]

much better/worse khá hơn nhiều/xấu hơn nhiều [ká hurn n-yàyoo/sóh hurn n-yàyoo]

much hotter nóng hơn nhiều [nóng hurn n-yàyoo]

not much không nhiều [kawng n-yàyoo]

not very much không nhiều lắm [kawng n-yàyoo lúm]

I don't want very much tôi không muốn nhiều lắm [doy kawng mwáwn n-yàyoo lúm]

mud bùn [bòon]

mug (for drinking) cái ca [gái ga]

I've been mugged tôi bị trấn lột [doy bị júhn lạwd]

mum má

mumps bệnh quai bị [bạyng gwai bị]

museum viện bảo tàng [vi-ạyn bảo dàng]

Most museums are open from 8 a.m. to 5 p.m. every day. Some remain open until 8 p.m. Some shut on a particular weekday.

mushrooms nấm [núhm]

music âm nhạc [uhm n-yạg]

musician nhạc sĩ [n-yạg sĩ]

Muslim (adj) Hồi giáo [hòy yáo]

mussels trai [jai]

must*: I must ... tôi phải ... [doy fải]

I mustn't drink alcohol tôi không được uống rượu [doy kawng dɔ-ựrg nayn wáwng rɔ-ựroo]

mustard tương mù tạt [dɔ-urng mòò dạd]

my* của tôi [gỏô-a doy], của tui (S) [gỏô-a doo-i]

myself: I'll do it myself tự tôi sẽ làm [dɔ doy sẽh làm]

by myself một mình [mạwd ming]

N

nail (finger) móng
  (metal) cái đinh [gái ding]
nailbrush bàn chải móng tay
  [bàn jải móng day]
nail varnish thuốc đánh móng
  tay [twáwg dáng móng day]
name tên [dayn]
  my name's John tên tôi là
  John [dayn doy là John]
  what's your name? ông/bà
  tên gì? [awng/bà dayn yì]
  **what is the name of this
  street?** đường này là đường
  gì? [dɔɔ-ùrng này là dɔɔ-ùrng yì]

Vietnamese names
comprise three elements:
first is the surname or
family name (Nguyen, Tran, Le and
Pham are among the most
common), last the given name, and,
dividing these, the qualifying name,
which normally reveals a person's
sex, or the branch of the family to
which they belong. People are
usually referred to by their given
names – hence Vo Van Kiet is known
as 'Prime Minister Kiet'; a
Vietnamese named Nguyen Van Chi
would be addressed as **Ông Chi**
(Mr Chi). It is rude to address
someone by their given name alone;
if you know it, add it in after the
appropriate polite form of address;
so you have **Ông Hai** (Mr Hai, to
an older man), **Bà Tư** (Mrs Tư, to

an older woman), **Anh Dng** (Mr
Dũng, less formal, to a youngish
man or man the same age), '**Chị
Mai**' (Mrs/Ms/Miss Mai, less
formal, to a youngish woman or a
woman the same age). Vietnamese
women don't change their name
when they marry.
see you

napkin khăn ăn [kun un]
nappy tả [dả]
narrow (street) hẹp
nasty (person) tàn nhẫn [dàn n-
  yũhn]
  (weather) rất xấu [rúhd sóh]
  (accident) nghiêm trọng [ngi-
  aym jong]
national (nationwide) toàn quốc
  [dwàn gwáwg]
nationality quốc tịch [gwáwg
  dij]
natural tự nhiên [dɔɔ ni-ayn]
nausea sự buồn nôn [sɔɔ bwàwn
  nawn]
navy (blue) màu xanh biển
  [mà-oo sang bi-ảyn]
near gần [gùhn]
  is it near the city centre? có
  gần trung tâm thành phố
  không? [gó gùhn joong duhm tàng
  fáw kawng]
  **do you go near the Cu Tri
  Tunnels?** ông/bà có đi gần
  Đường Hầm Cử Tri không?
  [awng/bà gó di gùhn dɔɔ-ùrng hùhm
  gỏ ji kawng]
  **where is the
  nearest ...?** ... gần nhất ở

đâu? [gùhn n-yúhd ủr doh]

nearby ở gần [ủr gùhn]

nearly gần như [gùhn n-yɯ]

necessary cần thiết [gùhn ti-áyd]

neck cổ [gảw]

necklace (metal) dây chuyền [yay-i jwee-àyn]

(beads) chuỗi hạt [jwõy hạd]

necktie cà vạt [gà vạd]

need: I need ... tôi cần ... [doy gùhn]

do I need to pay? tôi có cần phải trả tiền không? [doy gó gùhn fải jả di-àyn kawng]

needle mũi kim [mõõ-i gim]

negative (film) bản âm [bản uhm]

neither: neither (one) of them không phải cái nào cả [kawng fải gái nào gả]

neither ... nor ... không ... mà cũng không ... [kawng ... mà gõõng kawng ...]

nephew cháu (trai) [já-oo (jai)]

net (in sport) lưới [loo-úh-i]

Netherlands Nước Hòa Lan [noo-úrg hwà lan]

never không bao giờ [kawng bao yùr]

(not as yet) chưa bao giờ [joo-a bao yùr]

dialogue

have you ever been to Hanoi? ông/bà có bao giờ đi Hà Nội chưa? [awng/bà gó bao yùr di hà nọy joo-a]

no, never, I've never been there chưa, chưa bao giờ, tôi chưa đi lần nào [joo-a joo-a bao yùr doy joo-a di lùhn nào]

new mới [múh-i]

news (radio, TV etc) tin tức [din dɯg]

newsagent's tiệm báo [di-ạym báo]

newspaper báo

newspaper kiosk sạp báo

New Year năm mới [num múh-i]

Lunar New Year (Vietnamese) Tết [dáyd], Tết Âm Lịch [dáyd uhm lịj]

Happy New Year! chúc mừng năm mới! [jóóg mɯ̀ng num múh-i]

Around Vietnamese New Year, or **Tết**, the whole country grinds to a halt. Falling between late January and mid-February, Tết marks the start of a new lunar year, and the beginning of spring. The first week of a new year is thought to dictate how well the next fifty-one will go, so to ensure an auspicious start, the Vietnamese tend ancestral graves, pay off old debts, spring-clean and repaint their homes, and decorate them with sprigs of blossom and kumquat trees in the run-up to Tết. If you are invited into a Vietnamese home over Tết, flowers, sweets or candied fruit make an appropriate gift – but avoid being the first guest of the New Year to enter a house unless you are rich and happy. It is customary to give red envelopes filled with new money to children as a New Year's present.

New Year's Eve đêm giao thừa [daym yao tòo-a]

New Zealand nước Tân Tây Lan [nóo-úrg duhn day-i lan]

New Zealander: I'm a New Zealander tôi là người Tân Tây Lan [doy là ngoo-ùh-i duhn day-i lan]

next kế tiếp [gáy di-áyp]
  the next turning on the left đường kế tiếp quẹo trái [dòo-ùrng gáy di-áyp gweh-ao jái]
  the next street on the left đường kế tiếp bên tay trái [dòo-ùrng gáy di-áyp bayn day jái]
  at the next stop ở trạm sắp tới [ùr jam súp dúh-i]
  next week tuần tới [dwàwndúh-i]
  next to bên cạnh [bayn gạng]

nice (food) ngon
  (view etc) đẹp [dẹp]
  (looks) tốt mã [dáwd mã]
  (person) dễ chịu [yãy jẹw]

niece cháu (gái) [já-oo (gái)]

night ban đêm [ban daym]
  at night vào ban đêm [vào ban daym]
  good night chúc ngủ ngon [jóóg ngỏô ngon]

dialogue

do you have a single room for one night? ông/bà có phòng một người cho thuê một đêm không? [awng/bà gó fòng mạwd ngoo-ùh-i jo tweh mạwd daym kawng]

yes, madam vâng/dạ, thưa bà, có [vuhng/yạ too-a bà gó]

how much is it per night? mỗi đêm bao nhiêu? [mỗy daym bao ni-yoh]

it's 100,000 dong for one night một trăm ngàn một đêm [mạwd jum ngàn mạwd daym]

thank you, I'll take it cám ơn, tôi lấy phòng [gám urn doy láy-i fòng]

nightclub hộp đêm [hạwp daym]

nightdress áo ngủ đàn bà [áo ngỏô dàn bà]

night porter người gác đêm [ngoo-ùh-i gág daym]

no không [kawng]
  I've no change tôi không có tiền lẻ [doy kawng gó di-àyn lẻh]
  there's no ... left không còn ... nữa [kawng gòn ... nõô-a]
  no way! không được! [kawng dôo-urg]
  oh no! (upset) ối trời! [óy jùh-i]

nobody không ai [kawng ai]
  there's nobody there không có ai ở đó [kawng gó ai ùr dó]

noise sự ồn ào [sọô àwn ào]

noisy: it's too noisy ồn ào quá

[àwn ào gwá]

non-alcoholic không chất
rượu [kawng júhd rɵ–ɵroo]

none không có [kawng gó]

nonsmoking compartment
ngăn cấm hút thuốc [ngun
gúhm hóód twáwg]

noon buổi trưa [bwỏy joo-a]

at noon vào buổi trưa [vào
bwỏy joo-a]

no-one không ai [kawng ai]

nor: nor do I tôi cũng không
[doy gõõng kawng]

normal bình thường [bìng tɵɵ-
ừrng]

north phía bắc [fía búg]

in the north ở phía bắc [ừr fía
búg]

to the north phía bắc [fía búg]

north of Hanoi phía bắc Hà
Nội [fía búg hà nọy]

the North (North Vietnam) Miền
Bắc [mi-àyn búg]

northeast đông bắc [dawng búg]

northern thuộc phía bắc
[twạwg fía búg]

Northern Ireland Bắc Ái Nhĩ
Lan [búg ái n-yĩ lan]

North Vietnam Việt Bắc [vi-ạyd
búg]

northwest tây bắc [day-i búg]

Norway nước Na uy [nɵɵ-úrg na
wee]

Norwegian (adj) Na uy [na wee]
(language) tiếng Na uy [di-áyng
Na wee]

nose mũi [mõõ-ỉ]

not* không [kawng]

no, I'm not hungry không, tôi

không đói [kawng doy kawng
dóy]

I don't want any, thank you
tôi không cần gì cả, cám ơn
[doy kawng gùhn yì gả gám urn]

it's not necessary không cần
thiết [kawng gùhn ti-áyd]

I didn't know that cái đó tôi
không biết [gái dó doy kawng bi-
ạyd]

not that one – this one không
phải cái đó – cái này [kawng
fải gái dó – gái này]

note (banknote) tiền giấy [di-àyn
yáy-i]

notebook sổ tay [sảw day]

notepaper (for letters) giấy viết
thư [yáy-i vi-áyd tɵɵ]

nothing không có gì [kawng gó
yì]

nothing for me, thanks tôi
không cần gì cả, cám ơn [doy
kawng gùhn yì gả gám urn]

nothing else không còn gì
nữa [kawng gòn yì nɵɵ-a]

novel tiểu thuyết [di-ảyoo twee-
áyd]

November tháng Mười Một
[táng moo-ùh-i mạwd]

now bây giờ [bay-i yùr]

number số [sáw]

I've got the wrong number tôi
lầm số rồi [doy lùhm sáw ròy]

what is your phone number?
số điện thoại của ông/bà là
gì? [sáw di-ạyn twại gỏõ-a
awng/bà là yì]

number plate bảng số xe [bảng
sáw seh]

nurse y tá [i dá]

nut (for bolt) đai ốc [dai áwg]

nuts hạt [hạd], hột (S) [hạwd]

O

occupied (toilet, telephone) đang bận [dang bụhn]

o'clock* giờ [yừr]

October tháng Mười [táng moo-ừh-i]

odd (strange) kỳ quặc [gì gwụg]

off (lights) tắt [dúd]

  it's just off Ba Dinh Square ở ngay bên cạnh quảng trường Ba Đình [ừr ngay bayn gạng gwǎng joo-ừrng ba ding]

  we're off tomorrow mai chúng tôi đi [mai jóóng doy di]

offensive (language, behaviour) khó chịu [kó jẹw]

office (place of work) văn phòng [vun fòng]

officer (said to policeman) ông cảnh sát [awng gảng sád]

often thường (xuyên) [tòo-ừrng (swee-ayn)]

  not often không thường xuyên [kawng tòo-ừrng swee-ayn]

  how often are the buses? cách bao lâu lại có xe (buýt)? [gáj bao loh lại gó seh (bweéd)]

oil (for car, salad) dầu [yòh]

ointment thuốc mỡ [twáwg mữr]

OK 'OK'

  are you OK? ông/bà không việc gì chứ? [awng/bà kawng vi-ạyg yì jớ]

  is that OK with you? ông/bà tán thành chứ? [awng/bà dán tàng jớ]

  is it OK to ...? ... được chứ? [đoo-ụrg jớ]

  that's OK, thanks được rồi, cảm ơn [đoo-ụrg ròy gám urn]

  I'm OK (nothing for me) đủ rồi [đỏ ròy]

  (I feel OK) tôi thấy dễ chịu [doy táy-i yẽy jẹw]

  is this train OK for ...? tàu này đi ... chứ? [dà-oo này di ... jớ]

  I said I'm sorry, OK? tôi đã nói xin lỗi rồi, được chưa? [doy dã nóy sin lỗy ròy đoo-ụrg joo-a]

old (person) già [yà]

  (thing) cũ [gõõ]

dialogue

  how old are you? ông/bà mấy tuổi? [awng/bà máy-i dwỏy]

  I'm 25 tôi hai mươi lăm tuổi [doy hai moo-uh-i lum dwỏy]

  and you? còn ông/bà? [gòn awng/bà]

old-fashioned cũ [gõõ]

  (clothes) không hợp thời trang [kawng hựrp tùh-i trang]

  (person) hủ lậu [hỏở lạ-oo]

old town (old part of town) phố cũ [fáw gõõ]

  in the old town ở phố cũ [ừr fáw gõõ]

omelette trứng tráng [jũrng jáng]

on: on the street/beach ở trên đường phố/bãi biển [ừr jayn dɔɔ-ừrng fáw/bãi bi-ãyn]

is it on this road? có phải ở đường này không? [gó fải ừr dɔɔ-ừrng này kawng]

on the plane ở trong máy bay [ừr jong máy bay]

on Saturday vào thứ bảy [vào tớ bảy]

on TV trên ti vi [jayn di vi]

I haven't got it on me tôi không có mang theo [doy kawng gó mang teh-ao]

this one's on me (drink) ly này để tôi trả [li này dảy doy jả]

the light wasn't on đèn không có bật lên [dèn kawng gó bụhd layn]

what's on tonight? đêm nay có gì vui không? [daym nay gó yì vwee kawng]

once (one time) một lần [mạwd lùhn]

at once (immediately) lập tức [lụhp dớg], ngay [ngay]

one một [mạwd]

the white one cái màu trắng [gái mà-oo júng]

one-way: a one-way ticket to ... một vé một chiều đi ... [mạwd véh mạwd ji-àyoo di]

onion hành tây [hàng day-i]

only chỉ [jỉ]

only one chỉ một cái [jỉ mạwd gái]

it's only six o'clock mới có sáu giờ [múh-i gó sá-oo yừr]

I've only just got here tôi vừa mới đến đây [doy vừ-a múh-i dáyn day-i]

on/off switch công tắc [gawng dúg]

open (adj, verb) mở [mửr]
(verb: of shop) mở cửa [mửr gởö-a]

when do you open? khi nào ông/bà mở cửa? [ki nào awng/bà mửr gởö-a]

I can't get it open tôi mở không được [doy mửr kawng dɔɔ-ựrg]

in the open air ở ngoài trời [ừr ngwài jùh-i]

opening times giờ mở cửa [yừr mửr gởö-a]

open ticket vé để trống [véh dảy jáwng]

operation (medical) ca mổ [ga mảw]

operator (telephone) tổng đài [dảwng dài]
see **phone**

opposite: the bar opposite quán 'bar' đối diện [gwán – dóy yi-ạyn]

opposite my hotel đối diện khách sạn tôi [dóy yi-ạyn káj sạn doy]

the opposite direction ngược chiều [ngɔɔ-ựrg ji-àyoo]

optician chuyên viên nhãn khoa [jwee-ayn vi-ayn n-yãn kwa]

or hay, hoặc [hwèg]

orange (fruit) quả cam [gwả gam]
(colour) màu cam [mà-oo gam]

orange juice (fresh) nước cam

[nɔɔ-úrg gam]

(fizzy) nước cam hơi [nɔɔ-úrg gam huh-i]

(cordial) nước ngọt mùi cam [nɔɔ-úrg ngọd mòò-i gam]

orchestra dàn nhạc [yàn n-yạg]

order: can we order now? (in restaurant) chúng tôi có thể kêu món ăn chưa? [jóóng doy gó tẩy gayoo món un joo-a]

I've already ordered, thanks tôi có kêu rồi, cám ơn [doy gó gayoo ròy gám urn]

I didn't order this tôi không có kêu món này [doy kawng gó gayoo món này]

out of order hỏng

ordinary bình thường [bìng tɔɔ-ừrng]

other khác [kág]

the other one cái khác [gái kág]

the other day hôm kia [hawm gia]

I'm waiting for the others tôi đang đợi những người khác [doy dang dụh-i n-yững ngoo-ùh-i kág]

do you have any others? ông/bà còn những cái nào khác không? [awng/bà gòn n-yững gái nào kág kawng]

otherwise bằng không [bùng kawng]

our/ours* của chúng tôi [gỏỏ-a jóóng doy]

(including listeners) của chúng ta [gỏỏ-a jóóng da]

out: he's out ông ấy đi vắng

[awng áy-i di vúng]

three kilometres out of town cách thị xã ba kí-lô-mét [gáj tị sã ba gí-law-méd]

outdoors ngoài trời [ngwài jùh-i]

outside bên ngoài [bayn ngwài]

can we sit outside? chúng tôi ngồi ngoài được không? [jóóng doy ngòy ngwài dɔɔ-ựrg kawng]

oven lò

over: over here bên này [bayn này]

over there bên kia [bayn gia]

over 500 hơn năm trăm [hurn num jum]

it's over chấm dứt [júhm yứd]

overcharge: you've overcharged me ông/bà tính tôi quá đắt [awng/bà díng doy gwá dúd]

overcoat áo khoác [áo kwág]

overlooking: I'd like a room overlooking the courtyard tôi muốn một phòng nhìn ra sân [doy mwáwn mạwd fòng n-yìn ra suhn]

overnight (travel) qua đêm [gwa daym]

owe: how much do I owe you? tôi nợ ông/bà bao nhiêu? [doy nụr awng/bà bao ni-yoh]

own: my own ... ... của riêng tôi [gỏỏ-a ri-ayng doy]

are you on your own? một mình ông/bà thôi hả? [mạwd mìng awng/bà toy hả]

I'm on my own một mình tôi thôi [mạwd mìng doy toy]

owner chủ nhân [jỏ n-yuhn]

P

pack (verb) gói [góy]

 a pack of ... một gói ... [mạwd góy]

package (parcel) gói đồ [góy dàw]

package holiday chuyến đi trọn gói [jwee-áyn di jọn góy]

packed lunch gói cơm trưa [góy gurm joo-a]

packet: a packet of cigarettes một gói thuốc lá [mạwd góy twáwg lá]

padlock (noun) cái khóa móc [gái kóa móg]

page (of book) trang [jang]

 could you page Mr ...? ông/bà có thể kêu loa cho ông ... không? [awng/bà gó tảy gayoo lwa jo awng ... kawng]

pagoda chùa tháp [jòo-a táp]

pain đau [da-oo]

 I have a pain here tôi thấy đau ở đây [doy táy-i da-oo ử day-i]

painful đau [da-oo]

painkillers thuốc trị đau [twáwg ji da-oo]

paint (noun) sơn [surn]

painting bức họa [bứg hwạ]

pair: a pair of ... một đôi ... [mạwd doy]

Pakistani (adj) 'Pakistani'

palace cung điện [goong di-ạyn]

pale (complexion) tái [dái]

 pale blue xanh nhạt [sang n-yạd]

pan xoong [soong], chảo [jảo] (frying pan) chảo rán [jảo rán] (saucepan) cái xoong [gái soong]

panties quần lót [gwùhn lód]

pants (underwear) quần lót [gwùhn lód] (US: trousers) quần [gwùhn]

pantyhose quần nịt [gwùhn nịd]

paper giấy [yáy-i] (newspaper) báo

 a piece of paper một mảnh giấy [mạwd mảng yáy-i]

paper handkerchiefs khăn giấy [kun yáy-i]

parcel (general) gói hàng [góy hàng] (post) bưu kiện [ber-oo gi-ạyn]

pardon (me)? (didn't understand/hear) xin lỗi, ông/bà nói sao? [sin lõy awng/bà nóy sao]

parents cha mẹ [ja mẹh]

park (noun) công viên [gawng vi-ạyn]

 can I park here? tôi đỗ xe ở đây được không? [doy dãw seh ử day-i dơ-ựrg kawng]

parking lot sân đậu xe [suhn dọh seh]

part (noun) phần [fùhn]

party (group) nhóm [n-yóm] (formal wedding party etc) tiệc [di-ạyg]

(informal gathering) liên hoan [li-ayn hwan]

pass (in mountains) đèo [dèh-ao]

passenger hành khách [hàng káj]

passport hộ chiếu [hạw ji-áyoo]

You need your passport for booking into a hotel; the hotel you are staying in keeps it till you settle your bills on departure.

past*: in the past trước đây [jɔɔ-úrg day-i]

just past the information office chỉ vừa qua khỏi sở thông tin [jỉ vɔɔ-a gwa kỏy sửr tawng din]

path đường mòn [dɔɔ-ùrng mòn]

pavement vỉa hè [vỉa hèh]

on the pavement trên vỉa hè [jayn vỉa hèh]

pay (verb) trả tiền [jả di-àyn]

can I pay, please? xin tính tiền [sin díng di-àyn]

it's already paid for đã trả tiền rồi [dã jả di-àyn ròy]

dialogue

who's paying? ai trả tiền? [ai jả di-àyn]

I'll pay tôi sẽ trả [doy sẽh jả]

no, you paid last time, I'll pay không, ông/bà đã trả lần trước, tôi sẽ trả [kawng awng/bà dã jả lùhn jɔɔ-úrg doy sẽh jả]

payphone see phone

peach quả đào [gwả dào]

peanuts lạc (N) [lạg], đậu phọng (S) [dọh fọng]

pear quả lê [gwả lay]

peas đậu hột [dọh hawd]

peculiar (taste, custom) kỳ quặc [gì gwụg]

peg (for washing) kẹp phơi quần áo [gẹp fuh-i gwùhn áo]

(for tent) cọc căng lều [gọg gung làyoo]

pen bút [bóód]

pencil bút chì [bóód jì]

penfriend bạn thư từ [bạn tɔɔ dờ]

penicillin pênixilin [paynisilin]

penknife dao nhíp [yao n-yíp]

pensioner người về hưu [ngoo-ùh-i vày her-oo]

people người [ngoo-ùh-i]

the other people in the hotel những người khác trong khách sạn [n-yõơng ngoo-ùh-i kág jong káj sạn]

too many people quá nhiều người [gwá n-yàyoo ngoo-ùh-i]

pepper (spice) hạt tiêu [hạd di-yoh]

(vegetable) ớt ngọt [úrd ngọd]

peppermint (sweet) kẹo bạc hà [gẹh-ao bạg hà]

per: per night mỗi đêm [mỗy daym]

how much per day? mỗi ngày bao nhiêu? [mỗy ngày bao ni-yoh]

per cent phần trăm [fùhn jum]

perfect hoàn hảo [hwàn hảo]

perfume nước hoa [nɔɔ-úrg hwa]
perhaps có lẽ [gó lẽh]
 perhaps not có lẽ không [gó lẽh kawng]
period (of time) khoảng thời gian [kwảng tùh-i yan]
 (menstruation) kinh nguyệt [ging ngwee-ayd]
perm uốn [wáwn]
permit (noun) giấy phép [yáy-i fép]
person người [ngoo-ùh-i]
personal stereo máy 'stereo' cá nhân [máy – gá n-yuhn]
petrol xăng [sung]

There is only one type of petrol available and it can be bought either from a petrol station or from a street vendor. Petrol sold by the latter is advertised by the sign **bán xăng** (petrol for sale); it is usually sold in one-litre bottles, but is often of poor quality.

petrol can thùng đựng xăng [tòòng dợng sung]
petrol station trạm xăng [jạm sung]
pharmacy tiệm thuốc tây [di-ạym twáwg day-i]

Pharmacies are identified by a blue cross. They are well stocked with mostly French drugs, and can give advice. In the big cities in the North, pharmacists speak French; in the

South, they might speak English as well as French. If you have to see a doctor, he/she will be able to dispense a prescription on the spot.

phone (noun) điện thoại [di-ạyn twại]
 (verb) gọi điện thoại [gọi di-ạyn twại]

Telecommunications are developing fast in Vietnam. All hotels have phones, some provide them in the rooms. Depending on the hotel, you may be able to dial direct to any destination in the world, or you may have to go through the hotel switch-board. Local calls are free; international calls are quite expensive. There are public phone booths, but more reliable are the phones in shops or in the homes of individuals who act as agents for the telecommunications service. You will see a phone sign, saying in English 'Public Telephone' and in Vietnamese **Điện thoại công cộng**. Phonecards are available, but can only be used in a few phone booths in larger cities. It is ten per cent cheaper to phone on Sundays and public holidays (at any time) and between 11 p.m. and 7 a.m. on other days.

phone book danh bạ điện thoại [yang bạ di-ạyn twại]
phone box điện thoại công

cộng [di-ạyn twại gawng gạwng]

see **phone**

phonecard thẻ điện thoại [tẻh di-ạyn twại]

see **phone**

phone number số điện thoại [sáw di-ạyn twại]

photo tấm ảnh (N) [dúhm ảng], tấm hình (S) [túhm hing]

excuse me, could you take a photo of us? xin ông/bà chụp giùm chúng tôi tấm ảnh được không? [sin awng/bà jọop yòom jóong doy dúhm ảng dơ-ựrg kawng]

is it OK if I take your photo? tôi chụp ảnh ông/bà được không? [doy jọop ảng awng/bà dơ-ựrg kawng]

The Vietnamese people have no cultural aversion to having their photograph taken, but as a matter of courtesy it's best to ask their permission first. Cameras are way over the budget of the average Vietnamese family so taking down an address and sending a print is bound to be appreciated.

phrasebook từ điển cụm từ và thành ngữ [dờ di-ảyn gọọm dờ và tàng ngỡ]

piano đàn 'piano'

pickpocket móc túi [móg dóó-i]

pick up: will you be there to pick me up? ông/bà sẽ có mặt tại đó để đón tôi chứ?

[awng/bà sẽh gó mụd dại dó dảy dón doy jớ]

picnic píc-níc [píg-níg]

picture (painting) bức họa [bớg hwạ]

(photo) tấm ảnh (N) [dúhm ảng], tấm hình (S) [túhm hing]

pie (meat) bánh nướng [báng nơơ-úrng]

(fruit) bánh nướng nhân ngọt [báng nơơ-úrng n-yuhn ngọd]

piece miếng [mi-áyng]

a piece of ... một miếng ... [mạwd mi-áyng]

pill thuốc viên ngừa thai [twáwg vi-ayn ngờ-a tai]

I'm on the pill tôi uống thuốc (viên) ngừa thai [doy wáwng twáwg (vi-ayn) ngờ-a tai]

pillow gối [góy]

pillow case áo gối [áo góy]

pin (noun) mũi ghim [mõõ-i gim]

pineapple quả dứa (N) [gwả yớ-a], quả thơm (S) [gwả turm]

pineapple juice nước dứa [nơơ-úrg yớ-a]

pink màu hồng [mà-oo hàwng]

pipe (for smoking) ống điếu [áwng di-áyoo]

(for water) ống dẫn nước [áwng yũhn nơơ-úrg]

pity: it's a pity rất tiếc [rúht di-áyg]

pizza món pitsa [món pidsa]

place (noun) chỗ [jãw]

is this place taken? chỗ này có ai ngồi chưa? [jãw này gó ai ngòy joo-a]

at your place ở nhà ông/bà

[ửr n-yà awng/bà]

at his place ở nhà ông ấy [ửr n-yà awng ấy-i]

plain (not patterned) trơn [jurn]

plane máy bay, phi cơ [fi gur]

by plane bằng máy bay [bùng máy bay]

plant cây cối [gay-i góy]

plasters thuốc dán [twáwg yán]

plastic chất dẻo [júhd yẻo]

(credit cards) thẻ [tẻh]

plastic bag túi đựng hàng [dóó-i dợng hàng]

plate đĩa [đĩa]

platform thềm (ga) [tàym (ga)]

which platform is it for Cam Ranh? tàu Cam Ranh đi từ thềm (ga) nào? [dà-oo gam rang di dờ tàym (ga) nào]

play (in theatre) vở kịch [vữ gij]

(verb) chơi [juh-i]

playground sân chơi [suhn juh-i]

pleasant dễ chịu [yãy jẹw]

please làm ơn [làm urn], xin [sin]

yes, please vâng, xin ông/bà (N) [vuhng sin awng/bà], dạ, xin ông/bà (S) [yạ sin awng/bà]

could you please ...? ông/bà làm ơn ... được không? [awng/bà làm urn ... dơ-ựrg kawng]

please don't xin đừng [sin dờng]

pleased: pleased to meet you hân hạnh gặp ông/bà [huhn hạng gụp awng/bà]

pleasure: my pleasure sự hân hạnh của tôi [sợ huhn hạng gỏó-a doy]

plenty: plenty of ... nhiều ... [n-yàyoo]

there's plenty of time còn nhiều thì giờ [gòn n-yàyoo ti yừr]

that's plenty, thanks đủ rồi, cảm ơn [dỏỏ ròy gảm urn]

pliers cái kìm (N) [gái gìm], cái kềm (S) [gái gàym]

plug (electrical) phích cắm [fíj gúm]

(in sink) cái nút [gái nóód]

(for car) bu-gi [boo-yi]

plumber thợ ống cống [tựr áwng gáwng]

p.m.* (noon – sunset) chiều [ji-àyoo]

(sunset – midnight) tối [dóy]

poached egg trứng chần [jứng jùhn]

pocket túi [dóó-i]

point: two point five hai phẩy năm [hai fảy-i num]

there's no point vô ích [vaw íj]

points (in car) các điểm cắm [gág di-ảym gúm]

poisonous có độc [gó dạwg]

police cảnh sát (S) [gảng sád], công an (N) [gawng an]

call the police! kêu cảnh sát! [gayoo gảng sád]

To call the police dial 13. The police usually wear a green uniform with yellow badges on the shoulder and collar and a green cap. There is a police station (**đồn công an**) in every town or village.

policeman cảnh sát (S) [gảng sád], công an (N) [gawng an]

police station đồn cảnh sát (S) [dàwn gảng sád], đồn công an (N) [dàwn gawng an]

policewoman nữ cảnh sát (S) [nữ gảng sád], nữ công an (N) [nữ gawng an]

polish (noun) dầu đánh bóng [yòh dáng bóng]

polite lịch sự [lịj sợ]

polluted ô nhiễm [aw n-yãym]

pool (for swimming) bể bơi [bảy buh-i]

poor (not rich) nghèo [ngèh-ao] (quality) kém [gém]

pop music nhạc pốp [n-yạg páwp]

pop singer ca sĩ nhạc pốp [ga sĩ n-yạg páwp]

popular phổ biến [fảw bi-áyn]

population dân số [yuhn sáw]

pork thịt lợn (N) [tịd lựrn], thịt heo (S) [tịd heh-ao]

port (for boats) cảng [gảng] (drink) rượu poóc-tô [rợ-ụrg poóg-daw]

porter (in hotel) phu khuân vác [foo kwawn vág]

portrait chân dung [juhn yoong]

posh (restaurant) sang trọng [sang jọng] (people) lịch sự [lịj sợ]

possible có thể [gó tảy]

is it possible to ...? có thể ... không? [gó tảy ... kawng]

as ... as possible càng ... càng tốt [gàng ... gàng dáwd]

post (noun: mail) thư từ [tơ dờ] (verb) gửi [gở-i]

could you post this for me? ông/bà gửi giùm tôi cái này được không? [awng/bà gở-i yòòm doy gái này dợ-ựrg kawng]

postbox thùng thư [tòòng tơ]

postcard bưu thiếp [ber-oo ti-áyp]

postcode mã thư tín [mã tơ dín]

poster tấm áp-phích [dúhm áp-fíj]

poste restante phòng thư lưu [fòng tơ ler-oo]

post office sở bưu điện [sửr ber-oo di-ạyn]

Post offices open every day from 7 a.m. to 8 p.m. Every city, town and village has some sort of postal service. Services in the South are more reliable than in the North. Overseas postage is expensive, and mail usually reaches its destination in one or two weeks. Post offices also sell postcards and pre-stamped aerogrammes.

potato khoai tây [kwai day-i]

pots and pans nồi niêng xoong chảo [này ni-ayng soong jảo]

pottery đồ gốm [dàw gáwm]

pound* (money) đồng pao [dàwng pao] (weight) pao

power cut cắt điện [gúd di-ạyn]

power point điểm cắm điện [di-ảym gúm di-ạyn]
practise: I want to practise my Vietnamese tôi muốn tập luyện tiếng Việt [doy mwáwn dụhp lwee-ạyn di-áyng vi-ạyd]
prawns tôm [dawm]
prefer: I prefer ... tôi thích ... hơn [doy tíj ... hurn]
pregnant có thai [gó tai]
prescription (for medicine) đơn thuốc [durn twáwg], toa thuốc (S) [dwa twáwg]
present (gift) món quà [món gwà]
(formal) tặng phẩm [dụng fủhm]
president (of country) tổng thống [dảwng táwng]
pretty (beautiful) xinh đẹp [sing dẹp]
it's pretty expensive khá đắt [ká dúd]
price giá [yá]
priest linh mục [ling mọọg]
prime minister thủ tướng [tỏỏ dꝏ-úrng]
printed matter ấn phẩm [úhn fủhm]
prison nhà tù [n-yà dòò]
private riêng [ri-ayng]
private property nhà cửa tư nhân [n-yà gꝏ̉-a dꝏ n-yuhn]
private bathroom phòng tắm riêng [fòng dúm ri-ayng]
probably chắc [júg]
problem vấn đề [vúhn dày]
no problem! không thành vấn đề! [kawng tàng vúhn dày]
program(me) (noun) chương trình [jꝏ-urng jìng]
promise: I promise tôi hứa [doy hꝏ́-a]
pronounce: how is this pronounced? cái này đọc sao? [gái này dọg sao]
properly (repaired, locked etc) đàng hòang [dàng hwàng]
protection factor (of suntan lotion) yếu tố bảo vệ da [yáyoo dáw bảo vạy ya]
Protestant (adj) Tin Lành [din làng]
public convenience nhà vệ sinh công cộng [n-yà vạy sing gawng gạwng]
public holiday ngày lễ công cộng [ngày lãy gawng gạwng]
pudding (dessert) đồ ngọt tráng miệng [dàw ngọd jáng mi-ạyng]
pull kéo [géh-ao]
pullover áo len cổ chui [áo len gảw jwee]
puncture (noun) lủng bánh [lỏỏng báng]
purple màu tím [mà-oo dím]
purse (for money) cái ví [gái ví]
(US: bag) cái xắc tay [gái súg day]
push xô [saw]
(from the back) đẩy [dảy-i]
pushchair ghế đẩy [gáy dảy-i]
put đặt [dụd]
where can I put ...? tôi có thể đặt ... ở đâu? [doy gó tảy dụd ... ủr doh]
could you put us up for the night? ông/bà có thể cho chúng tôi ở lại qua đêm

không? [awng/bà gó tày jo jóóng
doy ừ lại gwa daym kawng]
pyjamas pi-ya-ma

Q

quality chất lượng [júhd lœ-
ựrng]
quarantine thời gian cách ly
[tùh-i yan gáj li]
quarter một phần tư [mạwd fùhn
dœ]
quayside: on the quayside bên
bến cảng [bayn báyn gảng]
question câu hỏi [goh hỏi]
queue xếp hàng [sáyp hàng]
  is there a queue? có xếp
  hàng không? [gó sáyp hàng
  kawng]
quick lẹ [lẹh], nhanh (S) [n-
yang]
  that was quick! nhanh thế!
  [n-yang táy]
  what's the quickest way
  there? lối nào đi tới đó lẹ
  nhất? [lóy nào di dúh-i dó lẹh n-
  yúhd]
  fancy a quick drink? làm một
  ly nhé? [làm mạwd li n-yéh]
quickly nhanh chóng [n-yang
jóng]
quiet (place, hotel) yên tĩnh [yayn
dĩng]
  quiet! yên nào! [yayn nào]
quite (fairly) khá [ká]
  (very) rất [rúhd]
  that's quite right đúng đấy
  [dóóng dáy-i]

quite a lot khá nhiều [ká n-
yàyoo]

R

rabbit thịt thỏ [tịd tỏ]
race (for runners, cars) đua
[dwaw]
racket (tennis, squash) cái vợt
[gái vựrd]
radiator (of car) bộ tản nhiệt
[bạw dản n-yạyd]
  (in room) lò sưởi [lò soo-ửh-i]
radio máy ra-đi-ô [máy ra-di-
aw]
  on the radio trên ra-đi-ô [jayn
  ra-di-aw]
rail: by rail bằng đường sắt
[bùng dœ-ừrng súd]
railway đường sắt [dœ-ừrng súd]
rain (noun) mưa [moo-a]
  in the rain trong mưa [jong
  moo-a]
  it's raining trời đang mưa
  [jùh-i dang moo-a]
raincoat áo mưa [áo moo-a]
rape (noun) hãm hiếp [hãm hi-
áyp]
rare (steak) nướng lòng đào
[nœ-úrng lòng dào]
  (uncommon) hiếm [hi-áym]
rash (on skin) phát ban [fád ban]
raspberry quả mâm xôi [gwả
muhm soy]
rat con chuột [gon jwạwd]
rate (for changing money) tỉ lệ [dỉ
lạy]
rather: it's rather good khá tốt

[ká dáwd]

I'd rather ... (prefer) tôi
thích ... hơn [doy tij ... hurn]

razor dao cạo [yao gạo]

(electric) máy cạo [máy gạo]

razor blades lưỡi dao cạo [loo-
ũhi yao gạo]

read đọc [dọg]

ready: are you ready? ông/bà
chuẩn bị xong chưa? [awng/bà
jwăwn bị song joo-a]

I'm not ready yet tôi còn
chưa chuẩn bị xong [doy gòn
joo-a jwăwn bị song]

dialogue

> **when will it be ready?** khi
> nào được? [ki nào dœ-ựrg]
> **it should be ready in a
> couple of days** chừng hai
> ngày thì được [jừng hai ngày
> tì dœ-ựrg]

real (genuine) thật [tụhd]

really: I'm really sorry tôi
thành thật xin lỗi [doy tàng tụhd
sin lỗy]

really? (expressing doubt) thật à?
[tụhd à]

(expressing polite interest) thế à?
[táy à]

rear lights đèn sau [dèn sa-oo]

rearview mirror kính chiếu hậu
[gíng ji-áyoo họh]

reasonable (prices etc) phải
chăng [fải jung]

receipt hóa đơn [hóa durn]

 You don't usually get a
receipt for goods, unless
you ask for one. Be
careful about what you buy, as it is
not easy to get a refund even with a
receipt. If you wish to take valuables
out of the country, you may need
receipts as proof of purchase at
Customs.

recently gần đây [gùhn day-i]

reception (in hotel) phòng tiếp
tân [fòng di-áyp duhn]

(for guests) sự đón tiếp [sợ đón
di-áyp]

at reception tại chỗ tiếp tân
[dại jãw di-áyp duhn]

reception desk quầy tiếp tân
[gwày-i di-áyp duhn]

receptionist nhân viên tiếp tân
[n-yuhn vi-ayn di-áyp duhn]

recognize nhận ra [n-yụhn ra]

**recommend: could you
recommend ...?** ông/bà có
thể đề nghị ... không?
[awng/bà gó tẩy dày ngị ... kawng]

record (music) đĩa hát [yĩa hád]

red màu đỏ [mà-oo dỏ]

red wine rượu đỏ [rœ-ựroo dỏ]

refund (noun) trả lại [jả lại]

can I have a refund? tôi lấy
tiền lại được không? [doy láy-i
di-àyn lại dœ-ựrg kawng]

region vùng [vòòng]

(administrative area) khu [koo]

registered: by registered mail
gửi bảo đảm [gởi báo dám]

registration number số đăng
ký [sáw dung gí]

relative (noun) bà con [bà gon]
religion tôn giáo [dawn yáo]
remember: I don't remember
tôi không nhớ [doy kawng n-
yúr]
   I remember tôi nhớ [doy n-yúr]
   do you remember? ông/bà có
   nhớ không? [awng/bà gó n-yúr
   kawng]
rent (noun: for apartment etc) tiền
nhà [di-àyn n-yà]
   (verb: car etc) thuê (N) [tweh],
   mướn (S) [mœ-úrn]
   to rent, for rent cho thuê [jo
   tweh]

dialogue

   I'd like to rent a car tôi
   muốn thuê chiếc xe hơi
   [doy mwáwn tweh ji-áyg seh
   huh-i]
   for how long? thuê bao
   lâu? [tweh bao loh]
   two days hai ngày [hai
   ngày]
   this is our range chúng tôi
   có các loại xe này đây
   [jóóng doy gó gág lwại seh này
   day-i]
   I'll take the ... tôi sẽ lấy
   xe ... [doy sẽh láy-i seh]
   is insurance included? có
   bảo hiểm chưa? [gó bảo hi-
   ảym joo-a]
   **yes, but you pay the first
   three hundred thousand**
   có, nhưng ông/bà phải đi
   đầu ba trăm ngàn [gó

n-yœ̆ng awng/bà fải di dòh ba
jum ngàn]
   **you'll have to leave a
   deposit of 100 dong**
   ông/bà phải đặt cọc một
   trăm ngàn đồng [awng/bà fải
   dụd gọg mạwd trum ngàn dòng]

rented car xe thuê [seh tweh]
repair (verb) sửa [sœ̆-a]
   can you repair it? ông/bà có
   thể sửa lại không? [awng/bà gó
   tảy sœ̆-a lại kawng]
repeat lập lại [lụhp lại]
   could you repeat that? xin
   ông/bà lập lại [sin awng/bà lụhp
   lại]
**reservation: I'd like to make a
reservation** (in hotel) tôi muốn
đặt trước một phòng [doy
mwáwn dụd jœ-úrg mạwd fòng]

dialogue

   I have a reservation tôi có
   đặt trước một phòng [doy
   gó dụd jœ-úrg mạwd fòng]
   yes sir, what name please?
   vâng/dạ, thưa ông, tên gì
   ạ? [vuhng/yạ too-a awng dayn yì
   ạ]

reserve (verb) đặt trước [dụd jœ-
úrg]

dialogue

   **can I reserve a table for
   tonight?** tôi muốn đặt

trước một bàn tối nay có
được không? [doy mwáwn
dụd jœ-úrg mawd bàn dóy nay gó
dœ-urg kawng]

**yes madam, for how many
people?** vâng/dạ được,
cho mấy người? [vuhng/yạ
dœ-urg jo máy-i ngoo-ùh-i]

for two cho hai người [jo
hai ngoo-ùh-i]

and for what time? vào lúc
mấy giờ? [vào lóóg máy-i yùr]

for eight o'clock lúc tám
giờ [lóóg dám yùr]

**and could I have your
name, please?** ông/bà làm
ơn cho biết tên [awng/bà làm
urn jo bi-áyd dayn]

see **alphabet** for spelling

rest: I need a rest tôi cần sự
nghỉ ngơi [doy gùhn sợ ngỉ
nguh-i]

the rest of the group những
người khác trong nhóm [n-
yõng ngoo-ùh-i kág pong n-yóm]

restaurant nhà hàng [n-yà
hàng], quán ăn [gwán un]

 It is not necessary to go
to expensive places to
find excellent food. The
cheapest cafés offer a range of
dishes, while street stalls – often
with small tables and stools around
them – are more likely to specialize,
for example in noodle soup or
steamed pancakes. Both stalls and
restaurants open early in the

morning and stay open until late at
night so you will never have a
problem finding somewhere to eat.

restaurant car toa bán thức ăn
[dwa bán tœg un]

rest room nhà vệ sinh [n-yà vạy
sing], cầu tiêu [gòh di-yoh]

retired: I'm retired tôi về hưu
rồi [doy vày her-oo ròy]

return: a return to ... một vé
khứ hồi đi ... [mạwd véh kœ hòy
di]

return ticket vé khứ hồi [véh
kœ hòy]

see **ticket**

reverse charge call người
nhận trả tiền [ngoo-ùh-i n-yụhn
jả di-àyn]

reverse gear số lùi [sáw lòò-i]

revolting kinh tởm [ging dừm]

rib xương sườn [sœ-urng sœ-
ùrn]

rice (cooked) cơm [gurm]
(uncooked) gạo
(with husks) thóc [tóg]

rich (person) giàu [yà-oo]
(food) béo [béh-ao]

right (correct) đúng [đóóng]
(not left) bên phải [bayn fải]

you were right ông/bà đã
đúng [awng/bà dã đóóng]

that's right đúng rồi [đóóng
ròy]

this can't be right cái này
không thể nào đúng được
[gái này kawng tảy nào đóóng dœ-
urg]

right! rồi! [ròy]

is this the right road for ...?
đường này có phải đường
đi ... không? [dœœ-ùrng này gó fải
dœœ-ùrng di ... kawng]

to the right, on the right ở
bên phải [ửr bayn fải]

turn right quẹo phải (S) [gwẹh-
ao fải], rẽ phải (N) [rẽh fải]

right-hand drive lái bên tay
phải [lái bayn day fải]

ring (on finger) nhẫn [n-yũhn]

I'll ring you tôi sẽ gọi điện
thoại cho ông/bà [doy sẽh gọy
di-ạyn twại jo awng/bà]

ring back gọi lại [gọy lại]

ripe (fruit) chín [jín]

rip-off: it's a rip-off! sao chém
đắt thế? [sao jém dúd táy]

rip-off prices giá cắt cổ [yá
gúd gẫw]

risky liều lĩnh [li-àyoo lĩng]

river con sông [gon sawng]

road đường [dœœ-ùrng]

is this the road for ...? đường
này có phải đường
đi ... không? [dœœ-ùrng này gó fải
dœœ-ùrng di ... kawng]

down the road ở dưới đường
[ửr yoo-úh-i dœœ-ùrng]

road accident tai nạn xe cộ
[dai nạn seh gạw]

road map bản đồ lái xe [bản
dàw lái seh]

roadsign biển báo [bi-ảyn báo]

rob: I've been robbed tôi bị
cướp giật [doy bị gœœ-úrp yụht]

rock lắc lư [lúg lœ]
(music) nhạc rốc [n-yạg ráwg]

on the rocks (with ice) với đá

roof mái [mái]

roof rack khung mui xe [koong
mwee seh]

room phòng [fòng]

in my room ở phòng tôi [ửr
fòng doy]

dialogue

do you have any rooms?
ông/bà có phòng không?
[awng/bà gó fòng kawng]

for how many people? cho
bao nhiêu người? [jo bao ni-
yoh ngoo-ùh-i]

for one person/for two
people cho một người/cho
hai người [jo mạwd ngoo-ùh-
i/jo hai ngoo-ùh-i]

yes, we have rooms free
vâng/dạ, chúng tôi có
phòng [vuhng/yạ jóóng doy gó
fòng]

for how many nights will it
be? ông/bà muốn ở lại
mấy đêm? [awng/bà mwáwn
ửr lại máy-i daym]

just for one night chỉ một
đêm thôi [jỉ mạwd daym toy]

how much is it? bao
nhiêu? [bao ni-yoh]

... with bathroom and ...
without bathroom ... có
phòng tắm và ... không có
phòng tắm [gó fòng dúm
và ... kawng gó fòng dúm]

can I see a room with
bathroom? ông/bà có thể
cho xem một phòng có

phòng tắm không?
[awng/bà gó tảy jo sem mạwd
fòng gó fòng dúm kawng]
OK, I'll take it được rồi, tôi
lấy phòng [dœ-ựrg ròy doy
láy-i fòng]

room service phục vụ phòng
[fọọg vọọ fòng]
rope dây thừng [yay-i tờờng]
rosé rượu rosa [rœ-ụroo rosa]
roughly (approximately) đại khái
[dại kái]
round: it's my round đến lượt
tôi [dáyn lœ-ựrd doy]
roundabout (for traffic) bùng
binh [bòòng bing]
round trip: a round trip ticket
to ... một vé khứ hồi
đi ... [mạwd véh kœ hòy di]
route lối [lóy]
what's the best route? lối nào
hay nhất? [lóy nào hay n-yúhd]
Royal Palace Hoàng Cung
[hwàng goong]
rubber (material) cao su [gao
soo]
(eraser) cục tẩy [gọọg dẩy-i]
rubber band dây thun [yay-i
toon]
rubbish (waste) rác [rág]
(poor quality goods) thứ đồ rác
rưởi [tớ dàw rág roo-úh-i]
rubbish! (nonsense) nói bậy!
[nóy bạy-i]
rucksack ba lô [ba law]
rude vô lễ [vaw lãy]
ruins di tích lịch sử đã đổ nát
[yi díj lịj sờ dã dảw nád]

rum rượu rom [rœ-ụroo rom]
rum and Coke® rượu rom
pha coca [rœ-ụroo rom fa goga]
run (verb) chạy [jạy]
how often do the buses run?
xe buýt có chạy thường
không? [seh bwéed gó jạy tœ-
ừrng kawng]
I've run out of money tôi hết
tiền rồi [doy háyd di-àyn ròy]
rush hour giờ cao điểm [yùr
gao di-ảym]

S

sad buồn [bwàwn]
saddle (for bike) yên xe [yayn
seh]
(for horse) yên ngựa [yayn ngọo-
a]
safe (adj) an toàn [an dwàn]
safety pin ghim băng [gim
bung]
sail (verb) đi thuyền buồm [di
twee-àyn bwàwm]
sailboard (noun) ván lướt [ván
lœ-úrd]
sailboarding môn lướt thuyền
[mawn lœ-úrd twee-àyn]
salad rau sống [ra-oo sáwng],
xà lách [sà láj]
salad dressing nước chấm
(rau sống) [nœ-úrg júhm (ra-oo
sáwng)]
sale: for sale để bán [dày bán]
salmon cá hồi [gá hòy]
salt muối [mwóy]
same: the same cũng vậy

127

[gõõng vạy-i]
the same as this giống như
cái này [yáwng n-yœ gái này]
the same again, please như
lần trước vậy, phiền ông/
bà [n-yœ lùhn jœ-úrg vạy-i fi-àyn
awng/bà]
it's all the same to me đối với
tôi tất cả đều như nhau [dóy
vúh-i doy dúhd gả dàyoo n-yœ nya-
oo]
sand cát [gád]
sandals giầy xăng-đan [yày-i
sung-dan]
sandwich bánh xăng-đuých
[báng sung-dweéj]
sanitary napkins/towels băng
vệ sinh [bung vạy sing]
Saturday thứ Bảy [tœ bảy]
sauce nước xốt [nœ-úrg sáwd]
(for dipping) nước chấm [nœ-úrg
júhm]
saucepan cái chảo [gái jảo]
saucer đĩa nhỏ [đía n-yỏ]
sauna tắm hơi [dúm huh-i]
sausage xúc xích [sóóg sij]
say (verb) nói [nóy]
**how do you say ... in
Vietnamese?** ... nói thế nào
bằng tiếng Việt? [nóy táy nào
bùng di-áyng vi-ạyd]
what did he say? ông ấy nói
gì? [awng áy-i nóy yì]
she said ... bà ấy nói ... [bà áy-
i nóy]
could you say that again?
ông/bà làm ơn nói lại
[awng/bà làm urn nóy lại]
scarf khăn quàng [kun gwàng]

scenery cảnh [gảng]
schedule (US) thời gian biểu
[tùh-i yan bi-ảyoo]
scheduled flight chuyến bay
theo kế hoạch [jwee-áyn bay
teh-ao gáy hwại]
school trường học [jœ-ùrng
họg]
scissors: a pair of scissors
một đôi kéo [mạwd doy géh-ao]
scooter xe scutơ [seh sgoodur]
scotch rượu uýt-ki [rœ-ựroo
wíd-gi]
Scotch tape® băng keo [bung
geh-ao]
Scotland nước Tô Cách Lan
[nœ-úrg daw gáj lan]
Scottish Tô Cách Lan [daw gáj
lan]
I'm Scottish tôi là người Tô
Cách Lan [doy là ngoo-ùh-i daw
gáj lan]
scrambled eggs trứng khuấy
[jœng kwóy]
scratch (noun) vết trầy [váyd
jày-i]
screw (noun) đinh vít [ding víd]
screwdriver cái tua vít [gái
dwaw víd]
sea biển [bi-ảyn]
by the sea gần biển [gùhn bi-
ảyn]
seafood hải sản [hải sản]
seafront bãi biển [bãi bi-ảyn]
on the seafront ở trước biển
[ủr jœ-úrg bi-ảyn]
search (verb: for someone) tìm
[dìm]
seasick: I feel seasick tôi cảm

thấy say sóng [doy gầm tấy-i say sóng]

I get seasick tôi bị say sóng [doy bị say sóng]

seaside: by the seaside gần bờ biển [gùhn bùr bi-ảyn]

seat chỗ ngồi [jãw ngòy]

is this anyone's seat? có ai ngồi đây chưa? [gó ai ngòy day-i joo-a]

seat belt đai an toàn [dai an dwàn]

seaweed rong biển [rong bi-ảyn]

secluded khuất [kwáwd]

second (adj) thứ hai [tớ hai]

(of time) giây [yay-i]

just a second! đợi tí [dụh-i dí]

second class (travel etc) hạng nhì [hạng n-yì]

second floor lầu hai [lòh hai]

(US) lầu một [lòh mạwd]

second-hand cũ [gõõ]

see thấy [tấy-i]

(have a look) xem [sem]

can I see? tôi xem được không? [doy sem dơơ-ượrg kawng]

have you seen ...? ông/bà có thấy ... không? [awng/bà gó tấy-i ... kawng]

I saw him this morning tôi thấy ông ấy sáng nay [doy tấy-i awng áy-i sáng nay]

see you! chào ông/bà! [jào awng/bà]

I see (I understand) tôi hiểu rồi [doy hi-ảyoo ròy]

self-service tự phục vụ [dợ fọog vọo]

sell bán

do you sell ...? ông/bà có bán ... không? [awng/bà gó bán ... kawng]

Sellotape® băng keo [bung geh-ao]

send gửi (N) [gớơ-i], gởi (S) [gủh-i]

I want to send this to England tôi muốn gửi cái này đi Anh Quốc [doy mwáwn gớơ-i gái này di ang gwáwg]

senior citizen người già [ngoo-ùh-i yà]

separate (adj) riêng [ri-ayng]

separated: I'm separated tôi đã ly thân [doy dã li tuhn]

separately (pay, travel) riêng [ri-ayng]

September tháng Chín [táng jín]

septic làm độc [làm dạwg]

serious (person) nghiêm nghị [ngi-aym ngị]

(problem) nghiêm trọng [ngi-aym jọng]

(illness) trầm trọng [jùhm jọng]

service charge (in restaurant) tiền phục vụ [di-àyn fọog vọo]

service station trạm xăng [jạm sung]

serviette khăn ăn [kun un]

set menu thực đơn cố định [tợg durn gáw dịng]

several (một) vài [(mạwd) vài]

sew vá

could you sew this back on? ông/bà có thể vá lại cái này không? [awng/bà gó tảy vá lại gái này kawng]

sex (male/female) giới tính [yúh-i díng]

sexy 'sexy'

shade: in the shade dưới bóng mát [yoo-úh-i bóng mád]

shake: let's shake hands chúng ta hãy bắt tay [jóong da hãy búd day]

shallow (water) cạn [gạn]

shame: what a shame! thật đáng tiếc [túhd dáng di-áyg]

shampoo (noun) nước gội đầu [nɔɔ-úrg gọy dòh]

shampoo and set gội và sấy ép [gọy và sáy-i ép]

share (verb: room, table etc) chung [joong]

sharp (knife) sắc [súg], bén (S) (pain) nhói [n-yóy]

shattered (very tired) mệt lả [mạyd lả]

shaver máy cạo râu [máy gạo roh]

shaving foam bọt cạo [bọd gạo]

shaving point ổ cắm máy cạo [ảw gúm máy gạo]

she* bà ấy [bà áy-i], bả (S)

sheet (for bed) tấm đra [dúhm dra]

shelf giá [yá]

sherry rượu 'sherry' [rɔɔ-ụroo]

ship tàu [dà-oo]

by ship bằng tàu [bùng dà-oo]

shirt áo sơ mi [áo sur mi]

shit! 'shit!', chết cha! [jáyd ja]

shock (noun) cú sốc [góó sáwg]

I got an electric shock from the ... tôi bị điện giật từ chỗ ... [doy bị di-ạyn yạd dòö jãw]

shock-absorber thiết bị giảm sốc [ti-áyd bị yảm sáwg]

shocking (prices) đắt đỏ [dúd dỏ]

(weather) rất xấu [rúhd sóh]

(news) sửng sốt [sửng sáwd]

shoe giày [yày]

a pair of shoes một đôi giày [mạwd doy yày]

shoes

You should always take off your shoes if you are invited into a Vietnamese person's home, and never enter one unless you've first been invited. If you do receive an invitation, a token gift will be well-received – a tin of biscuits or some confectionery are safe bets. It's also polite to kick off your shoes before entering a temple or pagoda. If you sit on the floor, arrange your legs so that the soles of your feet aren't pointing at a Buddha or other religious image. It's appropriate to leave a small donation in temples and pagodas.

shoelaces dây giày [yay-i yày]

shoe polish kem đánh giày [gem dáng yày]

shoe repairer thợ sửa giày [tụr sôö-a yày]

shop cửa hàng [gôö-a hàng], tiệm [di-ạym]

Larger shops, such as department stores, open seven days a week from 8 a.m. to 5 p.m.; smaller local shops in residential areas are open until late in the evening. Some shops shut on a particular day of the week. Shops of all sorts and sizes are everywhere in the cities and foreign goods are widely available at very reasonable prices. Don't forget to bargain even where fixed prices are displayed.

see **bargaining**

shopping: I'm going shopping tôi đi chợ [doy di jur]

shopping centre trung tâm buôn bán [joong duhm bwawn bán]

shop window ô kính bày hàng [aw gíng bày hàng]

shore (of sea) bờ biển [bừr bi-ản]

(of lake) bờ hồ [bừr hàw]

short (person) lùn [lòòn]

(time) ít [íd]

(journey) ngắn [ngún]

shortcut đường tắt [dơ-ừrng dúd]

shorts quần soóc [gwùhn soóg]

should: what should I do? tôi phải làm gì? [doy fải làm yì]

you should ... ông/bà nên ... [awng/bà nayn]

you shouldn't ... ông/bà không nên ... [awng/bà kawng nayn]

he should be back soon chắc ông ấy sắp về [júg awng áy-i súp

vày]

shoulder vai

shout (verb) la lớn [la lúrn]

show (in theatre) buổi trình diễn [bwỏy jìng yi-ãyn]

could you show me? ông/bà cho tôi xem được không? [awng/bà jo doy sem dơơ-ưrg kawng]

shower (in bathroom) vòi hoa sen [vòy hwa sen]

with shower có vòi hoa sen [gó vòy hwa sen]

shower gel đầu tắm [yòh dúm]

shut (verb) đóng lại [đóng lại]

when do you shut? khi nào ông/bà đóng cửa? [ki nào awng/bà đóng gởơ-a]

when does it shut? khi nào đóng cửa? [ki nào đóng gởơ-a]

they're shut đóng cửa rồi [đóng gởơ-a ròy]

I've shut myself out tôi vô ý tự khóa mình ngoài cửa [doy vaw í đợ kwá mìng ngwài gởơ-a]

shut up! im đi! [im di]

shutter (on window) cửa cuốn [gởơ-a gwáwn]

(on camera) lá chắn sáng [lá jún sáng]

shy e thẹn [eh tẹn]

sick (ill) bệnh [bạyng]

I'm going to be sick (vomit) tôi sắp ói đây [doy súp óy day-i]

side cạnh [gạng]

the other side of the street đường bên kia [đơơ-ừrng bayn gia]

sidelights đèn xi nhan [dèn si nyan]

side salad đĩa rau sống [đĩa ra-oo sáwng]

side street phố nhỏ [fáw n-yỏ]

sidewalk vỉa hè [vỉa hèh]
  on the sidewalk trên vỉa hè [jayn vỉa hèh]

sight: the sights of ... thắng cảnh ... [túng gảng]

sightseeing: we're going sightseeing chúng tôi đi ngắm cảnh [jóóng doy di ngúm gảng]

sightseeing tour cuộc du ngoạn ngắm cảnh [gwạwg yoo ngwạn ngúm gảng]

sign (roadsign etc) dấu hiệu [yóh hi-ạyoo]

signal: he didn't give a signal (driver, cyclist) ông ấy không có ra hiệu [awng áy-i kawng gó ra hi-ạyoo]

signature chữ ký [jỏ gí]

signpost biển báo [bi-ảyn báo]

silk tơ [dur]

silly (person) ngốc [ngáwg]
  (thing to do) khờ dại [kừr yại]
  (mistake) ngớ ngẩn [ngúr ngủhn]
  don't be silly! đừng có dớ dẩn! [dừng gó yúr yủhn]

silver (noun) bạc [bạg]

similar giống [yáwng]

simple (easy) đơn giản [durn yản]

since: since last week kể từ tuần qua [gảy dừ dwàwn gwa]
  since I got here kể từ khi tôi đến đây [gảy dừ ki doy dáyn day-i]

sing hát [hád]
  (traditional songs) ca [ga]

singer ca sĩ [ga sĩ]

single: a single to ... một vé một chiều đi ... [mạwd véh mạwd ji-àyoo di]
  I'm single tôi còn độc thân [doy gòn dạwg tuhn]

single bed giường một người [yꞵ-ừrng mạwd ngoo-ùh-i]

single room phòng một người [fòng mạwd ngoo-ùh-i]

sink (in kitchen) bồn rửa chén bát [bàwn rủ-a jén bád]

sister (older) chị [jị]
  (younger) em (gái) [em (gái)]

sister-in-law (older) chị dâu [jị yoh]
  (younger) em vợ [em vụr]

sit: can I sit here? tôi ngồi đây được không? [doy ngòy day-i dꞵ-ựrg kawng]
  is anyone sitting here? có ai ngồi đây chưa? [gó ai ngòy day-i joo-a]

sit down ngồi xuống [ngòy swáwng]

size cỡ [gũr]

skin da [ya]

skin-diving môn lặn trần [mawn lụn jùhn]

skinny gầy nhom [gày-i n-yom]

skirt váy [váy]

sky trời [jùh-i]

sleep (verb) ngủ [ngủỏ]
  did you sleep well? ông/bà có ngủ ngon không? [awng/bà gó ngủỏ ngon kawng]

sleeper (on train) giường ngủ

[yꝏ-ừrng ngỏ̌]

sleeping bag túi ngủ [dóó-i ngỏ̌]

sleeping car toa ngủ [dwa ngỏ̌]

sleeping pill thuốc ngủ [twáwg ngỏ̌]

sleepy: I'm feeling sleepy tôi thấy buồn ngủ [doy táy-i bwàwn ngỏ̌]

sleeve tay áo [day áo]

slide (photographic) phim đèn chiếu [fim dèn ji-áyoo]

slip (garment) áo lót [áo lód]

slippery trơn [jurn]

slow chậm [juhm]

  slow down! chậm lại! [juhm lại]

slowly chầm chậm [jùhm juhm]

  very slowly rất chậm [rúhd juhm]

small nhỏ [n-yỏ]

smell: it smells (smells bad) hôi thối [hoy tóy]

smile (verb) cười (mỉm) [goo-ùh-i (mỉm)]

smoke (noun) khói [kóy]

  do you mind if I smoke? tôi hút thuốc có làm phiền ông/bà không? [doy hóód twáwg gó làm fi-àyn awng/bà kawng]

  I don't smoke tôi không hút thuốc [doy kawng hóód twáwg]

  do you smoke? ông/bà có hút thuốc không? [awng/bà gó hóód twáwg kawng]

snack: just a snack chỉ ăn qua loa thôi [jỉ un gwa lwa toy]

sneeze (noun) hắt hơi [húd huh-i]

snorkel ống thở [áwng tửr]

so: it's so good tốt quá [dáwd gwá]

  it's so expensive đắt quá [dúd gwá]

  not so much không nhiều lắm [kawng n-yàyoo lúm]

  not so bad không tệ lắm [kawng dạy lúm]

  so am I, so do I tôi cũng vậy [doy gõõng vạy-i]

so-so cũng vậy thôi [gõõng vạy-i toy]

soaking solution (for contact lenses) thuốc ngâm [twáwg nguhm]

soap xà phòng [sà fòng], xà bông (S) [sà bawng]

soap powder bột giặt [bạwd yụd]

sober còn tỉnh táo [gòn dỉng dáo]

sock vớ [vúr]

socket (electrical) ổ cắm [ảw gúm]

soda (water) sô đa [saw da]

sofa ghế xô-pha [gáy saw-fa]

soft mềm [màym]

  (material) mượt [mꝏ-ụrd]

soft-boiled egg trứng luộc lòng đào [jứng lwạwg lòng dào]

soft drink nước ngọt [nꝏ-úrg ngọd]

soft lenses thấu kính mềm [tóh gíng màym]

sole (of shoe) đế [dáy]

  (of foot) lòng bàn chân [lòng bàn juhn]

  could you put new soles on

these? ông/bà có thể lắp đế mới vào những cái này không? [awng/bà gó tây lúp dáy múh-i vào n-yõŏng gái này kawng]

some: can I have some water? xin ông/bà cho tí nước [sin awng/bà jo dí nŏo-úrg]

can I have some? cho tôi một tí được không? [jo doy mạwd dí dŏo-urg kawng]

somebody, someone người nào đó [ngoo-ùh-i nào dó]

something cái gì đó [gái yì dó]

something to eat cái gì để ăn [gái yì dẫy un]

sometimes thỉnh thoảng [tỉng twảng]

somewhere nơi nào đó [nuh-i nào dó]

son con (trai) [gon (jai)]

song bài hát [bài hád]

son-in-law con rể [gon rảy]

soon chẳng bao lâu [jừng bao luh-o], sớm [súhm]

I'll be back soon chẳng bao lâu tôi sẽ trở lại [jừhng bao luh-o doy sẽh jử lại]

as soon as ngay khi [ngaý ki]

as soon as possible càng sớm càng tốt [gàng súrm gàng dáwd]

sore: it's sore đau quá [da-oo gwá]

sore throat đau cổ họng [da-oo gảw họng]

sorry: (I'm) sorry xin lỗi [sin lõy]

sorry? (didn't understand) ông/bà nói sao? [awng/bà nóy sao]

sort: what sort of ... ? loại gì ... ? [lwại yì]

soup xúp [sóóp], canh [gang]

sour (taste) chua [jwaw]

south phía nam [fía nam]

in the south ở phía nam [ừr fía nam]

the South (South Vietnam) Miền Nam [mi-àyn nam]

South Africa nước Nam Phi [nŏo-úrg nam fi]

South African (adj) người Nam Phi [ngoo-ùh-i nam fi]

I'm South African tôi là người Nam Phi [doy là ngoo-ùh-i nam fi]

southeast đông nam [dawng nam]

southern thuộc phía nam [twạwg fía nam]

South Vietnam Miền Nam Việt nam [mi-àyn nam vi-ạyd nam]

southwest tây nam [day-i nam]

souvenir vật kỷ niệm [vụhd gỉ n-yạym]

soya bean drink sữa đậu nành [sõŏ-a dụh-oo nành]

Spain Nước Tây Ban Nha [nŏo-úrg day-i ban n-ya]

spanner cờ-lê [gừr-lay]

spare part đồ phụ tùng [dàw fọọ dòòng]

spare tyre bánh xơ-cua [báng sur gwa]

spark plug bu-gi [boo-yi]

speak: do you speak English? ông/bà biết nói tiếng Anh

không? [awng/bà bi-áyd nóy di-áyng ang kawng]

I don't speak ... tôi không biết nói ... [doy kawng bi-áyd nóy]

dialogue

can I speak to Phuc? tôi nói chuyện với ông Phúc được không? [doy nóy jwee-ạyn vúh-i awng fóóg dœ-ựrg kawng]

who's calling? ai gọi đó? [ai gọy dó]

it's John tôi là John [doy là]

I'm sorry, he's not in, can I take a message? xin lỗi, ông ấy đi vắng, có gì nhắn lại không? [sin lõy awng áy-i di vúng gó yì n-yún lại kawng]

no thanks, I'll call back later không cám ơn, lát nữa tôi sẽ gọi lại [kawng gám urn lád nȭ-a doy sẽh gọy lại]

please tell him I called làm ơn nói lại là tôi có gọi [làm urn nóy lại là doy gó gọy]

spectacles mắt kính [múd gíng]
speed (noun) tốc độ [dáwg dạw]
speed limit giới hạn tốc độ [yúh-i hạn dáwg dạw]
speedometer đồng hồ tốc độ [dàwng hàw dáwg dạw]
spell: how do you spell it? ông/bà đánh vần thế nào? [awng/bà dáng vùhn táy nào]

see alphabet
spend xài [sài]
spider con nhện [gon n-yạyn]
spin-dryer máy quay khô [máy gway kaw]
splinter dằm [yùm]
spoke (in wheel) nan hoa [nan hwa]
spoon muỗng (S) [mwãwng], thìa (N) [tìa]
sport thể thao [tảy tao]
sprain: I've sprained my ... ... tôi bị bong gân [doy bị bong guhn]
spring (season) mùa xuân [mòò-a swawn]
(of car, seat) lò xo [lò so]
in the spring vào mùa xuân [vào mòò-a swawn]
square (in town) quảng trường [gwảng jœ̀-ùrng]
(for traffic) ngã tư [ngã dœ]
stairs bậc thang [bụhg tang]
stale thiu [tew]
stall: the engine keeps stalling máy cứ chết hoài [máy gớ jáyd hwài]
stamp (noun) tem [dem]

dialogue

a stamp for England, please xin cho một cái tem gửi đi Anh Quốc [sin jo mạwd gái dem gỏ̉-i di ang gwáwg]

what are you sending? ông/bà gửi gì đó? [awng/bà gỏ̉-i yì dó]

this postcard bưu thiếp này [ber-oo ti-áyp này]

 Stamps can be bought at post offices and some major hotels and these are also the only places where you can post mail. There are no letterboxes.

standby ở tư thế sẵn sàng [ừ dơ táy sũn sàng]

star ngôi sao [ngoy sao]

start (noun) sự bắt đầu [sợ búd dòh]

(journey) sự khởi hành [sợ kủh-i hàng]

(verb) bắt đầu [búd dòh]

(journey) khởi hành [kủh-i hàng]

when does it start? khi nào bắt đầu? [ki nào búd dòh]

the car won't start xe không chịu nổ máy [seh kawng jẹw nảw máy]

starter (of car) bộ khởi động [bạw kủh-i dạwng]

(food) món khai vị [món kai vị]

starving: I'm starving tôi đói lắm rồi [doy dóy lúm ròy]

state (in country) nhà nước [n-yà nố-úrg]

the States (USA) nước Mỹ [nố-úrg mĩ]

station trạm [jạm]

statue tượng [dơ-ựrng]

stay: where are you staying? ông/bà ở lại đâu? [awng/bà ừ lại doh]

I'm staying at ... tôi đang ở

tại ... [doy dang ừ dại]

I'd like to stay another two nights tôi muốn ở lại thêm hai đêm nữa [doy mwáwn ừ lại taym hai daym nố-a]

steak (fillet) thịt thăn [tịd tun]

(rump) thịt mông [tịd mawng]

steal trộm [jạwm]

my bag has been stolen túi tôi đã bị mất trộm [dóó-i doy dã bị múhd jạwm]

steep (hill) dốc [yáwg]

steering lái

step: on the steps trên bậc thang [jayn bụhg tang]

stereo 'stereo'

sterling tiền bảng [di-àyn bảng], tiền pao [di-àyn pao]

steward (on plane) nam chiêu đãi viên [nam ji-ayoo dãi vi-ayn]

stewardess nữ chiêu đãi viên [nố ji-ayoo dãi vi-ayn]

sticking plaster băng dính [bung yíng]

still: I'm still here tôi còn ở đây [doy gòn ừ day-i]

is he still there? ông ấy còn ở đó không? [awng áy-i gòn ừ dó kawng]

keep still! giữ yên nào! [yố yayn nào]

sting: I've been stung tôi bị chích [doy bị jịj]

stockings bít tất [bíd dúhd]

stomach bụng [bọong]

stomach ache đau bụng [da-oo bọong]

stone (rock) đá

stop (verb) ngừng [ngồng]

(halt) dừng [yờng]

please, stop here (to taxi-driver etc) xin dừng lại đây [sin yờng lại day-i]

do you stop near ... ? ông/bà có dừng lại gần ... không? [awng/bà gó yờng lại gùhn ... kawng]

stop it! đừng làm thế! [dờng làm táy]

stopover dừng lại [yờng lại]

storm bão

straight (whisky etc) không pha [kawng fa]

it's straight ahead đi thẳng tới [đi tửng dúh-i]

straightaway ngay

strange (odd) kỳ lạ [gì lạ]

stranger người lạ mặt [ngoo-ùh-i lạ mụd]

I'm a stranger here tôi là một người xa lạ nơi đây [doy là mạwd ngoo-ùh-i sa lạ nuh-i day-i]

strap (on watch) dây [yay-i]
(on dress) dải [yải]
(on suitcase) quai [gwai]

strawberry dâu tây [yoh day-i]

stream suối [swóy]

street phố [fáw]

on the street ở trên đường phố [ửr jayn đoo-ùrng fáw]

streetmap bản đồ đường phố [bản dàwe đoo-ùrng fáw]

string sợi dây [sụh-i yay-i]

strong (person) khỏe [kwẻh]
(taste) nặng [nụng]
(drink) mạnh [mạng]

stuck mắc kẹt [múg gẹd]

it's stuck bị kẹt rồi [bị gẹd ròy]

student học sinh [họg sing]

stupid ngu [ngoo]

suburb ngoại ô [ngwại aw]

suddenly đột nhiên [dạwd n-yayn]

suede da lộn [ya lạwn]

sugar đường [dœ-ùrng]

suit (noun) bộ com-lê [bạw gom-lay]

it doesn't suit me (jacket etc) không vừa tôi [kawng vờ-a doy]

it suits you vừa ông đấy [vờ-a awng dáy-i]

suitcase va-li

summer mùa hạ [mòo-a hạ]

in the summer vào mùa hạ [vào mòo-a hạ]

sun mặt trời [mụd jùh-i]

in the sun dưới nắng mặt trời [yoo-úh-i núng mụd jùh-i]

out of the sun tránh nắng [jáng núng]

sunbathe tắm nắng [dúm núng]

sunblock (cream) kem chắn nắng [gem jún núng]

sunburn cháy nắng [jáy núng]

sunburnt bị cháy nắng [bị jáy núng]

Sunday chủ Nhật [jỏỏ n-yụhd]

sunglasses kính râm [gíng ruhm]

sun lounger ghế nằm tắm nắng [gáy nùm dúm núng]

sunny: it's sunny trời nắng [jùh-i núng]

sunroof (in car) cửa mái [gỏỏ-a mái]

sunset mặt trời lặn [mụd jùh-i

lụn]

sunshade dù che nắng [yòò jeh núng]

sunshine nắng chiếu [núng ji-áyoo]

sunstroke say nắng [say núng]

suntan sự rám nắng [sợ rám núng]

suntanned rám nắng [rám núng]

suntan oil dầu xoa cho chóng rám nắng [yòh swa jo jóng rám núng]

super tuyệt vời [dwee-ạyd vùh-i]

supermarket siêu thị [si-yoh tị]

supper bữa ăn tối [bǒ̃-a un dóy]

supplement (extra charge) trả thêm [jả taym]

sure: are you sure? ông/bà có chắc không? [awng/bà gó júg kawng]

sure! chắc! [júg]

surname họ

swearword từ chửi thề [dờ jǒ̃-i tày]

sweater áo ấm [áo úhm]

sweatshirt áo vệ sinh [áo vạy sing]

Sweden nước Thụy Điển [nɔɔ-úrg tọọ-i di-ảyn]

Swedish (adj) Thụy Điển [tọọ-i di-ảyn]

(language) tiếng Thụy Điển [di-áyng tọọ-i di-ảyn]

sweet (taste) ngọt [ngọd]

(noun: dessert) đồ tráng miệng ngọt [dàw jáng mi-ạyng ngọd]

sweets kẹo [gẹh-ao]

swelling sưng lên [sɔɔng layn]

swim (verb) bơi [buh-i], lội (S) [loy]

I'm going for a swim tôi đi bơi [doy di buh-i]

let's go for a swim chúng ta hãy đi bơi đi [jóóng da hãy di buh-i di]

swimming costume quần áo bơi [gwùhn áo buh-i]

swimming pool bể bơi [bảy buh-i]

swimming trunks quần tắm [gwùhn dúm]

switch (noun) công tắc [gawng dúg]

switch off tắt [dúd]

switch on bật lên [bụhd layn]

swollen sưng [sɔɔng]

T

table cái bàn [gái bàn]

a table for two một bàn hai người [mạwd bàn hai ngoo-ùh-i]

tablecloth khăn bàn [kun bàn]

table tennis bóng bàn [bóng bàn]

table wine rượu vang [rɔɔ-ụroo vang]

tailback (of traffic) tắt nghẽn nối đuôi nhau [dúd ngẽn nóy dwoy nya-oo]

tailor thợ may [tụr may]

take (verb: lead) đưa đi [doo-a di]

(accept) lấy [láy-i]

can you take me to the ... ? ông/bà có thể đưa tôi đi ... không? [awng/bà gó tảy doo-a

do you take credit cards?
ông/bà có lấy thẻ tín dụng
không? [awng/bà gó láy-i têh dín
yoong kawng]

fine, I'll take it được, tôi sẽ
lấy [dʊ-ựrg doy sẽh láy-i]

can I take this? (leaflet etc) tôi
lấy cái này được không? [doy
láy-i gái này dʊ-ựrg kawng]

how long does it take? phải
mất bao lâu? [fải múhd bao loh]

it takes three hours mất ba
tiếng [múhd ba di-áyng]

is this seat taken? ghế này có
ai ngồi chưa? [gáy này gó ai
ngòy joo-a]

hamburger to take away bánh
hamburger mang đi [báng
hambooger mang di]

can you take a little off here?
(to hairdresser) ông/bà cắt thêm
tí chỗ này được không?
[awng/bà gúd taym dí jãw này dʊ-
ựrg kawng]

talcum powder bột tan [bạwd
dan]

talk (verb) nói (chuyện) [nóy
(jwee-ạyn)]

tall cao [gao]

tampons băng vệ sinh
'tampons' [bung vạy sing]

tan (noun) rám nắng [rám
núng]

to get a tan phơi cho rám
nắng [fuh-i jo rám núng]

tank (of car) thùng [tòòng]

tap vòi (nước) [vòy nʊ-ứrg]

tape (for cassette) băng [bung]

tape measure thước đo [tʊ-ứrg
do]

tape recorder máy cát sét [máy
gád séd]

taste (noun) mùi vị [mòò-i vị]

can I taste it? tôi ăn thử được
không? [doy un tʊ̀ dʊ-ựrg
kawng]

taxi tắc xi [dúg si]

will you get me a taxi? ông/bà
gọi giùm tôi chiếc tắc-xi
được không? [awng/bà gọy
yòòm doy ji-áyg dúg-si dʊ-ựrg
kawng]

where can I find a taxi? gọi
tắc-xi ở đâu? [gọy dúg-si ửr doh]

dialogue

**to the airport/to the Da Lat
Hotel, please** đi sân
bay/khách sạn Đa Lạt [đi
suhn bay/káj sạn da lạd]

how much will it be? bao
nhiêu tiền? [bao ni-yoh di-àyn]

fifty thousand năm chục
ngàn [num jọọg ngàn]

**that's fine right here,
thanks** được rồi ngay chỗ
này, cám ơn [dʊ-ựrg ròy
ngay jãw này gám urn]

 The most widely available
and cheapest form of taxi
in the city is the cyclo
(xích-lô), a kind of large tricycle
(sometimes motorized) with seating
for two or three at the front (and
shelter from sun or rain). These are

139

everywhere; all you need to do is wave or shout 'xích-lô!'. Travelling on the back of a motorbike 'taxi' is quicker, but this can be hair-raising. Women travelling alone should use this service with care. For medium-length journeys, it is possible to hire a lambretta (xe lam), seating six. This is a vehicle built around a motorbike, with bench seating in two rows, providing an extremely bumpy ride. Car-taxis are a lot more expensive than cyclos.

taxi-driver lái tắc-xi [lái dúg-si]
taxi rank bến xe tắc-xi [báyn seh dúg-si]
tea (drink) trà [jà]
  a pot of tea, please xin cho một ấm trà [sin jo mạwd úhm jà]
teabags trà gói [jà góy]
teach: could you teach me? ông/bà có thể dạy tôi không? [awng/bà gó tảy yạy doy kawng]
teacher giáo viên [yáo vi-ayn]
team đội [dọy]
teaspoon thìa cà phê (N) [tìa gà fay], muỗng cà phê (S) [mwãwng gà fay]
tea towel khăn lau chén [kun la-oo jén]
teenager thiếu niên [ti-áyoo ni-ayn]
telegram điện tín [di-ạyn dín]
telephone điện thoại [di-ạyn twại]
  see **phone**
television ti-vi [di-vi]
tell: could you tell him ... ?

ông/bà có thể nói cho ông ấy biết ... ? [awng/bà gó tảy nóy jo awng áy-i bi-áyd]
temperature (weather) nhiệt độ [n-yạyd dạw]
  (fever) lên cơn sốt [layn gurn sáwd]
tennis quần vợt [gwùhn vựrd], ten-nít [den-níd]
tennis ball banh quần vợt [bang gwùhn vựrd]
tennis court sân quần vợt [suhn gwùhn vựrd]
tennis racket cái vợt [gái vựrd]
tent lều [làyoo]
term (at university, school) học kỳ [họg gì]
terminus (rail) ga cuối cùng [ga gwóy gòòng]
  (bus) trạm cuối cùng [jạm gwóy gòòng]
terrible (weather) xấu quá [sóh gwá]
  (food) tệ quá [dạy gwá]
  (teacher) rất dở [rúhd yữr]
terrific (weather, food) tuyệt vời [dwee-ạyd vùh-i]
  (teacher) tuyệt hay [dwee-ạyd hay]
than: smaller than nhỏ hơn [n-yỏ hurn]
thank you cám ơn ông/bà [gám urn awng/bà]
  thanks cám ơn [gám urn]
  thank you very much cám ơn nhiều [gám urn n-yàyoo]
  thanks for the lift cám ơn ông/bà đã cho quá giang [gám urn awng/bà dã jo gwá yang]

no thanks không cám ơn
[kawng gám urn]

dialogue

thanks cám ơn [gám urn]
that's OK, don't mention it
không có chi [kawng gó ji]

that: that boy thằng nhỏ đó
[tùng n-yỏ dó]
that girl con bé kia [gon béh
gia]
that one cái đó [gái dó], cái
kia [gái gia]
I hope that ... tôi mong
rằng ... [doy mong rùng]
is that ... ? đó có phải ... ? [dó
gó fải]
is that yours? đó có phải của
ông/bà không? [dó gó fải gỏó-a
awng/bà kawng]
is that the Thong Nhat train?
đó có phải là tàu Thống Nhất
không? [dó gó fải là dà-oo táwng
n-yúhd kawng]
that's it (that's right) đúng rồi
[dóóng ròy]
the*
theatre nhà hát [n-yà hád]
their/theirs* của họ [gỏó-a họ]
them* họ
then (at that time) lúc đó [lóóg
dó]
(after that) sau đó [sa-oo dó]
there đó [dó]
over there ở chỗ đó [ừr jãw dó]
up there trên đó [jayn dó]
is there ...?/are there ...? có ...

không? [gó ... kawng]
there is .../there are ... có ...
[gó]
there you are (giving
something) đây ông/bà [day-i
awng/bà]
thermometer nhiệt kế [n-yạyd
gáy]
Thermos flask® cái phích [gái
fị]
these*: these men các ông này
[gág awng này]
these women các bà này [gág
bà này]
I'd like these tôi thích mấy
cái này [doy tị máy-i gái này]
they* họ [họ]
thick dày [yày]
(liquid) đặc [dụg]
(stupid) đần [dùhn]
thief trộm cắp [jạwm gúp]
thigh đùi [dòò-i]
thin mỏng [mỏng]
(liquid) loãng [lwãng]
(person) gầy [gày-i]
thing đồ [dàw]
my things đồ của tôi [dàw gỏó-
a doy]
think nghĩ [ngĩ]
I think so tôi nghĩ vậy [doy ngĩ
vạy-i]
I don't think so tôi không
nghĩ vậy [doy kawng ngĩ vạy-i]
I'll think about it tôi sẽ nghĩ
lại [doy sẽh ngĩ lại]
third party insurance bảo hiểm
một chiều [bảo hi-ảym mạwd ji-
 àyoo]
thirsty: I'm thirsty tôi thấy khát

[doy táy-i kád]

this: this boy thằng nhỏ này [tùng n-yỏ này]

this girl cô bé này [gaw béh này]

this one cái này [gái này]

this is my wife đây là vợ tôi [day-i là vụr doy]

is this ... ? đây có phải ... không? [day-i gó fái ... kawng]

those: those men mấy ông kia [máy-i awng gia]

those women mấy bà đó [máy-i bà đó]

which ones? – those những cái nào? – những cái kia/đó [n-yõõng gái nào – n-yõõng gái gia/đó]

thread (noun) sợi chỉ [sụh-i jỉ]

throat cổ họng [gảw họng]

throat pastilles kẹo ho [gẹh-ao ho]

through qua [gwa]

does it go through ... ? (train, bus) có đi qua ... không? [gó di gwa ... kawng]

throw (verb) ném

throw away (verb) vứt đi [vứd di]

thumb ngón tay cái [ngón day gái]

thunderstorm sấm sét mưa bão [súhm séd moo-a bão]

Thursday thứ Năm [tứ num]

ticket vé [véh]

dialogue

a return to Ho Chi Minh City một vé khứ hồi đi

Thành Phố Hồ Chí Minh [mạwd véh kứ hòy di tàng fáw hàw jí ming]

coming back when? khi nào về? [ki nào vày], chừng nào về? (S) [jòong nào vày]

today/next Tuesday bữa nay/thứ Ba tuần tới [bõõ-a nay/tứ ba dwàwn dúh-i]

that will be one hundred thousand dong một trăm ngàn đồng [mạwd jum ngàn dòng]

ticket office (bus, rail) phòng bán vé [fòng bán véh]

tide thủy triều [tỏỏ-i ji-àyoo]

tie (necktie) cà vạt [gà vạd]

tight (clothes) chật [jụhd]

it's too tight chật quá [jụhd gwá]

it's a bit tight (time) thì giờ hơi eo hẹp [tì yùr huh-i eh-ao hẹp]

hold tight! nắm chặt lại! [núm jụd lại]

tights quần nịt [gwùhn nịd]

till (cash desk) máy thu tiền [máy too di-àyn]

time* lần [lùhn]

what's the time? mấy giờ rồi? [máy-i yừr ròy]

this time lần này [lùhn này]

last time lần trước [lùhn jọo-úrg]

next time lần sau [lùhn sa-oo]

three times ba lần [ba lùhn]

timetable thời gian biểu [tùh-i

tin (can) cái lon [gái lon]

tinfoil giấy thiếc [yáy-i ti-áyg]

tinned food đồ hộp [dàw hạwp]

tin-opener cái mở đồ hộp [gái mửr dàw hạwp]

tiny (size) bé tí [béh dí]
(quantity) tí xíu [dí séw]

tip (to waiter etc) tiền thưởng [di-àyn tɯ-ửrng]

Tips in hotels and restaurants are not expected though they are greatly appreciated. For a lot of heavy luggage, between 10,000 – 15,000 dong (about 1 US dollar) would delight a porter. If you have a meal for two with good service, tipping is at your discretion: between 2,500 – 5,000 dong would be reasonable.

tired mệt [mạyd]
I'm tired tôi mệt rồi [doy mạyd ròy]

tissues khăn giấy [kun yáy-i]

to: to Ben Thanh Market đến chợ Bến Thành [dáyn jụr báyn tàng]

to Vietnam/England đến Việt Nam/Anh Quốc [dáyn vi-ạyd nam/ang gwáwg]

to the post office đến bưu điện [dáyn bɯ-oo di-ạyn]

send it to me gửi cho tôi [gɯ̓-i jo doy]

toast (bread) bánh mì nướng [báng mì nɯ-úrng]

today hôm nay [hawm nay], bữa nay (S) [bɯ̃-a nay]

toe ngón chân [ngón juhn]

together cùng nhau [gòòng nya-oo]

we're together (in shop etc) chúng tôi đi chung [jóóng doy di joong]

toilet nhà vệ sinh [n-yà vạy sing], cầu tiêu [gòh di-yoh]

where is the toilet? nhà vệ sinh ở đâu? [n-yà vạy sing ửr doh]

I have to go to the toilet tôi phải đi giải [doy fái di yải]

Public toilets are scarce, though you may well find them in tourist places. They tend to be very basic and no toilet paper is provided. They are signposted in English and Vietnamese. You can always ask to use toilets in restaurants and cafés without having to buy anything – there is no charge and no fuss. Long-distance buses usually stop in places where there are toilet facilities or somewhere to squat.

toilet paper giấy vệ sinh [yáy-i vạy sing]

tomato cà chua [gà jwaw]

tomato juice nước cốt cà chua [nɯ-úrg gáwd gà jwaw]

tomato ketchup 'tomato ketchup'

tomorrow mai

tomorrow morning sáng mai [sáng mai]

the day after tomorrow mốt [máwd]

toner (cosmetic) thuốc căng da [twáwg gung ya]

tongue lưỡi [loo-ũh-i]

tonic (water) nước khoáng quinin [nɔɔ-úrg kwáng gwinin]

tonight đêm nay [daym nay]

tonsillitis sưng amidan [sɔɔng ami-dan]

too (excessively) quá [gwá]
(also) cũng [gõõng]

too hot quá nóng [gwá nóng]

too much quá nhiều [gwá n-yàyoo]

me too tôi cũng vậy [doy gõõng vay-i]

tooth răng [rung]

toothache đau răng [da-oo rung]

toothbrush bàn chải răng [bàn jåi rung]

toothpaste kem đánh răng [gem dáng rung]

top: on top of ... ở trên đỉnh ... [ừr jayn dỉng]

at the top ở trên cao [ừr jayn gao]

top floor lầu cao nhất [lòh gao n-yúhd]

torch đèn pin [dèn pin]

total (noun) tổng cộng [dǎwng gạwng]

touching
People may touch the hair on your body or stroke your fair skin, but don't be intimidated – they're merely showing friendly interest. You, on the other hand, should avoid unnecessary bodily contact, and under no circumstances touch a Vietnamese person's head.

tour (noun) chuyến du lịch [jwee-áyn yoo lij]

is there a tour of ... ? có chuyến du lịch nào đi ... không? [gó jwee-áyn yoo lij nào di ... kawng]

tour guide người hướng dẫn [ngoo-ừh-i hɔɔ-úrng yũhn]

tourist khách du lịch [káj yoo lij]

tourist agency hãng du lịch [hãng yoo lij]

tourist information office phòng thông tin du lịch [fòng tawng din yoo lij]

tour operator hãng tổ chức du lịch [hãng dảw jɔ́g yoo lij]

towel khăn bông [kun bawng]

hand towel khăn lau tay [kun la-oo day]

paper towel khăn giấy [kun yáy-i]

town thị trấn [tị júhn]

in town trong thành thị [jong tàng tị]

just out of town chỉ vừa ra khỏi thành thị [jỉ vửɔ-a ra kỏy tàng tị]

town centre trung tâm thị trấn [joong duhm tị júhn]

town hall tòa thị chính [dwà tị jíng]

toy đồ chơi [dàw juh-i]

track (US) thềm (ga) [tàym (ga)]

traditional truyền thống [jwee-àyn táwng]

traffic xe cộ [seh gạw]

traffic jam kẹt xe [gẹd seh]

traffic lights đèn xanh đèn đỏ [dèn sang dèn dỏ]

train xe lửa [seh lửa], tàu (lửa) [dà-oo (lửa)]

by train bằng xe lửa [bùng seh lửa]

Travelling by train takes time. Trains are old and slow. Long-distance trains such as those that go between the North and South (Hanoi and Ho Chi Minh City) usually have sleeping berths – six to a compartment. Food during the journey is brought to you in your seat, or sold through the window whenever the train stops – there are no buffet or restaurant cars on trains. You should only pay with small change and preferably give the correct amount. Recently a new fast twice-weekly service has been introduced, which offers four-berth compartments and takes 48 hours (rather than the average 58) for the whole journey between Hanoi and Ho Chi Minh City. Tickets for long-distance journeys have to be bought in advance at the station; tickets for shorter journeys are bought as you are about to travel or on the train.

Foreigners have to pay special foreigners' rates, which are higher than the usual rate paid by Vietnamese passengers.

dialogue

is this the train for Dien Bien Phu? đây có phải là xe đi Điện Biên Phủ không? [day-i gó fải là seh di di-ạyn bi-ayn fỏô kawng]

sure phải [fải]

no, you want that platform there không phải, ông/bà đợi ở thềm bên kia [kawng fải awng/bà dụh-i ử tàym bayn gia]

trainers (shoes) giày thể thao [yày tẩy tao]

train station bến xe lửa [báyn seh lửa]

tram xe điện [seh di-ạyn]

translate dịch [yịj]

could you translate that? ông/bà có thể dịch cái đó không? [awng/bà gó tẩy yịj gái dó kawng]

translation sự phiên dịch [sợ fi-ayn yịj]

translator thông dịch [tawng yịj]

trashcan thùng rác [tòòng rág]

travel (verb) đi [di]

we're travelling around chúng tôi đi vòng vòng [jóóng doy di vòng vòng]

travel agent's hãng du lịch [hãng yoo lịj]

Tr

traveller's cheque séc du lịch [ség yoo lịj]
  see **bank**
tray khay [kay]
tree cây [gay-i]
trendy hợp thời trang [hựrp tùh-i jang]
trim: just a trim, please (to hairdresser) chỉ tỉa thôi [jỉ dỉa toy]
trip (excursion) chuyến du hành [jwee-áyn yoo hàng]
  I'd like to go on a trip to ... tôi muốn đi du hành ở ... [doy mwáwn di yoo hàng ửr]
trolley xe đẩy [seh dẩy-i]
trolleybus ô tô điện [aw daw di-ạyn]
trouble (noun) điều rắc rối [di-àyoo rúg róy]
  I'm having trouble with ... tôi có điều rắc rối với ... [doy gó di-àyoo rúg róy vúh-i]
trousers quần [gwùhn]
true thật [tụhd], thực (S) [tựọg]
  that's not true cái đó không đúng với sự thật [gái dó kawng dóóng vúh-i sựọ tụhd]
trunks (swimming) quần tắm [gwùhn dúm]
try (verb) thử [tửỏ]
  can I try it? tôi thử được không? [doy tửỏ dọo-ựrg kawng]
try on mặc thử [mụg tửỏ]
  can I try it on? tôi mặc thử được không? [doy mụg tửỏ dọo-ựrg kawng]
T-shirt áo thun [áo toon]
Tuesday thứ Ba [tửỏ ba]

tuna cá ngừ [gá ngờ]
tunnel đường hầm [dọo-ừrng hùhm]
turn: turn left rẽ (N)/quẹo (S) trái [rẽ/gwẹh-ao jái]; **turn right** rẽ (N)/quẹo (S) phải [fái]
turn off: where do I turn off? rẽ ở đâu? [rẽh ửr doh]
  can you turn the light off? ông/bà tắt đèn đi được không? [awng/bà dúd dèn di dọo-ựrg kawng]
turn on: can you turn the light on? ông/bà bật đèn lên được không? [awng/bà bụhd dèn layn dọo-ựrg kawng]
turning (in road) chỗ rẽ [jãw rẽh]
TV ti-vi [di-vi]
tweezers cái nhíp [gái níp]
twice hai lần [hai lùhn]
  twice as much gấp hai [gúhp hai]
twin beds hai giường [hai yọo-ừrng]
twin room phòng hai giường [fòng hai yọo-ừrng]
twist: I've twisted my ankle cổ chân tôi bị trẹo [gảw juhn doy bị jẹh-ao]
type (noun) loại [lwại]
  another type of ... một loại khác [mạwd lwại kág]
tyre lốp (xe) [láwp (seh)]

U
—

ugly xấu xí [sóh sí]
UK Vương Quốc Anh [vọo-ưrng

146

gwáwg ang]

ulcer loét [lwéd]

umbrella cái ô (N) [gái aw], cái dù (S) [gái yòò]

uncle (father's older brother) bác [bág]
(father's younger brother) chú [jóó]
(mother's brother) cậu [gọh]

unconscious bất tỉnh [búhd dỉng]

under dưới [yoo-úh-i]

underdone (meat) chưa chín [joo-a jín]

underpants quần lót [gwùhn lód]

understand: I understand tôi hiểu [doy hi-ảyoo]
I don't understand tôi không hiểu [doy kawng hi-ảyoo]
do you understand? ông/bà hiểu không? [awng/bà hi-ảyoo kawng]

unemployed thất nghiệp [túhd ngi-ạyp]

unicorn dance múa lân [móó-a luhn]

United States nước Mỹ [noo-úrg mĩ], Hoa Kỳ [hwa kỳ]

university trường đại học [joo-ùrng dại họg]

unleaded petrol see petrol

unlimited mileage không giới hạn số dặm [kawng yúh-i hạn sáw yụm]

unlock mở khóa [mửr kwá]

unpack (suitcase) lấy đồ ra [lấy-i dàw ra]

until cho đến [jo dáyn]

unusual khác thường [kág too-ùrng]

up trên [jayn]
up there trên kia [jayn gia]
he's not up yet (not out of bed) ông ấy còn chưa dậy [awng áy-i gòn joo-a yạy-i]
what's up? có việc gì vậy? [gó vi-ạyg yì vạy-i]

upmarket sang trọng [sang jọng]

upset stomach bụng dạ khó chịu [bọọng yạ kó jẹw]

upside down đảo ngược lại [dảo ngoo-ụrg lại]

upstairs trên lầu [jayn lòh]

urgent khẩn cấp [kủhn gúhp]

urgently gấp [gúhp]

us* chúng tôi [jóóng doy]
(including listeners) chúng ta [jóóng da]
let's go for a walk chúng ta hãy đi dạo đi [jóóng da hãy di yạo di]

USA 'USA'

use (verb) dùng [yòòng]
may I use ... ? tôi có thể dùng ... không? [doy gó tảy yòòng ... kawng]

useful hữu ích [hỏo-oo íj]

usual (thông) thường [(tawng) too-ùrng]
the usual (drink etc) như thường lệ [n-yoo too-ùrng lạy]

usually (thường) thường [(too-ùrng) too-ùrng]

V

vacancy: do you have any vacancies? (hotel) ông/bà có phòng trống không? [awng/bà gó fòng jáwng kawng]
see room

vacation (from university) kỳ nghỉ [gì ngỉ]
see holiday

vaccination chủng ngừa [jỏong ngờo-a]

vacuum cleaner máy hút bụi [máy hóód boo-i]

valid (ticket etc) có giá trị [gó yá ji]

how long is it valid for? có giá trị bao lâu? [gó yá ji bao loh]

valley thung lũng [toong lõõng]

valuable (adj) quý [gwí]

value (noun) giá trị [yá ji]

van xe tải [seh dải]

vanilla vani

a vanilla ice cream kem vani [gem vani]

vary: it varies thay đổi [tay dỏy]

vase cái bình [gái bìng]

veal thịt bê [tid bay]

vegetables rau cỏ [ra-oo gỏ]

vegetarian (noun) người ăn chay [ngoo-ùh-i un jay]

vending machine máy bán tự động [máy bán dọo dawng]

very rất [rúhd]

very much rất [rád]

very little for me cho tôi (rất) ít thôi [jo doy (rúhd) íd toy]

I like it very much tôi rất thích

[doy rúhd tíj]

vest (under shirt) áo lót [áo lód]

via qua [gwa]

video (noun) băng vi-đê-ô [bung vi-day-aw]

video recorder máy vi-đê-ô [máy vi-day-aw]

Vietnam Việt Nam [vi-ạyd]

Vietnamese (adj) Việt Nam [vi-ạyd], Việt
(person) người Việt [ngoo-ùh-i]
(language) tiếng Việt [di-áyng]

view cảnh [gảng]

villa vi-la

village làng

vinegar dấm [yúhm]

visa thị thực [tị tọog]

entry/exit visa thị thực nhập cảnh/xuất cảnh [tị tọog n-yạyp gảng/swáyt gảng]

visa extension gia hạn thị thực [ya hạn tị tọog]

All visitors require a visa, which can be obtained from Vietnamese embassies abroad. The process may take from a few days to a few weeks. With a letter of sponsorship from, for example, a Chamber of Commerce, it is possible for business visitors to obtain visas on arrival at either of the two main airports.

visit (verb: people) thăm [tum]
(museum etc) tham quan [tam gwan]

I'd like to visit ... tôi muốn đi

thăm ... 〖doy mwáwn di tụm〗

vital: it's vital that ... điều cần
  thiết là ... 〖di-àyoo gùhn ti-áyd là〗

vodka rượu vốt-ca 〖rọo-ụroo
  váwd-ga〗

voice giọng nói 〖yọng nóy〗

voltage điện áp 〖di-ạyn áp〗

The voltage in cities and
towns is generally 220v,
50 Hz cycles; in rural
areas it is 110v, 60Hz: always check
before using appliances. Wiring is
generally antiquated and a socket
may give off sparks when you put
plugs in and take them out. A power
surge protector is advisable for
sensitive electronic equipment. Most
outlets are for two-pin plugs; you
can often borrow an adapter from
the hotel attendant. Blackouts are
frequent, particularly in rural areas.

vomit mửa (S) 〖mửɔ-a〗, nôn (N)
  〖nawn〗

W

waist eo 〖eh-ao〗

waistcoat áo gi-lê 〖áo yi lay〗

wait đợi 〖dụh-i〗

  wait for me đợi tôi với 〖dụh-i
    doy vúh-i〗

  don't wait for me đừng đợi
    tôi 〖dừng dụh-i doy〗

  **can I wait until my wife gets
  here?** tôi đợi ở đây cho đến
    vợ tôi đến được không? 〖doy

dụh-i ừr day-i jo dáyn vụr doy dáyn
dɔ̄o-ụrg kawng〗

  can you do it while I wait?
  ông/bà có thể làm xong trong
    khi tôi đợi không? 〖awng/bà gó
    tảy làm song jong ki doy dụh-i
    kawng〗

  could you wait here for me?
  ông/bà đợi tôi ở đây được
    không? 〖awng/bà dụh-i doy ừr
    day-i dɔ̄o-ụrg kawng〗

waiter/waitress hầu bàn 〖hòh
  bàn〗

waiter!/waitress! hầu bàn!
  〖hòh bàn〗

**wake: can you wake me up at
5.30?** ông/bà đánh thức tôi
  lúc năm giờ rưỡi được
    không? 〖awng/bà dáng tɔ̄g doy
    lóóg num yùr roo-ūh-i dɔ̄o-ụrg
    kawng〗

wake-up call đánh thức bằng
  điện thoại 〖dáng tɔ̄g bùng di-ạyn
  twại〗

Wales xứ 'Wales' 〖sứ〗

walk: is it a long walk? đi bộ
  có xa không? 〖di bạw gó sa
  kawng〗

  it's only a short walk đi bộ
  gần thôi 〖di bạw gùhn toy〗

  I'll walk tôi sẽ đi bộ 〖doy sẽh di
  bạw〗

  I'm going for a walk tôi đi thả
  bộ 〖doy di tả bạw〗

Walkman® máy cát sét cá
  nhân 〖máy gád séd gá n-yuhn〗

wall tường 〖dɔ̄o-ùrng〗

wallet cái ví 〖gái ví〗

wander: I like just wandering

around tôi thích đi vòng vòng thôi [doy tíj jỉ di vòng vòng toy]

want: I want a ... tôi muốn một ... [doy mwáwn mạwd]

I don't want any ... tôi không muốn ... gì cả [doy kawng mwáwn ... yì gả]

I want to go home tôi muốn về nhà [doy mwáwn vày n-yà]

I don't want to tôi không muốn [doy kawng mwáwn]

he wants to ... ông ấy muốn ... [awng áy-i mwáwn]

what do you want to eat/drink? ông/bà muốn ăn/uống gì? [awng/bà mwáwn un/wáwng yì]

ward (in hospital) trại bệnh [jại bạyng]

warm ấm [úhm]

I'm so warm tôi thấy rất ấm [doy táy-i rúhd úhm]

was*

wash (verb) rửa [rửₒ-a]
(washing) giặt [yụd]
(hair) gội [gọy]

to have a wash tắm rửa [dúm rửₒ-a]

can you wash these? ông/bà có thể giặt những cái này không? [awng/bà gó tẩy yụd n-yững gái này kawng]

where can I wash my hands? ở đâu rửa tay? [ửr doh rửₒ-a day]

washer (for bolt etc) vòng đệm [vòng dạym]

washhand basin bồn rửa tay [bàwn rửₒ-a day]

washing (clothes) quần áo cần giặt [gwùhn áo gàn yụd]

washing machine máy giặt [máy yụd]

washing powder bột giặt [bạwd yụd]

washing-up: to do the washing-up rửa chén bát [rửₒ-a jén bád]

washing-up liquid dầu rửa chén bát [yòh rửₒ-a jén bád]

wasp ong (bắp cày) [ong (búp gày)]

watch (wristwatch) đồng hồ đeo tay [dàwng hàw deh-ao day]

will you watch my things for me? ông/bà trông chừng những thứ này giùm tôi được không? [awng/bà jawng jòwng n-yững tửₒ này yòòm doy dₒₒ-ựrg kawng]

watch out! coi chừng! [goi jòwng]

watch strap dây đồng hồ đeo tay [yay-i dàwng hàw deh-ao day]

water nước [nₒₒ-úrg]

may I have some water? ông/bà làm ơn cho tí nước [awng/bà làm urn jo dí nₒₒ-úrg]

waterproof (adj) không thấm nước [kawng túhm nₒₒ-úrg]

waterskiing trượt nước [jₒₒ-ựrd nₒₒ-úrg]

wave (in sea) sóng

way: it's this way đường này [dₒₒ-ừrng này]

it's that way đường kia [đœ-ùrng gia]

is it a long way to ... ? đi ... có xa lắm không? [di ... gó sa lúm kawng]

no way! không được! [kawng đœ-ụrg]

dialogue

could you tell me the way to ... ? ông/bà có thể chỉ đường cho tôi đi ... không? [awng/bà gó tây jỉ đœ-ùrng jo doy di ... kawng]

go straight on until you reach the traffic lights đi thẳng tới cho đến khi gặp đèn xanh đèn đỏ [di tẳng dúh-i jo dáyn ki gụp dèn sang dèn đỏ]

turn left quẹo trái (S) [gwẹh-ao jái], rẽ trái (N) [rẽh jái]

take the first on the right rẽ vào đường trước nhất ở bên tay phải [rẽh vào đœ-ùrng jœ-úrg n-yúhd ủr bayn day fải]

see where

we* chúng tôi [jóóng doy] (including listeners) chúng ta [jóóng da]

weak (person, alcoholic drink) yếu [yáy-oo] (soft drink, coffee etc) nhạt [n-yạd]

weather thời tiết [tùh-i di-áyd]

dialogue

what's the weather forecast? dự báo thời tiết thế nào? [yœ báo tùh-i di-áyd táy nào]

it's going to be fine trời sẽ tốt [jùh-i sẽh dáwd]

it's going to rain trời sẽ mưa [jùh-i sẽh moo-a]

it'll brighten up later sau đó trời sẽ trở nên sáng sủa [sa-oo dó jùh-i sẽh jửr nayn sáng sỏỏ-a]

wedding đám cưới [dám goo-úh-i]

wedding ring nhẫn cưới [n-yũhn goo-úh-i]

Wednesday thứ Tư [tóó đœ]

week tuần [dwàwn]

a week (from) today hôm nay tuần sau [hawm nay dwàwn sa-oo]

a week (from) tomorrow ngày mai tuần sau [ngày mai dwàwn sa-oo]

weekend cuối tuần [gwóy dwàwn]

at the weekend vào cuối tuần [vào gwóy dwàwn]

weight cân nặng [guhn nụng]

weird kỳ quái [gì gwái]

weirdo người lập dị [ngoo-ùh-i lụhp yị]

welcome: welcome to ... xin kính chào quí vị ... [sin gíng jào gwí vị]

you're welcome (don't mention

it) không dám [kawng yám]

well: I don't feel well tôi thấy không được khỏe [doy táy-i kawng dœ-ưrg kwẻh]

she's not well bà ấy không được khỏe [bà áy-i kawng dœ-ưrg kwẻh]

you speak English very well ông/bà nói tiếng Anh rất hay [awng/bà nóy di-áyng ang rúhd hay]

well done! khá lắm! [ká lúm]

this one as well cái này nữa [gái này nœ-a]

well well! (surprise) thế cơ à! [táy gur à]

dialogue

how are you? ông/bà khỏe chứ? [awng/bà kwẻh jœ]

very well, thanks, and you? rất khỏe, cám ơn, còn ông/bà? [rúhd kwẻh gám ưn gòn awng/bà]

well-done (meat) thật chín [tụhd jín]

Welsh Ga-lờ [Ga-lừr]

I'm Welsh tôi là người Ga-lờ [doy là ngoo-ùh-i Ga-lừr]

were*

west phía tây [fía day-i]

(western part of a country) miền tây [mi-àyn day-i]

in the west ở phía tây [ửr fía day-i]

the West các nước Tây Phương [gág nœ-úrg day-i fœ-urng]

Westerner người Tây Phương [ngoo-ùh-i day-i fœ-urng]

westernize Tây hóa [day-i hwá]

West Indian (adj) 'Jamaica' [Jamaiga]

wet ướt [œ-úrd]

what? cái gì? [gái yì]

what's that? đó là gì? [đó là yì]

what should I do? tôi nên/phải làm gì? [doy nayn/fải làm yì]

what a view! cảnh đẹp quá chừng! [gảng dẹp gwá jừng]

what bus do I take? tôi đi xe (buýt) nào? [doy di seh (bweéd) nào]

wheel bánh xe [báng seh]

wheelchair xe lăn [seh lun]

when? khi nào [ki nào], chừng nào (S) [jừng nào]

when we get back khi nào chúng tôi về lại [ki nào jóóng doy vày lại]

when's the train/ferry? khi nào có xe lửa/phà? [ki nào gó seh lœ-a/fà]

where? ở đâu? [ửr doh]

I don't know where it is tôi không biết nó ở đâu [doy kawng bi-áyd nó ửr doh]

dialogue

where is the cathedral? nhà thờ lớn ở đâu? [n-yà từr lúrn ửr doh]

it's over there ở đằng kia [ửr dùng gia]

could you show me where

it is on the map? ông/bà có thể chỉ tôi xem trên bản đồ không? [awng/bà gó tảy jỉ doy sem jayn bản dàw kawng]
it's just here ngay đây này [ngay day-i này]
see **way**

which: which bus? xe (buýt) nào? [seh (bweéd) nào]

dialogue

which one? cái nào? [gái nào]
that one cái kia [gái gia]
this one? cái này hả? [gái này hả]
no, that one không phải, cái kia [kawng fải gái gia]

while: while I'm here đang lúc tôi có mặt ở đây [dang lóóg doy gó mụd ử day-i]
whisky rượu uýt-ki [rᴏᴏ-ụroo wíd-gỉ]
white trắng [júng]
white wine rượu (vang) trắng [rᴏᴏ-ụroo (vang) júng]
who? ai?
who is it? ai đó? [ai dó]
the man who ... cái ông mà ... [gái awng mà]
whole: the whole week cả tuần [gả dwàwn]
the whole lot toàn bộ [dwàn bạw]
whose: whose is this? cái này của ai vậy? [gái này gỏỏ-a ai vạy-i]

why? tại sao? [dại sao]
why not? sao không? [sao kawng]
wide rộng [rạwng]
wife: my wife vợ tôi [vụr doy]
will*: will you do it for me? ông/bà làm hộ tôi được không [awng/bà làm hạw doy dᴏᴏ-ụrg kawng]
wind (noun) gió [yó]
window (of house, car) cửa sổ [gỏ̉ᴏ-a sảw]
(of shop) ô kính [aw gíng]
near the window gần cửa sổ [gùhn gỏ̉ᴏ-a sảw]
in the window (of shop) ở ô kính [ử aw gíng]
window seat chỗ ngồi gần cửa sổ [jãw ngòy gùhn gỏ̉ᴏ-a sảw]
windscreen kính chắn gió [gíng jún yó]
windscreen wiper cần gạt nước [gùhn gạd nᴏᴏ-úrg]
windsurfing môn lướt thuyền gió [mawn lᴏᴏ-úrd twee-àyn yó]
windy: it's so windy gió quá [yó gwá]
wine rượu vang [rᴏᴏ-ụroo vang]
can we have some more wine? làm ơn cho thêm tí rượu vang [làm urn jo taym dí rᴏᴏ-ụroo vang]

Western wine is widely available in major hotels and restaurants. Rice wine (rượu đế) is not wine but more like a strong spirit.

wine list bảng rượu [bảng rœ-ượu]

winter mùa đông [mòo-a dawng]

in the winter vào mùa đông [vào mòo-a yawng]

wire dây (kim loại) [yay-i (gim lwại)]

(electric) dây điện [yay-i di-ạyn]

wish: best wishes những lời chúc tốt lành nhất [n-yœng lùh-i jóóg dáwd làng n-yúhd]

with với [vúh-i]

I'm staying with ... tôi đang ở với ... [doy dang ủr vúh-i]

without không có [kawng gó]

witness nhân chứng [n-yuhn jœng]

will you be a witness for me? ông/bà làm nhân chứng cho tôi được không? [awng/bà làm n-yuhn jœng jo doy dœ-ựrg kawng]

woman đàn bà [dàn bà]

(more formal) phụ nữ [fọo nœ]

 It is generally safe for women to travel on public transport, although they should be cautious when taking a cyclo or motorbike-taxi. There is little sexual harassment in Vietnam, but, as a foreigner, you may be the object of curiosity and people may want to touch you (see touching). Women are still not regarded as equal with men in Vietnamese society, and if you are invited to someone's house, you'll find that women do all the clearing up etc after a meal while the men sit and talk. There are usually separate washing arrangements for women in a household. If you are staying as a guest with a family, you should always check which bucket is for women to use for washing clothes and showering and which towels are for the women to use.

wonderful tuyệt vời [dwee-ạyd vùh-i]

won't*: it won't start máy không chịu nổ [máy kawng jẹw nảw]

wood (material) gỗ [gãw]

woods (forest) rừng cây [rœng gay-i]

wool len

word chữ [jœ]

work (noun) việc [vi-ạyg], công chuyện (S) [gawng jwee-ạyn]

it's not working hỏng rồi [hỏng ròy]

I work in ... tôi làm ở ... [doy làm ừr]

world thế giới [táy yúh-i]

worry: I'm worried tôi lo [doy lo]

worse: it's worse tệ hơn nữa [dạy hurn nõõ-a]

worst tệ nhất [dạy n-yúhd]

worth: is it worth a visit? có đáng xem không? [gó dáng sem kawng]

would: would you give this to ... ? ông/bà đưa giùm cái này cho ... được không? [awng/bà doo-a yòòm gái này jo ... dœ-ựrg kawng]

wrap: could you wrap it up?
ông/bà có thể gói nó lại
không? [awng/bà gó tẩy góy nó lại
kawng]

wrapping paper giấy gói [yáy-i
góy]

wrist cổ tay [gẩw day]

write viết [vi-áyd]

 could you write it down?
ông/bà có thể viết ra

không? [awng/bà gó tẩy vi-áyd ra
kawng]

 how do you write it? ông/bà
viết như thế nào? [awng/bà vi-
áyd n-yơ táy nào]

writing paper giấy để viết [yáy-
i dẩy vi-áyd]

wrong: it's the wrong key lầm
chìa khóa [lùhm jia kwá]

 this is the wrong train không
phải xe lửa này [kawng fải seh
lử-a này]

 the bill's wrong hóa đơn này
sai rồi [hwá durn này sai ròy]

 sorry, wrong number xin lỗi,
sai số [sin lỗy sai sáw]

 sorry, wrong room xin lỗi,
lầm phòng [sin lỗy lùhm fòng]

 there's something wrong
with ... có gì không ổn ... [gó
yì kawng ẩwn]

 (machine) trục trặc ... [jọọg jụg]

 what's wrong? có việc/
chuyện gì? [gó vi-ạyg/jwee-ạyn
yì]

X

X-ray tia X [dia íj sì]

Y

yacht du thuyền [yoo twee-àyn]

yard*

year năm [num]

yellow màu vàng [mà-oo vàng]

yes vâng (N) [vuhng], dạ (S)
[yạ]

yesterday hôm qua [hawm
gwa]

 yesterday morning sáng hôm
qua [sáng hawm gwa]

 the day before yesterday
hôm kia [hawm gia]

yet chưa [joo-a]

dialogue

 is it here yet? đã đến
chưa? [dã dáyn joo-a]
 no, not yet chưa, chưa đến
[joo-a joo-a dáyn]
 you'll have to wait a little
longer yet ông/bà sẽ còn
phải đợi thêm tí nữa
[awng/bà sẽh gòn fải dụh-i taym
dí nỗ-a]

yoghurt da-ua [ya-waw], sữa
chua [sỗ-a jwaw]

you* (formal: to older or more
senior man/woman) ông/bà
[awng/bà]

(less formal: to youngish man) anh [ang]

(less formal: to youngish woman) chị [ji]

(formal: usually said by man to young woman) cô [gaw]

(informal: to much younger person or child) em

this is for you (formal: to older man/woman) đây là cho ông/bà [day-i là jo awng/bà]

 The words for 'you' in Vietnamese change according to how old the person is and how well you know them. Ông for an older or more senior man and bà for an older or more senior woman are generally polite and quite safe. You can also address youngish men, using anh and youngish women using chị; these forms are more familiar and friendly and should be used in informal situations. Another more formal word, mainly used by a man when speaking to a young woman he doesn't know well, is cô. The familiar form used when speaking to a much younger person or child is em. It is polite to use the appropriate Vietnamese word for 'you' before a person's given name when addressing or referring to someone, in which case it would be spelt with a capital letter.
see **name**

young trẻ [jẻh]

your/yours* (formal: to older or more senior man/woman) của ông/của bà [gỏỏ-a awng/gỏỏ-a bà]

(less formal: to youngish man) của anh [gỏỏ-a ang]

(less formal: to youngish woman) của chị [gỏỏ-a ji]

(informal: to young woman) của cô [gỏỏ-a gaw]

(informal: to much younger person or child) của em [gỏỏ-a em]

your camera (formal: to older man/woman) máy ảnh của ông/bà [máy ảng gỏỏ-a awng/bà]

Z

zero số không [sáw kawng], 'zero'

zip phẹc mơ-tuya [feg mur-dwee-a]

could you put a new zip on? ông/bà có thể cho vào một cái phẹc mới không? [awng/bà gó tẩy jo vào mạwd gái feg múh-i kawng]

zipcode mã thư tín [mã too dín]

zoo sở thú [sửr tóó]

Vietnamese

→

English

Colloquialisms

You might well hear the following expressions but you shouldn't be tempted to use any of the stronger ones – local people will not be amused or impressed by your efforts.

anh chàng [ang jàng] bloke
câm họng! [guhm họng] shut up! (very offensive)
câm mồm! [guhm màwm] shut up!
cút đi! [góód di] get out of here!; piss off!
chúa ơi! [jóó-a uh-i] oh God!
đi đi! [di di] go away!
địt mẹ (N) [dịd mẹh] shit; bastard; fuck
đồ chết tiệt [dàw jáyd di-ạyd] damn you!
đồ chó đẻ! [dàw jó đẻh] son of a bitch!
đồ khốn! [dàw káwn] damn you!
đồ ngu! [dàw ngoo] stupid idiot!
đồ qủi tha ma bắt! [dàw gwỉ ta ma búd] to hell with you!
dụ má (S) [dọọ má] shit; bastard; fuck
hay thật! [hay tụht] brilliant!, great!
im đi! [im di] shut up!
im mồm! [im màwm] shut up!
im nào! [im nào] shut up!
mẹ kiếp! [mẹh gi-áyp] bloody hell!
ngu [ngoo] stupid, thick
ngu như chó [ngoo n-yoo jó] as thick as two short planks
tuyệt! [too-yạyt] great!
thằng khốn! [tùng káwn] you damned bastard!
trời đất! [jùh-i dúhd] good heavens!
trời ơi! [jùh-i uh-i] oh my God!

In this dictionary we have generally ordered words according to English alphabetical order so as to make reference more user-friendly, whereas in other Vietnamese dictionaries you will find vowels ordered by tone mark and accent. However, we follow Vietnamese practice in grouping the following letters separately: ch (after c); đ (after d); gi (after g); kh (after k); ng (after n); nh (after ng); ph (after p); th (after t); tr (after t).

A

à cushion word, put at the end of a sentence to ask a friendly question or to clarify, or put at the beginning of a sentence to show surprise

à quên! [à gwayn] ah, I forgot!

Á Châu [á joh] Asia; Asian (adj)

ai? [ai] who?; anybody;

ai đó? [ai dó] who is it?

ai nữa? [ai nữ-a] anyone else?; who else?

ấm [úhm] warm

ẩm [ủhm] damp

âm nhạc [uhm n-yạg] music

ăn [un] eat

ăn mặc [un mụg] dress

ăn mặc lôi thôi [un mụg loy toy] slovenly dressed

ấn phẩm [úhn fủhm] printed matter

an toàn [an dwàn] safe (adj)

ăn trộm [un jạwm] burgle

ăn trưa [un joo-a] lunch

ăn uống [un wáwng] eat and drink

ăn uống gì chưa? [un wáwng yì joo-a] have you eaten?

Anh [ang] English (adj)

anh [ang] you; brother (older); cousin (older)

ảnh [ảng] photo; he (S)

anh ấy [ang áy-i] he; him

anh cả [ang gả] eldest brother

anh có khỏe không? [ang gó kwẻh kawng] how are you?

anh chàng [ang jàng] bloke

anh chú bác [ang jóo bág] cousin (paternal: older male)

anh họ [ang họ] cousin (maternal: older male)

Anh kim [ang gim] pound sterling

anh ngốc [ang ngáwg] idiot

Anh Quốc [ang gwáwg] England

anh rể [ang rảy] brother-in-law (older)

áo ấm [áo úhm] sweater, jumper; warm clothes

áo bà ba woman's traditional collarless shirt, normally black or white

áo choàng [áo jwàng] coat

áo dài [áo yài] woman's traditional long dress worn over trousers

áo gi-lê [áo yi-lay] waistcoat

áo khoác [áo kwág] coat, overcoat

áo khoác ngoài [áo kwág ngwài] dressing gown

áo lạnh [áo lạng] jumper

áo len cổ chui [áo len gảw jwee] pullover

áo lót [áo lód] vest; slip (garment)

áo mưa [áo moo-a] raincoat; cagoule

áo ngoài [áo ngwài] jacket

áo ngủ đàn bà [áo ngỏ̂ dàn bà] nightdress

áo phao [áo fao] life jacket

áo phao cấp cứu dưới ghế

ngồi lifejacket is under the seat

áo săng-đay [áo sung-day] jersey

áo sơ mi [áo sur mi] shirt

áo sơ-mi đàn bà [áo sur-mi dàn bà] blouse

áo thun [áo toon] T-shirt

áo vệ sinh [áo vạy sing] sweatshirt

Âu hóa [oh hwá] westernize

ấy [áy-i] that; those

B

ba [ba] dad, father

Bà Mrs

bà [bà] you; lady

bả (S) her; she

bà ... được không? [bà ... dcơ-ựrg kawng] can you ...? (request)

bà có thể ...? [bà gó tảy] could you ...?

bà ấy [bà áy-i] she; her

bà có thích ... không? [bà gó tỉj ... kawng] do you like ...?

bà con [bà gon] relative (noun)

bà già [bà yà] mother (informal); grandmother

bà giám đốc [bà yám dáwg] manageress

bà không nên ... [bà kawng nayn] you shouldn't

bà nên ... [bà nayn] you should

ba lô [ba law] rucksack

bà nội [bà nọy] grandmother (paternal)

bà ngoại [bà ngwại] grandmother (maternal)

ba vợ [ba vựr] father-in-law

bạc [bạg] silver (noun)

bác [bág] uncle (father's older brother)

Bắc Ái Nhĩ Lan [búg ái n₂yĩ lan] Northern Ireland

bác sĩ [bág sĩ] doctor

bác sĩ trực [bág sĩ jợg] doctor on duty

bậc thang [bụhg tang] stairs

bãi biển [bãi bi-ảyn] beach

Bãi biển Non Nước [bãi bi-ảyn non ncơ-úrg] China Beach (in Danang)

bài hát [bài hád] song

bài học [bài họg] lesson

bạn friend

bán [bán] sell; sale

bận [bụhn] busy; engaged, (US) occupied

bản âm [bản uhm] negative (film)

ban công [ban gawng] balcony (in theatre)

bàn chải răng [bàn jải rung] toothbrush

bàn chải tóc [bàn jải đóg] hairbrush

bàn chân [bàn juhn] foot

ban đêm [ban daym] night

bản đồ [bản dàw] map (city plan)

bạn gái [bạn gái] girlfriend

bản thân anh [bản tuhn ang] yourself

bản thân anh ấy [bản tuhn ang áy-i] himself

bản thân cô ấy [bản tuhn gaw áy-i] herself

bản thân chúng ta [bản tuhn jóóng da] ourselves

bản thân họ [bản tuhn họ] themselves

bản thân nó [bản tuhn nó] itself

bản thân tôi [bản tuhn doy] myself

bạn thư từ [bạn tơơ dờơ] penfriend

bạn trai [bạn jai] boyfriend

bàn ủi [bàn ỏỏ-i] iron (for ironing)

bán vé [bán véh] tickets

băng [bung] ice; tape (for cassette)

bằng [bùng] by; in

bằng máy bay [bùng máy bay] by air, by plane

bằng tiếng Việt [bùng di-áyng vi-ạyd] in Vietnamese

băng cát-sét [bung gád-séd] cassette

băng dính [bung yíng] Elastoplast®, Bandaid®

bằng đường hàng không [bùng đơơ-ừrng hàng kawng] by airmail

bằng đường sắt [bùng đơơ-ừrng súd] by rail

băng keo [bung geh-ao] Sellotape®, Scotch tape®

bằng không [bùng kawng] otherwise

bằng lái xe [bùng lái seh] driver's licence

bằng phẳng [bùng fủng] flat (adj)

bảng rượu [bảng rơơ-ựroo] wine list

bằng tay [bùng day] hand-made

băng vệ sinh [bung vạy sing] sanitary towels/napkins

banh [bang] ball

bánh kem quế [báng gem gwáy] ice-cream cone

bánh xe [báng seh] wheel

bao include; packet

báo newspaper, paper

bảo tell

bão storm

bao cao su [bao gao soo] condom

báo động [báo dạwng] alarm

bao giờ [bao yừr] ever

bao hết ăn và ở [bao háyd un và ử] full board

bao lâu? [bao loh] how long?

bao lơn [bao lurn] balcony

bao nhiêu? [bao nyi-yoh] how many?; how much?

bảo quản lạnh keep refrigerated

bảo quản nơi thoáng mát keep in cool place

bảo tàng quân đội [bảo dàng gwuhn dọy] military museum

bảo tàng viện [bảo dàng vi-ạyn] museum

báo thức [báo tớơg] alarm

bar trong khách sạn [bar jong káj sạn] hotel bar

bắt [búd] catch (verb)

bật [bụhd] switch on

bất cứ ai [búhd gơờ ai] anyone

bất cứ cái gì [búhd gơờ gái yì]

anything

bất cứ lúc nào [búhd gớ lóog nào] any time

bất cứ nơi nào [búhd gớ nuh-i nào] anywhere

bắt chéo [búd jéh-ao] cross

bất đắc dĩ [búhd dúg yĩ] reluctant

bắt đầu [búd dòh] start, begin

bất lịch sự [búhd lij sợ] rude

bát phố [bád fáw] go for a walk/ride (usually in the evening)

bất tiện [búhd di-ạyn] inconvenient

bất thình lình [búhd ting ling] suddenly

bay fly (verb)

bây giờ [bay-i yừr] now

bé [béh] small

bể bơi [bẩy buh-i] swimming pool

bể rồi [bẩy ròy] broken, in pieces

bé tí [béh dí] tiny

bên [bayn] by; beside; side

bến cảng [báyn gảng] harbour; port

bên cạnh [bayn gạng] beside, next to

bến cuối [báyn gwóy] terminus

bên dưới [bayn yoo-úh-i] below

bên kia [bayn gia] over there

bên này [bayn này] over here

bên ngoài [bayn ngwài] outside

bên phải [bayn fải] right

bên trái [bayn jái] left

bên trong [bayn jong] inside

bến xe [báyn seh] bus/coach

station

bến xe buýt [báyn seh bwééd] bus station

bến xe ca (N) [báyn seh ga] coach station

bến xe đò (S) [báyn seh dò] coach station

bến xe lửa [báyn seh lỏ̉-a] train station

bến xe tắc-xi [báyn seh dúg-si] taxi rank

bệnh [bạyng] ill, (US) sick

bệnh hoạn [bạyng hwạn] illness

bệnh tật [bạyng dụhd] disease

bệnh viện [bạyng vi-ạyn] hospital

bị expresses passive voice (pejorative)

bị cấm [bị gúhm] forbidden

bị hỏng [bị hỏng] damaged

bị hư [bị hoo] damaged

bị hủy [bị hỏ̉-i] cancelled

bị phạt [bị fạd] fine (punishment)

bị sâu bọ cắn [bị soh bọ gún] insect bite

bị thương [bị too-urng] hurt; injured

bị thuyết phục [bị twee-áyd fọog] convinced, persuaded

bị trễ [bị jãy] delayed

bia ôm [bia awm] hostess bar

bìa thư [bia too] envelope

bìa thư hàng không [bia too hàng kawng] airmail envelope

biển [bi-ạyn] sea

Biển Đông [bi-ạyn dawng] South China Sea

biên giới [bi-ayn yúh-i] border (of country)

biên lai [bi-ayn lai] receipt
biến mất [bi-áyn múhd] disappear
biết [bi-áyd] know
  tôi không biết nói [doy kawng bi-áyd nóy] I don't speak
  tôi không biết [doy kawng bi-áyd] I don't know
biểu diễn võ thuật [bi-åyoo yi-ãyn võ twạwd] martial arts demonstration
bình chữa cháy [bìng jõ̃-a jáy] fire extinguisher
bình minh [bìng ming] dawn
bình thường [bìng tœ-ùrng] normal; ordinary
bố [báw] dad, father
bồ [bàw] girlfriend; boyfriend
bộ [bạw] set (of tools etc); suit; department
bờ biển [bùr bi-åyn] shore, coast
bộ com-lê [bạw gom-lay] suit
bộ đội [bạw dọy] soldier
bờ hồ [bùr hàw] shore (of lake)
bộ phim [bạw fim] film, movie
bố vợ [báw vụr] father-in-law (wife's father)
bơi [buh-i] swim (verb)
bởi [bủh-i] as, since; by
bởi lý do [bủh-i lí yo] because of
bội thực [bọy tœ̣g] indigestion
bởi vì [bủh-i vì] because
bồn rửa chén bát [bàwn rõ̃-a jén bád] sink
bồn rửa tay [bàwn rõ̃-a day] washhand basin

bông [bawng] cotton
bóng bàn table tennis
bóng đá [bóng dá] football
bóng đèn [bóng dèn] light bulb
bông gòn [bawng gòn] cotton wool, absorbent cotton
bỗng nhiên [bãwng ni-ayn] suddenly
boong deck
bọt cạo [bọd gạo] shaving foam
bột giặt [bạwd yụd] soap powder
Bs. Dr
bữa [bõ̃-a] meal (N); day (S)
bữa ăn [bõ̃-a un] meal
bữa cơm [bõ̃-a gurm] meal
bữa kia [bõ̃-a kia] the other day
bữa nay [bõ̃-a nay] today
bữa qua [bõ̃-a gwa] yesterday
bữa tiệc [bõ̃-a di-ạyg] party; reception
bữa tối [bõ̃-a dóy] supper
bưa trước [bõ̃-a jœ-úrg] the other day
bức [bõ̃g] piece
bức ảnh [bõ̃g ảng] photo
bức điện [bõ̃g di-ạyn] message
bức họa [bõ̃g họa] picture, painting
bực mình [bœ̣g mìng] annoying
bụng [bọong] stomach
buổi [bwỏy] period; time
buổi biểu diễn [bwỏy bi-åyoo yi-ãyn] concert; performance
buổi chiều [bwỏy ji-àyoo] afternoon

buổi hòa nhạc [bwǒy hwà n-yạg] concert

buổi sáng [bwǒy sáng] morning

buổi tối [bwǒy dóy] evening

buổi trình diễn [bwǒy jìng yi-ãyn] show (in theatre)

buổi trưa [bwǒy joo-a] noon, midday

buồm [bwàwm] sail (noun)

buồn [bwàwn] sad; boring; feel like, feel inclined to

buồn cười [bwàwn goo-ùh-ị] funny

buồn nôn [bwàwn nawn] feel sick

buồn ngủ [bwàwn ngỏô] sleepy

buồn qúa [bwàwn gwá] bored; feel bored

buồng [bwàwng] room; chamber

buồng ngăn [bwàwng ngun] compartment (on train)

búp-bê [bóóp-bay] doll

bút [bóód] pen

bút bi [bóód bi] ballpoint pen

bút chì [bóód jì] pencil

bút nguyên tử [bóód ngwee-ayn dỏ] ballpoint pen

bưu điện [ber-oo di-ạyn] post office

bưu điện chính [ber-oo di-ạyn jíng] main post office

bưu điện trung tâm [ber-oo di-ạyn joong duhm] main post office

bưu kiện [ber-oo gi-ạyn] parcel

bưu phí [ber-oo fí] postage

bưu phí giá cước quốc tế [bɔɔ-oo fí yìa gɔɔ-úrg gwáwg dáy] international postage rates

bưu phí nội địa [bɔɔ-oo fí nọy địa] national postage rates

bưu thiếp [ber-oo ti-áyp] postcard

C

C.A. police

ca [ga] sing (traditional songs)

cá [gá] fish

cả [gả] all; all together; everyone; eldest; principal

cả hai [gả hai] both; both of them

cả ngày [gả ngày] all day

cà phê ôm [gà fay awm] hostess coffee bar

cá sấu [gá sóh] crocodile

ca sĩ [ga sĩ] singer

cả thảy [gả tảy] altogether

cà vạt [gà vạd] tie, necktie

các [gág] indicates plural

các anh [gág ang] you (plural)

các bà [gág bà] you (plural)

các cậu [gág gọh] you (plural)

các chị or cô [gág jị or gaw] you (plural)

các chuyến tàu vào ngày thường/ngày nghỉ trains on weekdays/holidays

các em [gág em] you (plural)

các nước Tây Phương [gág nɔɔ-úrg day-i fɔɔ-urng] the West

các ngày làm việc trong tuần working days

các ông [gág awng] you (to

older men)

các số cần biết [gág sáw gùhn bi-áyd] useful numbers

cách [gàj] method; system; means, way; divide; separate; move away; apart; distance

cách dùng và liều lượng use and dosage

cách đây [gáj day-i] ago, before; denotes past tense

cách ngừa thai [gáj ngừ-a tai] contraceptive

cách xa [gáj sa] far away

cái [gái] one; ones; classifier referring to inanimate objects

cái bàn [gái bàn] table

cái bình [gái bìng] jug; vase

cái cầu [gái gùh-oo] bridge (over river)

cái chiêng [gái ji-ayng] gong

cái chổi [gái jỏy] brush (for cleaning)

cái dù (S) [gái yòò] umbrella; beach umbrella

cái đầu [gái dòh] head

cái đó [gái dó] that; that one

cái ghế [gái gáy] chair

cái gì? [gái yì] what?

cái gì đó [gái yì dó] something

cái gì nữa [gái yì nữ-a] something else

cái giỏ [gái yỏ] basket

cái giường [gái yơ-ừng] bed

cái hẹn [gái hẹn] appointment

cái kia [gái gia] that; that one

cái khác [gái kág] the other one; another

cái lọ [gái lọ] jar

cái lỗ [gái lãw] hole

cái lon [gái lon] can, tin

cải lương (S) [gải lơ-urng] operetta

cái màn [gái màn] mosquito repellent

cái mở đồ hộp [gái mửr dàw hạwp] tin-opener

cái nào? [gái nào] which?; which one?

cái nào cũng được [gái nào gõõng dơ-ụrg] either of them

cái nắp [gái núp] lid

cái này [gái này] this; this one

cái nĩa [gái nĩa] fork

cái ô (N) [gái aw] umbrella

cái phao [gái fao] lifebelt

cái phích [gái fíj] Thermos® flask

cái túi [gái dóó-i] bag

cải thiện [gải ti-ạyn] improve

cái thúng [gái tóóng] basket

cái thùng [gái tòòng] bucket

cái ví [gái vĩ] wallet; purse

cái xắc tay [gái súg day] handbag

cái xoong [gái soong] saucepan

câm [guhm] dumb, mute

cấm [gúhm] forbid, prohibit

cầm [gùhm] take; carry; hold; saucepan

cảm cúm [gảm góóm] flu

cấm dừng no stopping

cấm đỗ no parking

câm họng! [guhm họng] shut up! (very offensive)

cấm hút thuốc no smoking

cấm khạc nhổ no spitting

câm mồm! [guhm màwm] shut up!

cám ơn [gám urn] grateful; thanks, thank you

cám ơn nhiều [gám urn n-yàyoo] thank you very much

cám ơn ông/bà [gám urn awng/bà] thanks, thank you

cảm ơn [gảm urn] thank; thank you

cấm qua lại [gúhm gwa lại] no trespassing

cấm sờ [gúhm sừr] do not touch

cấm tắm [gúhm dúm] no bathing

cảm thấy [gảm táy-i] feel

cấm vào [gúhm vào] no entry

cam-pu-chia [gam-poo-jia] Cambodian (adj)

cạn [gạn] shallow

căn [gun] classifier for room, house, apartment

cắn [gún] bite

cần [gùhn] need

anh cần gì? [ang gùhn yì] what would you like?

căn buồng [gun bwàwng] room

cạn chén! (N) [gạn jén] cheers!

cân hành lý [guhn hàng lí] check in

cạn ly! (S) [gạn li] cheers!

cân nặng [guhn nụng] weight

cẩn thận! [gùhn tụhn] be careful!; caution!, look out!

cần thiết [gùhn ti-áyd] necessary

cảng [gảng] port

càng ... càng [gàng ... gàng] the more ... the more

càng ... càng tốt [gàng ... gàng dáwd] as ... as possible

cánh [gáng] wing

cảnh [gảng] view

cạnh [gạng] side

cánh đồng [gáng dàwng] field

cánh rừng [gáng rừng] forest

cảnh sát [gảng sád] policeman; police

Cảnh sát giao thông [gảng sád yao tawng] traffic police

cánh tay [gáng day] arm

cảnh vật [gảng vụhd] scenery

cao [gao] tall; high

Cao nguyên Miền Trung [gao ngwee-ayn mi-àyn joong] Central Highlands

Cao nguyên Trung Bộ [gao ngwee-ayn joong Bạw] Central Highlands

cao nhất [gao n-yúhd] highest

cao su [gao soo] rubber

cặp [gụp] couple

cấp cứu [gúhp gér-oo] first aid

ca-pô [ga-paw] bonnet (of car), (US) hood

cắt [gúd] cut (verb)

cắt điện [gúd di-ạyn] power cut

cất giữ nơi khô ráo keep in a dry place

cắt tóc [gúd dóg] haircut

cầu [gòh] bridge; pier; quay

cậu [gọh] you; uncle (mother's brother)

cậu ấy [gọh áy-i] he

câu cá [goh gá] fish (with rod)

cầu cảng [gòh gảng] quay

cầu chì [gòh jì] fuse (noun)

câu hỏi [goh hỏi] question

cầu tàu [gòh dà-oo] jetty, landing stage

cầu tiêu [gòh di-yoh] toilet, lavatory

cay [gay] hot, spicy

cây [gay-i] classifier for trees

cây cầu [gay-i gòh] bridge

cây cối [gay-i góy] plant

cây số [gay-i sáw] kilometre

có [gó] there is; there are; have

có ... không? [gó ... kawng] are there ...?, is there ...?

tôi không có (tí gì) [doy kawng gó (dí yì)] I don't have any

tôi không có [doy kawng gó] I don't have any

cỏ [gỏ] grass

Cô [gaw] Ms; Miss

cô [gaw] you (to younger woman); Miss; lady; aunt (paternal)

cổ [gảw] she (S); neck

cờ [gừr] chess; flag

cỡ [gũr] size

cổ áo [gảw áo] collar

cô ấy [gaw áy-i] she; her

cờ bạc [gừr bạg] gambling

có chứa ... contains ...

co dãn [go yãn] elastic

có điều hòa (không khí) [gó di-àyoo hwà (kawng kí)] air-conditioning

có độc [gó dawg] poisonous

cố gắng [gáw gúng] try

có giá trị [gó yá jị] valid (ticket etc)

cổ họng [gảw họng] throat

có lẽ [gó lẽh] perhaps; probably

có mang [gó mang] pregnant

có nghĩa là [gó ngĩa là] mean (verb)

cô phục vụ phòng [gaw fọog vọo fòng] maid (in hotel)

cơ quan [gur gwan] office

cờ tướng [gừr dɯ-úrng] Chinese chess

có thai [gó tai] pregnant

có thể [gó tảy] probably; perhaps; possible

cơ thể [gur tảy] body

có vòi tắm [gó vòy túm] with shower

cỡ vừa [gũr vừ-a] medium-sized

còi báo lửa [gòi báo lỏỏ-a] fire alarm

coi chừng! [goi jừng] look out!

coi chừng có chó beware of the dog

coi lại [goi lại] check

cơm [gurm] meal; food; cooked rice

cơm tối [gurm dóy] evening meal, dinner

con [gon] son; daughter; classifier referring to names of animals or to people pejoratively or to long objects

còn [gòn] yet; still; remaining

còn ... hơn thế nữa [gòn ... hurn táy nõỏ-a] even more ... than

còn gì nữa? [gòn yì nõõ-a] what else?

cơn bão [gurn bão] storm

con bò [gon bò] cow

con cá [gon gá] fish

con cua [gon gwaw] crab

con chim [gon jim] bird

con chó [gon jó] dog

con chuột [gon jwạwd] rat

con dán [gon yán] cockroach

con dao [gon yao] knife

con dâu [gon yoh] daughter-in-law

con dê [gon yay] goat

con đường [gon đơơ-ùrng] road

con gái [gon gái] daughter

cơn ho [gurn ho] cough (noun)

con lợn [gon lựrn] pig

con mèo [gon mèh-ao] cat

cơn mưa [gurn moo-a] rainfall

con nít (S) [gon níd] child

con ngựa [gon ngọọ-a] horse

con người [gon ngoo-ùh-i] human being

con rể [gon rảy] son-in-law

con rồng [gon ràwng] dragon

con sông [gon sawng] river

con tàu [gon đà-oo] ship

còn thứ khác nữa [gòn tơớ kág nõõ-a] something else

con trai [gon jai] son; boy

công [gawng] public; work

cồng [gàwng] bronze gong

cổng [gảwng] gate

cộng [gạwng] add

công an [gawng an] police

công chúng [gawng jóóng] the public

công chuyện [gawng jwee-ạyn] work (S); business

công dân [gawng yuhn] national

cộng hòa xã hội chủ nghĩa socialist republic

công tắc [gawng dúg] switch; on/off switch

công ty [gawng di] company

công viên [gawng vi-ạyn] park (noun)

C.S.G.T. traffic police

cũ [gõõ] second-hand; old-fashioned; old

cứ [gớớ] persist in

cứ bình tĩnh! [gớớ bìng dĩn-y] take it easy!, keep cool!

cú gọi điện thoại [góó gọy di-ạyn twại] phone call

cú sốc [góó sáwg] shock

cứ tự nhiên! [gớớ dợợ ni-ạyn] please do!, please go ahead!

của [gỏỏ-a] of; belonging to

cửa [gỏỏ-a] door; gate (at airport)

cửa an tòan [gỏỏ-a an dwàn] emergency exit

của anh [gỏỏ-a ang] your; yours

của anh ấy [gỏỏ-a ang áy-i] his

của bà (S) [gỏỏ-a bà] your; yours

cuả bà ấy [gwảw bà áy-i] hers

của bản thân [gỏỏ-a bản tuhn] own

của cải thất lạc [gỏỏ-a gải túhd lạg] lost property

của cô ấy [gỏỏ-a gaw áy-i] hers

cửa cuốn [gỏỏ-a gwáwn] shutter (on window)

của chị [gỏ̂-a ji] your; yours
của chính [gỏ̂-a jíng] own
của chúng ta [gỏ̂-a jóóng da]
ours; our
của chúng tôi [gỏ̂-a jóóng doy]
ours; our
cửa hàng [gỏ̂-a hàng] shop;
department
cửa hàng ăn hải sản [gỏ̂-a
hàng un hải sản] seafood
restaurant
cửa hàng bách hóa [gỏ̂-a hàng
báj hwá] department store
cửa hàng cà phê [gỏ̂-a hàng gà
fay] coffee shop
cửa hàng công nghiệp [gỏ̂-a
hảng gawng ngi-ạyp] state–run
shop
cửa hàng du lịch [gỏ̂-a hàng
yoo lịj] travel agency
cửa hàng đồ cổ [gỏ̂-a hàng dàw
gảw] antique shop
cửa hàng kim khí [gỏ̂-a hàng
gim kí] hardware store
cửa hàng miễn thuế [gỏ̂-a
hàng mi-ãyn twáy] duty–free
shop
cửa hàng nước hoa [gỏ̂-a
hàng nœ-úrg hwa] perfume
shop
cửa hàng rượu [gỏ̂-a hàng rœ-
ụroo] liquor store, shop
selling wines and spirits
cửa hàng thủ công nghệ [gỏ̂-
a hàng tỏ̂ gawng ngạy] craft
shop
của họ [gỏ̂-a họ] their; theirs
của ông [gỏ̂-a awng] your;
yours (male)

của ổng (S) [gỏ̂-a ảwng] his
của ông ấy [gỏ̂-a awng áy-i] his
của riêng tôi [gỏ̂-a ri-ayng doy]
my own
cửa sổ [gỏ̂-a sảw] window
của tôi [gỏ̂-a doy] my; mine
cực kỳ [gọg gì] extremely
cục tẩy [gọg dẩy-i] rubber
(eraser)
cũng [gõõng] also, too
cứng [gớng] hard
cùng cực [gòòng gọg]
extremely
cung điện [goong di-ạyn] palace
cùng nhau [gòòng nya-oo]
together
tôi cũng vậy [doy gõõng vạy-i]
me too; so am I; so do I
tôi cũng không [doy gõõng
kawng] nor do I
cũng vậy [gõõng vạy-i] the
same; also
cũng vậy thôi [gõõng vạy-i toy]
so–so
cùng với [gòòng vúh-i] with
cuộc [gwạwg] organized
event
cuộc biểu diễn pháo hoa
[gwạwg bi-ảyoo yi-ãyn fáo hwa]
firework display
cuộc du hành không qua đêm
[gwạwg yoo hàng kawng gwa
daym] day trip
cuộc du ngoạn ngắm cảnh
[gwạwg yoo ngwạn ngùm gảng]
sightseeing tour
cuộc đấu [gwạwg dóh] fight
cuộc đấu bóng đá [gwạwg dóh
bóng dá] football match

cuộc đối thoại [gwạwg dóy twại] conversation

cuộc đua [gwạwg dwaw] race; competition

cuộc giải phẫu [gwạwg yải fõh] surgery

cuộc hành trình [gwạwg hàng jìng] journey

cuộc hẹn [gwạwg hẹn] appointment

cuộc họp [gwạwg họp] meeting

cuộc mít-tinh [gwạwg míd-ding] meeting

cuộc mổ xẻ [gwạwg mảw sẻh] operation (medical)

cước phí trong nước national postage rates

cuộc phỏng vấn [gwạwg fỏng vúhn] interview

cuộc thi [gwạwg ti] contest; examination

cuộc triển lãm [gwạwg ji-ảyn lãm] exhibition, display

cuối [gwóy] last; end

cười [gœ-ùh-i] laugh; smile (verb)

cuối cùng [gwóy gòòng] last; at last; in the end

cuối tuần [gwóy dwàwn] weekend

cuốn [gwáwn] roll up; classifier for books and films

cuốn sách [gwáwn sáj] book

cút đi! [góód di] get out of here!, piss off!

cứu tôi với! [gér-oo doy vúh-i] help!

CH

cha [ja] father, dad

chả [jả] not; do not; dish of meat or prawns pounded with spices

cha mẹ [ja mẹh] parents

cha mẹ chồng [ja mẹh jàwng] in-laws (husband's parents)

cha mẹ vợ [ja mẹh vựr] in-laws (wife's parents)

cha vợ [ja vựr] father-in-law (wife's father)

chắc [júg] definitely, certainly; must be; sure; probably

chắc chắn [júg jún] definitely; certainly

chắc hẳn [júg hủn] must

chai [jai] bottle

chậm [juhm] slow

chậm lại! [juhm lại] slow down!

châm cứu [juhm ger-óó] acupuncture

chầm chậm [jùhm juhm] slowly

chấm dứt [júhm yớd] end (verb)

chậm trễ [juhm jãy] delay

chăn (N) [jun] blanket

chân [juhn] leg

chăn bông (N) [jun bawng] duvet

chấn động đầu [júhn dạwng dòh] concussion

chẳng [jủng] not; do not

chẳng bao lâu [jủng bao luh-o] not long, soon

chẳng hạn [jụng hạn] for

instance

chẳng những [jůng n-yũng] not only

chào! [jào] hi!; cheerio!, see you!

chào hỏi [jào hỏy] greetings

chất dẻo [júhd yẻh-ao] plastic

chất lượng [júhd lôo-ựrng] quality

chất lượng tốt [júhd lôo-ựrng dáwd] high quality

cháu [já-oo] grandchildren; friendly term used to address small children and by children referring to themselves to show respect

Châu Âu [joh oh] Europe; European (adj)

cháu gái [já-oo gái] niece; granddaughter

cháu trai [já-oo jai] nephew; grandson

cháy [jáy] burn (of fire)

chạy [jay] run (verb)

chạy bằng buồm [jay bùng bwàwm] sailing; sail (verb)

chạy bằng điện [jay bùng di-ạyn] electric

cháy nắng [jáy núng] sunburn

chạy suốt [jay swáwd] express; direct

chạy thẳng [jay tủng] express

chén (N) [jén] cup

chén đĩa bằng sứ [jén đĩa bùng sớ] china

chén đũa [jén đõõ-a] crockery; bowl and chopsticks

chèo ca-nô [jèh-ao ga-naw] canoeing

chết [jáyd] die; dead

chỉ [jỉ] just, only; cotton, thread; point at

chị [jị] sister; you (to youngish woman); cousin (older female)

chị ấy [jị áy-i] she

chị dâu [jị yoh] sister-in-law (older)

chỉ dùng ngoài da for external use only

chỉ giặt khô dry-clean only

chị họ [jị họ] cousin (older female)

chỉ một [jỉ mạwd] only one

chị ngốc [jị ngáwg] idiot

chi nhánh [jị n-yáng] branch

chi phí [jị fí] cost; expense

chi phiếu [jị fi-áyoo] cheque

chỉ ra [jỉ ra] point out

chi tiêu [jị di-yoh] spend

chìa khóa [jìa kwá] key

chiếc [ji-áyg] one; ones; classifier referring to inanimate objects

chiếc bàn [ji-áyg bàn] table

chiếc ghế [ji-áyg gáy] chair

chiếc ô tô [ji-áyg aw daw] car

chiếc tàu [ji-áyg dà-oo] ship; train

chiếc (xe) ô tô [ji-áyg (se) aw daw] car

chiên (S) [ji-ayn] fried; fry

chiến tranh [ji-áyn jang] war

chiêng [ji-ayng] bronze gong

chiếu [ji-áyoo] beach mat

chiều [ji-àyoo] p.m.; afternoon

chiếu bóng [ji-áyoo bóng] film

chiều cao [ji-àyoo gao] height

chiêu đãi viên nam [ji-yoh dãi vi-ayn nam] steward

chiêu đãi viên nữ [ji-yoh dãi vi-ayn nỗ] stewardess

chín [jín] ripe (fruit)

chính [jíng] main, principal; exactly; is also an emphatic pronoun

chính anh [jíng ang] you, yourself

chính anh ấy [jíng ang áy-i] he, himself

chính các anh [jíng gág ang] you, yourselves

chính cô ấy [jíng gaw áy-i] she, herself

chính chúng ta [jíng jóóng da] we, ourselves

chính họ [jíng họ] they, themselves

chính nó [jíng nó] it, itself

chính phủ [jíng fỏỏ] government

chính tôi [jíng doy] I, myself

chính thế! [jíng táy] exactly!

chính xác [jíng ság] accurate; exactly

cho [jo] give; for; to

chỗ [jãw] place (noun)

chở [jừr] bring

chợ [jụr] market

chỗ ăn nghỉ [jãw un ngỉ] accommodation

cho đến [jo dáyn] until

cho đến khi [jo dáyn ki] until

chỗ đổi tiền [jãw dỏy di-àyn] bureau de change

chỗ đứng [jãw dửng] standing room

chỗ gặp mặt [jãw gụp mụd]

meeting place

chỗ họp [jãw họp] meeting place

chỗ khác [jãw kág] somewhere else

chỗ lấy hành lý [jãw láy-i hàng lí] baggage claim

cho mượn [jo mỗ-ựrn] lend

chỗ nào đó [jãw nào dó] somewhere

cho nên [jo nayn] that is why

chỗ ngồi [jãw ngòy] seat

chỗ ở [jãw ửr] accommodation; residence

cho phép [jo fép] let, allow

cho thuê [jo tweh] for hire, to rent

cho thuê xe đạp [jo tweh seh dạp] cycle hire

chỗ thuê xe hơi [jãw tweh seh huh-i] car hire

cho ví dụ [jo ví yọọ] for example

chốc nữa [jáwg nỗ-a] in a minute

chơi [juh-i] play (verb)

chọn [jọn] choose

chóng [jóng] soon

chồng [jàwng] husband

chồng chưa cưới [jàwng joo-a goo-úh-i] fiancé

chống lại [jáwng lại] against

chú [jóó] uncle (father's younger brother)

chữ [jỗ] word

chữ ký [jỗ gí] signature

chủ nghĩa cộng sản [jỏỏ ngĩa gạwng sản] communism

chủ nhân [jỏỏ n-yuhn] owner

chủ nhật [jõ̀ n-yụhd] Sunday

chủ nhật và ngày lễ Sundays and public holidays

chú ý! [jóó í] attention!

chủ yếu [jõ̀ yáyoo] essential

Chúa [jóó-a] God (Christian)

chưa [joo-a] yet; not yet

chứa [jóó-a] contain

chưa bao giờ [joo-a bao yừr] never; not as yet

chưa chắc [joo-a jág] not sure yet; perhaps

chưa được [joo-a dợ-urg] not ready yet

chưa hề [joo-a hày] never

chữa lốp [jõ̀-a láwp] tyre repairs

chúa ơi! [jóó-a uh-i] oh God!

chưa từng [joo-a dừng] never

chùa tháp [jòò-a táp] pagoda

chưa xong [joo-a song] unfinished, incomplete

chuẩn bị [jwlwn bị] be ready

chuẩn bị xuống xe get ready to alight

chúc [jóóg] wish

chúc Giáng Sinh vui vẻ! [jóóg yáng sing vwee vẻh] merry Christmas!

chúc may mắn! [jóóg may mún] good luck!

chúc mừng năm mới! [jóóg mừng num múh-i] happy New Year!

chúc ngủ ngon [jóóg ngỏ̉ ngon] good night

chúc sinh nhật vui vẻ! [jóóg sing n-yụhd vwee vẻh] happy birthday!

chúc vui vẻ! [jóóg vwee vẻh] enjoy yourself!

chung chung [joong joong] generally

chúng mình [jóóng mìng] us; we; let's (including listeners)

chúng ta lên đường! [jóóng da layn dợ-urng] let's go!

chừng nào? (S) [jừ̀ng nào] when?

chủng ngừa [jỏ̉ng ngừ̀-a] vaccination

chúng ta [jóóng da] us; we; let's (including listeners)

chúng ta hãy [jóóng da hãy] let's

chúng tôi [jóóng doy] we; us (not including listeners)

chương trình [jơ-urng jìng] programme

chút [jóód] little

chút xíu (S) [jóód séw] a little bit

chút ít [jóód íd] tiny bit

chuyến [jwee-áyn] journey, trip; voyage

chuyển [jwee-áyn] transfer; convey; forward

chuyện: có chuyện gì thế? [gó jwee-ạyn yì táy] what's happening?

chuyến bay [jwee-áyn bay] flight

chuyến bay nội địa [jwee-áyn bay nọy dịa] domestic flights

chuyến bay quốc tế [jwee-áyn bay gwáwg dáy] international flights

chuyến bay thẳng [jwee-áyn bay tủ̉ng] direct flight

chuyến bay theo kế hoạch [jwee-áyn bay teh-ao gáy hwaj] scheduled flight

chuyến bay trong nước [jwee-áyn bay jong nꝏ-úrg] domestic flight

chuyến chở [jwee-áyn jùr] carriage

chuyến du hành [jwee-áyn yoo hàng] trip (excursion)

chuyến du lịch [jwee-áyn yoo lij] tour (noun)

chuyến đến [jwee-áyn dáyn] arrivals

chuyến đi [jwee-áyn di] departures

chuyến đi trên biển [jwee-áyn di jayn bi-áyn] voyage

chuyện gì thế? [jwee-ayn yì táy] what's up?

chuyến nối tiếp [jwee-áyn nóy di-áyp] connection (travel)

chuyến ra [jwee-áyn ra] departures

chuyến vào [jwee-áyn vào] arrivals

chuyên viên nhãn khoa [jwee-ayn vi-ayn n-yãn kwa] optician

chuyến vô [jwee-áyn vaw] arrivals

Đ
—

da [ya] leather; skin

dạ (S) yes

da lộn [ya lạwn] suede

da thật [ya tụhd] real leather

dài [yài] long

dại [yại] stupid

dặm [yụm] mile

dân ca [yuhn ga] folk music

dân chúng [yuhn jóóng] the people

dần dần [yùhn yùhn] slowly, gradually; eventually

dẫn đi [yũhn di] take

dàn nhạc [yàn n-yạg] orchestra

dàn nhạc giao hưởng [yàn n-yạg yao hꝏ-ừrng] orchestra

dân số [yuhn sáw] population

dán tem [yán dem] stamp; frank

dân tộc [yuhn dạwg] national

dân tộc miền núi [yuhn dạwg mi-àyn nóó-i] hilltribe

dân tộc miền ngược [yuhn dạwg mi-àyn ngꝏ-ựrg] hilltribe

dành [yàng] book

danh bạ điện thoại [yang bạ di-ạyn twại] phone book

dành cho [yàng jo] for; reserved for

dành trước [yàng jꝏ-úrg] reserve

dao cạo [yao gạo] razor

dạo phố [yạo fáw] go for a walk/ride (usually in the evening)

dầu [yòh] oil

dầu nhớt [yòh n-yúrd] diesel

dầu rửa chén bát [yòh rủô-a jén bád] washing-up liquid

dầu tắm [yòh dúm] shower gel

dầu thơm [yòh turm] perfume

dầu xoa cho chóng rám nắng [yòh swa jo jóng rám núng] suntan oil

đầu xức sau khi cạo râu [yùh-oo sốơg sa-oo ki gạo roh] aftershave

dày [yày] thick

dây [yay-i] string; wire

dậy [yạy-i] get up, stand up

dây an toàn [yay-i an dwàn] seat belt

dây chuyền đeo cổ [yay-i jwee-àyn deh-ao gảw] necklace

dây điện [yay-i di-ạyn] lead; wire (electrical)

dây giày [yay-i yày] shoelaces

dây kim loại [yay-i gim lwại] wire

dây nịt [yay-i nịd] belt

dây thừng [yay-i từng] rope

dễ [yãy] easy

dễ cháy inflammable

dễ chịu [yãy ji-oo] pleasant, nice (person)

dễ dàng [yãy yàng] easy

dễ lây [yãy lay-i] infectious

dễ sợ [yãy sựr] awful, dreadful (noise)

dễ thương [yãy tơ-urng] lovely (children)

dì [yì] aunt (maternal)

dĩ nhiên [yĩ ni-ayn] of course

dĩ nhiên là không [yĩ ni-ayn là kawng] of course not

di tích [yi dịj] (historical) monument

di tích lịch sử đã đổ nát [yi dịj lịj sốử dã dảw nád] ruins

dĩa hát [yĩa hád] record (music)

dịch [yịj] translate

dịch vụ khẩn cấp [yịj vọọ kủhn gúhp] emergency service

diêm (N) [yi-aym] matches

dịu [yẹw] soft (colour); mild (taste)

do [yo] by

do ... viết [yo ... vi-áyd] written by ...

do đó [yo dó] because of that, therefore

dơ [yur] dirty

dở [yừr] bad (film, hotel)

do ... phân phối distributed by ...

do thợ thủ công làm made by craftsmen

dốc [yáwg] steep (hill)

dọc theo [yọg teh-ao] along; alongside

dòng [yòng] current

dù che nắng [yòò jeh núng] sunshade

du lịch [yoo lịj] tourism

du ngoạn có hướng dẫn [yoo ngwạn gó hơ-úrng yũhn] guided tour

dù sao đi nữa [yòò sao đi nữ-a] anyway

dù sao thì [yòò sao tì] anyway

du thuyền [yoo twee-àyn] yacht

dùng [yòòng] use (verb)

dừng [yừng] stop, halt

dụng cụ [yọọng gọọ] equipment

dụng cụ gia đình [yọọng gọọ ya dìng] household goods

dụng cụ nhà bếp [yọọng gọọ n-yà báyp] kitchenware

dụng cụ thể thao [yọọng gọọ tảy tao] sports gear

dụng cụ văn phòng [yọọng gọọ

vun fòng] office supplies

dùng lạnh serve chilled

dùng trước ngày ... best before ...

dừng xe để lấy khách [yừng seh dảy láy-i káj] stopping to collect passengers

dược thảo [yợơ-ựrg tảo] herbs (medicinal)

dưới [yoo-úh-i] down; under; below

dưới đây [yoo-úh-i day-i] down here

dưới lầu [yoo-úh-i lòh] downstairs

Đ

Đ dong (Vietnamese currency)

đá [đá] ice; stone (rock)

đã [đã] already; denotes past tense

đã ... rồi [đã ... ròy] already

đã đặt trước [đã dụd jᴏᴏ-úrg] reserved

đã hủy [đã hwẻ̉ẻ] cancelled

đã từng [đã dừơng] ever; indicates perfect tense

đặc biệt [dụg bi-ạyd] especially

dai an toàn [dai an dwàn] seat belt

đại ca kịch [đại ga gịj] traditional Vietnamese-style opera

đài kỷ niệm [dài gỉ ni-ạym] (war) monument

đại khái [đại kái] general; generally; fairly; roughly

đại lộ [đại lạw] boulevard

đám [đám] crowd; group

đậm [dụhm] dark (adj: colour)

đám cưới [đám goo-úh-i] wedding

đám cháy [đám jáy] fire

đám đông [đám dawng] crowd

đám tang [dám dang] funeral

đàn bà [đàn bà] woman; women

đàn ông [đàn awng] man; men

đang [dang] denotes present continuous tense

đắng [dúng] bitter

đang bận [dang bụhn] engaged, (US) occupied

đảng cộng sản [đảng gạwng sản] Communist Party

đàng hoàng [đàng hwàng] proper

đăng ký [dung gí] check in (at hotel); properly

đang lúc [dang lóóg] while

đang nghỉ lễ [dang ngỉ lãy] on holiday

đàng sau (S) [dàng sa-oo] behind

đằng sau [dùng sa-oo] at the back

đằng trước [dùng jᴏᴏ-úrg] front

đảng viên [dảng vien] Communist Party member

đánh [dáng] hit

đánh bể [dáng bảy] break

đánh cá [dáng gá] fishing (with net)

đánh đổ [dáng dảw] knock over

đánh lộn [dáng lạwn] fight (noun)

đánh thức bằng điện thoại [dáng tứg bừng di-ạyn twại] wake-up call

đảo [dạo] island

đạo Ấn [ộ [dạo ún dạw] Hindu

đạo Cao [ài [dạo gao dài] Christian sect

đạo Hòa Hảo [dạo hwà hảo] Buddhist sect

đạo Khổng [dạo kảwng] Confucianism

đạo Lão Taoism

đảo ngược lại [dảo ngưͻ-ựrg lại] upside down

đạo Phật [dạo fụhd] Buddhism

đảo san hô [dảo san haw] coral island

đáp lại [dáp lại] reply (verb)

đạp xe đạp [dạp seh dạp] cycling

đắt [dúd] dear, expensive

đặt [dụd] put; book, reserve

đặt cọc [dụd gọg] deposit

đặt chỗ [dụd jãw] reservation, booking (room)

đặt món [dụd món] order food

đặt phòng [dụd fòng] reservation, booking (room)

đặt trước [dụd jͻͻ-úrg] reserve (verb)

đau [da-oo] pain; painful; ache, hurt

đau lưng [da-oo lͻng] backache

đầu tiên [dòh di-ayn] first

đậu xe [dọh seh] park

đây [day-i] here; over here

đây ông/bà [day-i awng/bà] here you are (giving something)

đầy [dày-i] full

đẩy [dảy-i] push

đầy đủ [dày-i dỏ] fully

đậy kỹ sau khi dùng close tightly after use

đây là [day-i là] here is; here are

để [dảy] let; put; in order to, in order that

để bán [dảy bán] for sale; sale

để lại [dảy lại] leave (leave behind)

để làm gì? [dảy làm yì] what for?; what's it for?

để xuống [dảy swáwng] put down

đệm [dạym] cushion; mattress

đem đến [dem dáyn] bring

đêm Giáng Sinh [dạym yáng sing] Christmas Eve

đêm giao thừa [dạym yao tòò-a] New Year's Eve

đêm nay [dạym nay] tonight

đen [den] dark (hair)

đèn [dèn] light; lamp

đến [dáyn] arrive; come; arrival; to

đền [dàyn] temple

đèn hiệu giao thông traffic lights

đèn lồng [dèn làwng] lantern

đến nơi [dáyn nuh-i] arrival; arrive

đẹp [dẹp] beautiful; lovely; nice

đi [di] go; travel; indicates imperative

đi bách bộ [di báj bạw] go for a walk

đi bằng thuyền [di bùng twee-àyn] go by boat

đi bộ [di bạw] walk; on foot

đi chợ [di jụr] go shopping; shopping

đi chỗ khác! [di jãw kág] go away!

đi chơi [di juh-i] go out

đi dạo [di yạo] go for a walk

đi du lịch [di yoo lịj] go on holiday (involves travelling)

đi đi! [di di] go away!

đi khỏi [di kỏi] leave, go away

đi lẹ lên! (S) [di lẹh layn] hurry up!

đi lên [di layn] go up (the stairs etc)

đi mua sắm [di mwaw súm] go shopping

đi nhanh lên! (N) [di n-yang layn] hurry up!

đi qua [di gwa] go through; cross

đi qua biển [di gwa bi-ảyn] crossing

đi ra phố [di ra fáw] go out

đi thả bộ [di tả bạw] go for a walk

đi theo tôi [di teh-ao doy] follow me

đi vắng [di vúng] go away

đi vào [di vào] come in; go in, enter

đi về [di vày] go home

đi xuống [di swáwng] go down (the stairs etc)

đĩa [đĩa] dish, bowl; plate;

Đi

disk, diskette

địa chỉ [địa jỉ] address

địa chỉ chuyển thư [địa jỉ jwee-àyn tơơ] forwarding address

địa phương [địa fơơ-urng] local

điếc [di-áyg] deaf

điểm cấm điện [di-ảym gúm di-ạyn] power point

điểm tâm [di-ảym duhm] breakfast

điên [di-ayn] mad, crazy

điền [di-àyn] fill in

điện [di-ạyn] electricity

điện áp [di-ạyn áp] voltage

điện thoại [di-ạyn twại] phone (noun)

điện thoại công cộng [di-ạyn twại gawng gạwng] public telephone

điện thoại gọi xa [di-ạyn twại gọi sa] long-distance call

điền vào [di-àyn vào] fill in

điền vào chỗ trống fill in the blanks

điều này [di-àyoo này] this; these

đính hôn [díng hawn] engaged (to be married)

Đỉnh Phan-Si-Păng [đỉng fan-si-pung] Phan Si Pan peak

đinh vít [ding víd] screw (noun)

địt mẹ (N) [địd mẹh] shit; bastard

đó [đó] there; that; those

đó có phải ... ? [đó gó fải] is that ... ?

đó là ... [đó là] that's ...

đó là gì? [đó là yì] what's that?

đồ [dàw] thing

đỗ [dãw] stop (verb)

độ [dạw] degree Celsius; angle

đồ ăn [dàw un] food

độ bách phân [dạw báj fuhn] centigrade

đồ cổ [dàw gảw] antique

đồ cũ [dàw gõõ] second-hand

đồ chết tiệt [dàw jáyd di-ạyd] damn you!

đồ chó đẻ! [dàw jó dẻh] son of a bitch!

đồ chơi [dàw juh-i] toy

đồ da [dàw ya] leather goods

đồ đạc bàn ghế [dàw dạg bàn gáy] furniture

đổ đầy [dàw dày-i] fill up

đồ điện [dàw di-ạyn] electrical appliances

đồ gốm [dàw gáwm] pottery

đồ giả [dàw yả] imitation; fake

đồ khô [dàw kaw] groceries

đồ khốn! [dàw kấwn] damn you!

đồ khui hộp [dàw kwee hạwp] can-opener

đồ mở chai [dàw mửr jai] bottle-opener

đồ nữ trang [dàw nõõ jang] jewellery

đồ ngu! [dàw ngoo] stupid idiot!

đồ quỉ tha ma bắt! [dàw gwỉ ta ma búd] to hell with you!

đồ sứ [dàw sứ̵] chinaware

đồ tặng phẩm [dàw dụng fủhm] gifts

đồ thật [dàw tụhd] genuine

(antique etc)

đồ trang điểm [dàw jang di-ảym] make-up

đồ vặn nút chai [dàw vụn nóód jai] corkscrew

đỗ xe [dãw seh] park (verb)

đoàn [dwàn] team; party

đọc [dọg] read

đói [dóy] hungry

đồi [dòy] hill

đổi [dỏy] change (verb: money)

đội [dọy] party; team

đợi [dụh-i] wait

đói bụng [dóy bọọng] hungry

đội cứu hỏa [dọy gér-oo hwả] fire brigade

đội cứu lửa [dọy gér-oo lỏ̵-a] fire brigade

đổi chác [dỏy jág] exchange

đổi hướng [dỏy hơ̵-úrng] diversion (detour)

đôi khi [doy ki] sometimes

đợi tí [dụh-i dí] just a second!

đổi tiền [dỏy di-àyn] change (verb: money)

đối với [dóy vúh-i] for; to

đón [dón] wait for; receive

đơn [durn] form (document)

đồn cảnh sát [dàwn gảng sád] police station

đồn cảnh sát quân sự military police station

đồn công an [dàwn gawng an] police station

đơn tính tiền [durn díng di-àyn] bill

đơn thuốc [durn twáwg] prescription (for medicine)

đơn vị [durn vị] unit

Đồng [dàwng] dong (Vietnamese currency)

đồng [dàwng] copper

đông bắc [dawng búg] northeast

đồng bảng Anh [dàwng bảng ang] pound sterling

Đồng bằng sông Cửu Long [dàwng bùng sawng Gêr-oo Long] Mekong Delta

động cơ [dạwng gur] engine

đóng cửa [dóng gỏỏ-a] closed; close (verb)

đóng cửa rồi [dóng gỏỏ-a ròy] closed, shut

đóng cửa từ ... đến closed from ... to ...

đóng cửa vào các ngày ... closed on ...

đóng dấu [dóng yóh] seal (verb)

đóng dấu tem [dóng yóh dem] stamp; frank

đồng đỏ [dàwng dỏ] bronze

đơn giản [durn yản] simple (easy)

đóng gói [dóng gói] packaging

đồng hồ [dàwng hàw] clock

đồng hồ báo thức [dàwng hàw báo tẵg] alarm clock

đồng hồ đeo tay [dàwng hàw deh-ao day] wristwatch

đóng lại [dóng lại] shut (verb)

đông nam [dawng nam] southeast

đông người [dawng ngoo-ùh-i] crowded

đồng pao [dàwng pao] pound (money)

đồng ruộng [dàwng rwạwng] field

đồng tiền [dàwng di-àyn] coin

đồng thau [dàwng ta-oo] brass

đồng Việt nam [dàwng vi-ậyd nam] Vietnamese dong (currency)

đông y [dawng i] oriental medicine

đồng ý [dàwng í] agree; OK

Tôi đồng ý [doy dàwng í] I agree

đốt [dáwd] burn (verb: set fire to)

đột ngột [dạwd ngạwd] suddenly

đột nhiên [dạwd n-yayn] suddenly

Đ.S.V.N. Vietnamese Rail

đủ [dỏỏ] enough

đụ má (S) [dọọ má] shit; bastard

đu mẹ (S) [doo mẹh] shit; bastard

đủ rồi [dỏỏ ròy] that's enough

đua [dwaw] race (for runners, cars)

đùa [dòò-a] joke

đũa [dõõ-a] chopsticks

đưa [doo-a] deliver; take; delivery (of mail)

đưa đến [doo-a dáyn] bring

đưa đi [doo-a đi] take (verb: lead)

đúng [dóóng] yes; agree; right, correct; really

đụng [dọọng] hit (of car)

đựng [dựng] contain

đừng! [dừng] don't!

đừng bận tâm [dừng bựhn duhm] never mind

Đ

đứng dậy [dóðng yạy-i] get up, stand up

đúng là [dóóng là] truly

đúng mốt [dóóng máwd] fashionable

đúng quá! [dóóng gwá] exactly!

đúng rồi [dóóng ròy] that's right

đụng xe [dọong seh] crash (noun)

đuốc [dwáwg] torch

được [dœ-ụrg] all right; expresses passive voice

được rồi! [dœ-ụrg ròy] right!; that's all

được thôi! [dœ-ụrg toy] it's OK!

được thưởng [dœ-ụrg tœ̀-urng] rewarded

đường [dœ-ừrng] road; route; sugar

đường kia [dœ-ừrng gia] that way

đường này [dœ-ừrng này] this way

đường cái [dœ-ừrng gái] main road

đường dây [dœ-ừrng yạy-i] (phone) line

đường hầm [dœ-ừrng hùhm] tunnel

đường mòn [dœ-ừrng mòn] path

Đường mòn Hồ Chí Minh [dœ-ừrng mòn hàw jí ming] Ho Chi Minh Trail

đương nhiên [dœ-urng ni-ayn] naturally

đường phố [dœ-ừrng fáw] street

đường sắt [dœ-ừrng súd] railway

Đường sắt Việt Nam Vietnamese Rail

đút lót [dóód lód] bribe

E

em you (to much younger person or child); cousin

em bé [em béh] baby

em chú bác [em jóó bág] cousin (younger male/female)

em gái [em gái] sister (younger)

em họ cousin (younger male/female)

em trai [em jai] brother (younger)

em vợ [em vựr] sister-in-law (younger)

eo [eh-ao] waist

G

ga gas

gã [gã] he (pejorative)

ga cuối cùng [ga gwóy gòòng] terminus (rail)

ga hàng không [ga hàng kawng] air terminal

ga xe lửa [ga seh lỏ̉-a] railway station

gác máy replace the receiver

gái girl

gan liver

gần [gùhn] near, close; by (near)

gần đây [gùhn day-i] recently

gần như [gùhn n-yœ] nearly

gạo rice (polished)

gặp [gup] meet

gấp [gúhp] urgently

gấp đôi [gúhp doy] double

gấp hai [gúhp hai] twice as much

gặp trở ngại [gụp jừr ngại] delayed; obstructed by

ga-ra garage

gạt tàn thuốc [gạd dàn twáwg] ashtray

gầy [gày-i] thin (person)

gầy nhom [gày-i n-yom] skinny

GĐ Managing Director

ghê [gay] disgusting; awful

ghế [gáy] seat; chair

ghe buồm [geh bwàwm] junk (boat)

ghê gớm [gay gúrm] horrible

ghế ngồi [gáy ngòy] seats

ghê quá [gay gwá] awful

ghế vải [gáy vải] deckchair

ghế xô-pha [gáy saw-fa] sofa

ghét [géd] hate (verb)

gõ [gõ] knock (verb)

gỗ [gãw] wood (material)

gói [góy] pack; parcel

gọi [gọy] call (verb)

gối [góy] pillow

gội [gọy] wash (hair)

gởi [gừh-i] send; post

gọi điện [gọy di-ạyn] phone

gọi điện thoại [gọi di-ạyn twại] phone call; call

gói đồ [góy dàw] package (eg at post office)

gọi lại [gọy lại] ring back

gọi món [gọy món] order

gọi nội địa [gọy nọy địa] national call

gọi trực tiếp [gọy jœg di-áyp] direct dialling

gót [gód] heel

gửi [gœ̀-i] post (verb)

gửi bảo đảm [gœ̀i bảo dảm] by registered mail

gửi hành lý [gœ̀-i hàng lí] left luggage (office)

gửi thư [gœ̀-i tœ] mail (verb)

gửi trả lại [gœ̀-i jả lại] send back, return

GI

gì [yì] what; whatever; whatsoever; anything

gì nữa? [yì nœ̀-a] anything else?; what else?

giá [yá] cost; price

già [yà] old (person)

gia đình [ya dìng] family

gia hạn thị thực [ya hạn tị tœg] visa extension

giá một cân [yá mạwd guhn] price per kilogram

giá một kí [yá mạwd gí] price per kilogram

Gia Nã Ại [ya nã dại] Canada

giả sử [yả sœ̉] assuming

giá tiền [yá di-àyn] cost (verb)

giá trị [yá jị] valuable; value

giá vé [yá véh] fare, ticket price

giá vé người nước ngoài ticket price for foreigners

giải lao [yải lao] interval; break

giải phẫu [yải fũh-oo] operation

giải trí [yải jí] entertainment; recreation

giảm [yảm] reduce

Giám đốc [yám dáwg] Managing Director

giám đốc [yám dáwg] manager

giảm giá [yảm yá] reduction; discount

giảm tốc độ reduce speed, slow down

giận [yụhn] angry

gian hàng [yan hàng] department (in a large shop)

Giáng Sinh [yáng sing] Christmas

giao [yao] deliver

giao dịch [yao yịj] socialize

giao thông [yao tawng] transport

giáo viên [yáo vi-ayn] teacher

giặt [yụd] wash (clothes)

giặt bằng máy machine wash

giặt bằng tay wash by hand

giặt riêng wash separately

giàu [yà-oo] rich (person)

giày [yày] shoe

giây [yay-i] second (of time)

giấy [yáy-i] paper

giấy để viết [yáy-i dảy vi-áyd] writing paper

giấy mời [yáy-i mùh-i] invitation

giày ống [yày áwng] boot

giấy phép [yáy-i fép] permit, licence (noun)

giấy tờ [yáy-i dừr] document

giày thể thao [yày tảy tao] trainers

giấy vệ sinh [yáy-i vạy sing] toilet paper

giấy viết [yáy-i vi-áyd] writing paper

giấy viết thư [yáy-i vi-áyd tơ] writing paper

giày xăng-đan [yày-i sung-dan] sandals

giết [yáyd] kill

gió [yó] wind (noun)

giờ [yừr] time; o'clock; hour

giờ bay [yừr bay] flight time

giờ địa phương [yừr dịa foo-urng] local time

giờ đóng cửa ... closes at ...

giờ hành chính [yi-ừr hàng jíng] office hours

giờ khám bệnh [yừr kám bạyng] surgery hours

giờ làm việc [yừr làm vi-ạyg] opening hours

giờ mở cửa [yừr mửr gỏô-a] opening times

giới tính sex (male/female)

giới thiệu [yúh-i ti-ạyoo] introduce

giống [yáwng] similar

giọng nói [yọng nóy] voice

giữ [yỡ] keep; catch

giữa [yỡ-a] between

giữa ngày [yỡ-a ngày] midday

giường [yơ-ừrng] bed

giường đi-văng [yơ-ừrng di-vung] couch (sofa)

giường đôi [yơ-ừrng doy] double bed

giường đơn [yꝏ-ừrng durn] single bed

giường một người [yꝏ-ừrng mạwd ngoo-ùh-i] single bed

giường ngủ [yꝏ-ừrng ngỏỏ] couchette, sleeper; berth, bunk

giúp [yóóp] help (verb)

giúp đỡ [yóóp dữ] help

H
---

hạ giá [hạ yá] discount; reduced price

hạ xuống [hạ swảwng] go down; lower

hai ... a couple of ...

hai giường [hai yꝏ-ừrng] twin beds

hài kịch [hài gịj] comedy

hai lần [hai lùhn] twice

hải quan [hải gwan] Customs

hai tuần [hai dwàwn] fortnight

hãm hiếp rape (noun)

hầm ủ bia [hùhm ỏỏ bia] beer cellar

hắn [hún] he (friendly)

hân hạnh gặp ông/bà [huhn hạng gụp awng/bà] how do you do?

hang cave

hạng class

hãng company, business; agency

hạng bình dân [hạng bìng yuhn] economy class

hãng du lịch [hãng yoo lịj] travel agent; travel agency

hạng hai [hạng hai] second class

hãng hàng không [hãng hàng kawng] airline

Hàng Không Dân Dụng Vietnam Civil Airlines

hàng miễn thuế [hàng mi-ãyn twéh] duty-free goods

hàng ngày [hàng ngày] every day, daily

hạng nhất [hạng n-yúhd] first class

hạng nhì [hạng n-yì] second class (travel)

hàng rào [hàng rào] fence (noun)

hạng sang first class (travel etc)

hãng tổ chức du lịch [hãng dảw jỏg yoo lịj] tour operator

hàng thịt [hàng tịd] butcher's

hàng thủ công [hàng tỏỏ gawng] crafts

hạng thường [hạng tꝏ-ừrng] economy class

hành khách [hàng káj] passenger

hành khách phải có vé trước khi lên tàu passengers must be in possession of a ticket before boarding

hành lang [hàng lang] corridor

hành lý [hàng lí] luggage, baggage

hành lý bỏ quên [hàng lí bỏ gwayn] lost luggage

hành lý quá cước [hàng lí gwá gꝏ-úrg] excess baggage

hành lý xách tay [hàng lí sáj day] hand luggage/baggage

hảo hạng excellent
hấp dẫn [húhp yũhn] exciting; attractive
hát [hád] sing
hát hò [hád hò] folk singing with chorus
háu ăn [há-oo un] greedy
hầu bàn [hòh bàn] waiter; waitress
hầu hết [hòh háyd] mostly
hầu như [hòh n-yơ] almost, nearly
hầu như không [hòh n-yơ kawng] hardly
hầu như không bao giờ [hòh n-yơ kawng bao yùr] hardly ever
hay or; good
hay giúp đỡ [hay yóop dữr] helpful (person)
hay quá [hay gwá] incredible, amazing
hay tuyệt [hay dwee-ayd] incredible, amazing
hay thật! [hay tụht] brilliant!, great!
HĐND People's Council
hẻm (S) [hèm] lane; alley
hẹn appointment
hẹp narrow
hết [háyd] finish
hết phòng [háyd fòng] no vacancies
hết sức [háyd sớg] extremely
hiếm [hi-áym] hardly, scarcely
hiện đại [hi-ạyn dại] modern
hiện nay [hi-ạyn nay] now
hiện tại [hi-ạyn dại] now
hiếp dâm [hi-áyp yuhm] rape

hiểu [hi-ảyoo] understand
hiệu [hi-ạyoo] shop; signal
hiệu bách hóa [hi-ạyoo báj hóa] department store
hiệu bán đồ khô [hi-ạyoo bán dàw kaw] greengrocer's
hiệu bánh [hi-ạyoo báng] baker's, bakery
hiệu bánh kẹo [hi-ạyoo báng gẹh-ao] confectioner's, sweet shop
hiệu cắt tóc nam (N) [hi-ạyoo gúd dóg nam] barber's, men's hairdresser's
hiệu giặt khô [hi-ạyoo yụd kaw] dry-cleaner's
hiệu sách [hi-ạyoo sáj] bookshop
hiệu thuốc [hi-ạyoo twáwg] pharmacy, chemist's
hiệu thuốc tây y [hi-ạyoo twáwg day-i i] drugstore
hình (S) [hing] photo
HKDD Vietnam Civil Airlines
họ [họ] they; them; surname
hồ [hàw] lake; glue (for paper)
hổ [hảw] tiger
hồ bơi trong nhà [hàw buh-i jong n-yà] indoor pool
hộ chiếu [hạw ji-áyoo] passport
họ và tên [họ và dayn] surname and first name, full name
hoa [hwa] flower
hoa cúc [hwa góóg] chrysanthemum
hóa đơn [hwá durn] receipt
Hoa Kỳ [hwa kì] the United States, the States

hoa lan [hwa lan] orchids

hoa mai [hwa mai] Vietnamese New Year blossom

họa sĩ [hwạ sĩ] artist

hoặc [hwụg] or

hoặc ... hay ... [hwụg ... hay] either ... or ...

hoặc .... hoặc [hwụg ... hwụg] either ... or ...

hoàn cảnh [hwàn gảng] circumstances; condition

hoàn lại tiền [hwàn lại di-àyn] refund

hoàn toàn [hwàn dwàn] completely, absolutely

hoàn toàn đúng như vậy [hwàn dwàn đóóng n-yơ vạy-i] exactly

hoàn toàn không [hwàn dwàn kawng] not in the least

hoàng cung [hwàng goong] royal palace

hoạt bát [hwạd bád] lively (person)

học [họg] learn

học kỳ [họg gì] term (at university, school)

học sinh [họg sing] student

học trò [họg jò] student

hỏi [hỏy] ask

hơi [huh-i] a little, a bit; rather

hội chợ [họy jụr] fair

Hội Đồng Nhân Dân [họy dàwng n-yuhn yuhn] People's Council

Hồi giáo [hòy yáo] Muslim (adj)

hội hè [họy hèh] festival

hôi thúi [họy tóó-i] bad smell (meat, fruit)

hôm nay [hawm nay] today

hôm qua [hawm gwa] yesterday

hôm sau [hawm sa-oo] the day after

hòm thư [hòm tơ] P.O. Box

hôm trước [hawm jơơ-úrg] the day before

hôn [hawn] kiss (verb)

hơn [hurn] beyond; more than

hơn nữa [hurn nỡ-a] furthermore; in addition to

honda ôm [honya awm] travel on the back of a motorbike as a paying passenger

hỏng out of order; faulty; break down

hỏng hóc [hỏng hóg] breakdown

hộp [hạwp] box; can, tin

hộp cấp cứu [hạwp gúhp gér-oo] first-aid kit

hộp đêm [hạwp daym] nightclub

HQ Customs

hư [hơ] faulty (equipment)

hư rồi [hơ ròy] broken, not working

hướng [hơơ-úrng] direction

hướng bắc [hơơ-úrng búg] northern; north; to the north

hướng dẫn [hơơ-úrng yũhn] guide

hướng dẫn du lịch tourist information

hướng dẫn sử dụng instructions for use

hướng dẫn viên [hœœ-úrng yũhn vi-ayn] guide
hướng nam [hœœ-úrng nam] south
hút thuốc [hóód twáwg] smoke
hủy [hỏô-i] cancel
hủy bỏ [hỏô-i bỏ] cancel; destroy
hy vọng [hi vọng] hope

I

im đi! [im di] shut up!
im mồm! [im màwm] shut up!
im nào! [im nào] shut up!
ít [íd] short; few; little
ít đi [íd di] less
ít hơn [íd hurn] less than
ít khi [íd ki] hardly, seldom
ít nhất [íd n-yúhd] least; at least

K

kẻ cắp [gẻh gúp] thief
kế tiếp [gáy di-áyp] next
kẻ trộm [gẻh jawm] thief
kem [gem] cream
kém [gém] poor (quality)
kem cây [gem gay-i] lollipop
kem chắn nắng [gem jún núng] sunblock (cream)
kem đá [gem dá] ice lolly
kem đánh giày [gem dáng yày] shoe polish
kem đánh răng [gem dáng rung] toothpaste
kém hơn [gém hurn] less

kem nền [gem nàyn] foundation cream
kem que [gem gweh] lollipop
kem tẩy [gem dẩy-i] cleansing lotion
kem thoa [gem twa] cream; cleansing lotion
kênh [gayng] canal
keo [geh-ao] glue (noun)
kéo [géh-ao] pull; scissors
kẹo [gẹh-ao] sweets, candies
kẹo cao su [gẹh-ao gao soo] chewing gum
kê-ốt [gay-áwd] kiosk
kết thúc [gáyd tóóg] close; end, finish
kết thúc rồi [gáyd tóóg ròy] it's over
kêu [gayoo] ask; order (S)
kí [gỉ] kilo
kia [gia] that; those; there, over there
kịch [gịj] drama
kích thước [gịj tœœ-úrg] size
kiểm tra hải quan Customs control
kiểm tra hành lý [gi-ảym ja hàng lí] baggage control
kiểm tra hộ chiếu [gi-ảym ja hạw ji-áyoo] passport control
kiểu [gi-ảyoo] fashion
kim loại [gim lwại] metal
kính [gíng] glass
kính lồng [gíng làwng] contact lenses
kính mát [gíng mád] sunglasses
kính râm [gíng ruhm] sunglasses
Ks. engineer
KT (signed) for and on

behalf of

ký [gí] sign (verb)

kỳ cục [gì gọog] funny (strange)

kỳ lạ [gì lạ] strange (odd)

kỳ nghỉ [gì ngĩ] vacation (from
university)

kỳ quặc [gì gwụg] odd,
peculiar (taste, custom)

ký tên [gí tên] sign your name, your
signature

Ký thay (signed) for and on
behalf of

KH

khá [ká] quite (fairly)

khá hơn [ká hurn] better

khá nhất [ká n-yúhd] best

khá nhiều [ká n-yàyoo] quite a
lot

khác [kág] another; other;
difference; different;
something else

khác thường [kág tꝏ-ừrng]
unusual

khách [káj] guest

khách du lịch [káj yoo lịj]
tourist

khách sạn [káj sạn] hotel

khách sạn 2/3-sao [káj sạn hai-
/ba-sao] 2/3-star hotel

khách sạn có hồ bơi [káj sạn gó
hàw buh-i] hotel with
swimming pool

khăn [kun] towel; kerchief;
turban

khăn ăn [kun un] napkin,
serviette

khăn bông [kun bawng] towel

khẩn cấp [kủhn gúhp]
emergency; urgent

khăn chùi miệng [kun jòò-i mi-
ạyng] serviette

khán giả [kán yả] audience

khăn giấy [kun yáy-i] tissue;
paper towel

khăn lau tay [kun la-oo day]
hand towel

khăn mu-xoa [kun moo-swa]
handkerchief

khăn quàng [kun gwàng] scarf
(for neck, head)

khăn tắm [kun dúm] bath
towel

khăn tay [kun day]
handkerchief

khay [kay] tray

khi [ki] when

khi đó [ki đó] then (at that time)

khi nào? [ki nào] when?

khiếp quá! [ki-áyp gwá] it's
horrible!

khiêu vũ [ki-yoh võõ] dance

khó [kó] difficulty; hard,
difficult

khô [kaw] dry (adj)

khờ [kừr] silly (person)

khóa [kwá] lock; course

khóa dạy ngôn ngữ [kwá yạy
ngawn ngõ̃] language course

khoa ngoại trú [kwa ngwại jóó]
out-patients' department

khóai nhất [kwái n-yúhd]
favourite

khoang [kwang] box

khoảng [kwảng] around,
about

khoảng cách [kwảng gáj] distance

khỏe [kwẻh] strong (person)

khỏe mạnh [kwẻh mạng] healthy (person)

khói [kóy] smoke (noun)

khởi hành [kủh-i hàng] depart; start (journey)

không [kawng] no; not

không ... và cũng không ... [kawng ... và gõõng kawng] neither ... nor ...

không ... mà cũng không [kawng ... mà gõõng kawn] neither ... nor ...

không ai [kawng ai] no-one, nobody

không ai cả [kawng ai gả] nobody

không bao giờ [kawng bao yừr] never

không biết [kawng bi-áyd] don't know

không, cám ơn [kawng gám urn] no thanks

không có [kawng gó] none; without; there is no

không có chi! [kawng gó ji] never mind!; don't mention it!

không có chỗ nào [kawng gó jãw nào] nowhere

không có gì [kawng gó yì] nothing; not at all

không còn [kawng gòn] no longer

không còn chỗ trống no vacancies

không còn gì nữa [kawng gòn yì nõõ-a] nothing else

không chút nào [kawng jóód nào] not any

không dám [kawng yám] you're welcome (don't mention it)

không được! [kawng dœ-ựrg] no way!; it's no good

không gì cả [kawng yì gả] not anything; nothing

Khổng giáo [kảwng yáo] Confucianism

không giới hạn số dặm unlimited mileage

không hề chi [kawng hày ji] never mind

không hề gì! [kawng hày yì] never mind!; don't mention it!

không khí [kawng kí] air

không một ai [kawng mạwd ai] not anybody; no-one

không nhiều [kawng n-yàyoo] not much; not many

không nhiều lắm [kawng n-yàyoo lúm] not so much, not very much, not a lot

không ở đâu cả [kawng ửr doh gả] nowhere

không pha [kawng fa] straight (whisky etc)

không sao [kawng sao] not at all; it doesn't matter

không việc gì [kawng vi-ạyg yì] it doesn't matter

không, xin cám ơn [kawng sin gám urn] no thank you

khu [koo] district; region

khứ hồi [kóò hòy] return (ticket)

khu vực [koo vọõg] area

L

lá leaf
lá thư [lá too] letter
lạc [lạg] lose; lost
lắc kỹ trước khi dùng shake
  well before use
lắc lư [lúg lω] rock
lại [lại] back; again
lại cái [lại gái] gay; bisexual
lại đực [lại dọog] lesbian;
  bisexual
lãi suất [lãi swáwd] interest
  rate
lái tắc-xi [lái dúg-si] taxi-driver
lái xe [lái seh] drive; driver
lái xe tắc-xi [lái seh dúg sĩ] taxi-
  driver
làm do; make
lắm [lúm] a lot, very much
làm bằng tay [làm bùng day]
  hand-made
làm gẫy [làm gãy-i] break (verb)
làm hỏng [làm hỏng] damage
làm hư (S) [làm hω] damage
làm khó chịu [làm kó ji-oo]
  annoying
làm ơn [làm urn] please
làm sao [làm sao] how
làm thế nào [làm táy nào] how
làm thiệt hại (N) [làm ti-ạyd hại]
  damage (verb)
làm thủ tục [làm tỏd dọog]
  check-in
làm vỡ [làm vũr] break (verb)
lần [lùhn] time, occasion
  lần này [lùhn này] this time
  lần nữa [lùhn nõõ-a] again

lẫn nhau [lũhn nya-oo] each
  other; one another
lần sau [lùhn sa-oo] next time
lần trước [lùhn jω-úrg] last
  time
làng [làng] village
lăng tẩm vua chúa [lung dủhm
  vwaw jóó-a] Imperial Tombs
lạnh [lạng] cold (adj)
lành mạnh [làng mạng] healthy
  (food)
lãnh sự quán [lãng sω gwán]
  consulate
lập lại [lụhp lại] repeat
lập tức [lụhp dóog]
  straightaway, at once,
  immediately
lát nữa [lád nõõ-a] later, later
  on; in a minute
  lát nữa sẽ gặp lại [lád nõõ-a sẽh
  gụp lại] see you later
lâu [loh] long
lầu cao nhất [lòh gao n-yúhd]
  top floor
lầu dưới [lòh yoo-úh-i] ground
  floor, (US) first floor
lâu lắm [loh lúm] a long time
lầu một [lòh mạwd] first floor,
  (US) second floor
lấy [láy-i] take; get; collect
lạy chúa! [lạy jóó-a] thank
  God!; my God!
lấy ra [láy-i ra] unpack (take
  out)
lấy vé tại đây collect your
  ticket here
lẹ [lẹh] quick, fast
lẹ lên! (S) [lẹh layn] hurry up!
lễ [lãy] festival

lễ gia tiên [lãy ya di-ayn] ancestor worship

Lễ Phật [ản] [lãy fuhd dản] Buddha's birthday celebration

lệ phí ngân hàng [lạy fí nguhn hàng] commission

lễ Phục Sinh [lãy foọg sing] Easter

lễ tân [lãy duhn] reception

len wool

lên [layn] up; go up; get on

lên bờ [layn bùr] disembark

lên cầu thang [layn gòh tang] go up steps

lên lầu [layn lòh] go upstairs

lên máy bay [layn máy bay] boarding

lên tàu [layn dòh] board (verb)

lên xe [layn seh] get on (to train etc)

leo [leh-ao] climbing

lịch chạy tàu [lij jạy dà-oo] railway timetable

lịch sự [lij sộơ] polite; posh (people)

liên hệ [li-ayn hạy] contact (verb)

liên hoan [li-ayn hwan] party

linh mục [ling moọg] priest

lít [líd] litre

lo [lo] worried

lò [lò] oven

lò bếp [lò báyp] cooker

lò nướng bánh [lò nœ-úrng báng] baker's, bakery

loại [lwại] type (noun)

  loại gì ... ? [lwại yì] what type of ... ?

loãng [lwãng] thin (liquid)

lối [lóy] route

lội (S) [lọy] swim

lời mời [lùh-i mùh-i] invitation (verbal)

lời nhắn [lùh-i n-yún] message

lối ra [lóy ra] exit, way out

lôi thôi [loy toy] difficult, troublesome

lối vào [lóy vào] entrance

lớn [lúrn] large, big

lông [lawng] hair (on body)

lốp xe [láwp seh] tyre

lúa [lóo-a] rice (in its natural state)

lụa [lọo-a] silk

lửa [lổo-a] fire

lúc đầu [lóog dùh-oo] at the beginning

lúc đó [lóog dó] then (at that time)

lúc nào [lóog nào] when

lùn [lòòn] short (person)

lưng [lœng] back (of body)

lược [lœ-ựrg] comb (noun)

lười [lœ-ùh-i] lazy

lưỡi dao cạo [loo-ũh-i yao gạo] razor blades

luôn luôn [lwawn lwawn] always

lụt [lọod] flood

ly (S) [li] cup

ly cà phê [li gà fay] cup of coffee

ly dị [li yị] divorced

lý do thăm viếng purpose of visit

ly đựng rượu [li dựng rœ-ựroo] glass (wine glass)

M

má mum; cheek (of face)
mà but; in order to, so as to; for emphasis (not translated)
mã bưu điện [mã ber-oo di-ạyn] postcode, zipcode
mã số [mã sáw] dialling code, area code
mã thư tín [mã too dín] postcode, zipcode
mã vùng [mã vòòng] dialling code, area code
mắc [múg] expensive
mặc cả [mụg gả] bargain
mặc dầu [mụg yòh] although; in spite of
mặc dù [mụg yòò] despite; although
mặc quần áo [mụg gwùhn áo] get dressed
mặc thử [mụg tòò] try on
mai tomorrow
mai sau [mai sa-oo] future
mâm [muhm] tray
màn cửa [màn gỏò-a] curtains
mang carry; bring
mạng lưới [mạng loo-úh-i] network
mạng lưới đường sắt [mạng loo-úh-i đoo-ùrng súd] railway network
mảnh [mảng] piece
mập [mụhp] fat (person)
mát [mád] cool
mắt [múd] eye
mất [múhd] lose; missing
mặt [mụd] face

mắt cá chân [múd gá juhn] ankle
mất của cải [múhd gỏỏ-a gải] lost property (office)
mạt chược [mạd joo-urg] mahjong
mất dạy [múhd yạy] rude
mặt đất [mụd dúhd] ground
mắt kính [múd gíng] spectacles, eyeglasses
ma-túy [ma-dóó-i] drugs (narcotics)
mất trật tự [múhd juhd dọo] out of order; unruly
mặt trời [mụd jùh-i] sun
mặt trước [mụd joo-úrg] front (part)
mau [ma-oo] quick
máu [má-oo] blood
màu [mà-oo] colour
màu cam [mà-oo gam] orange (colour)
màu đen [mà-oo den] black
màu đỏ [mà-oo dỏ] red
màu hồng [mà-oo hàwng] pink
màu kem [mà-oo gem] cream (colour)
màu nâu [mà-oo noh] brown
màu nâu nhạt [mà-oo noh n-yạd] beige
màu tím [mà-oo dím] purple
màu vàng [mà-oo vàng] yellow
màu xám [mà-oo sám] grey
màu xanh [mà-oo sang] blue
màu xanh biển [mà-oo sang bi-ảyn] navy blue
màu xanh lá cây [mà-oo sang lá gay-i] green
may fortunately; sew

máy you (to close friends or younger people); machine; engine

mây [may-i] cloud; rattan

mấy [may-i] how many?

máy ảnh [máy ảng] camera

máy bay plane, airplane

máy bay trực thăng [máy bay jợg tung] helicopter

máy cạo râu [máy gạo roh] shaver

máy cát-sét [máy gád-séd] cassette recorder; tape recorder

máy cát-sét cá nhân [máy gád-séd gá n-yuhn] Walkman®

máy điện toán [máy di-ạyn dwán] computer

máy điện thoại [máy di-ạyn twại] telephone

máy điện thoại dùng thẻ cardphone

máy giặt [máy yụd] washing machine

mấy giờ rồi? [máy-i yừr ròy] what's the time?

máy hút bụi [máy hóód bọo-i] vacuum cleaner

máy lạnh [máy lạng] air-conditioner

may mắn [may mún] fortunately

máy móc [máy móg] machinery; engine (car)

máy nhánh [máy n-yáng] extension (telephone)

máy phóng thanh [máy fóng tang] loudspeakers; amplifier

máy quay phim [máy gway fim] camcorder

máy ra-đi-ô [máy ra-di-aw] radio

máy sấy tóc [máy sáy-i dóg] hairdryer

máy stereo cá nhân [máy sdereh-ao gá n-yuhn] personal stereo

máy tính [máy díng] calculator; computer

máy thu tiền [máy too di-àyn] till (cash desk)

máy thu thanh [máy too tang] radio

máy truyền hình [máy jwee-àyn hìng] television

máy vi tính [máy vi díng] personal computer

máy vi-đê-ô [máy vi-day-aw] video (recorder)

mẫu [mõh] form

mẫu đơn [mõh durn] application form

mẹ [mẹh] mother

mẹ kiếp! [mẹh gi-áyp] bloody hell!

mềm [màym] soft

mền (S) [màyn] blanket

mền bông (S) [màyn bawng] duvet

mét [méd] metre

mệt [mạyd] tired

mía [mía] sugar cane

miền [mi-àyn] region

Miền Bắc [mi-àyn Búg] the North

Miền Nam [mi-àyn nam] the South

miễn phí [mi-ãyn fí] free (no charge)

miền quê [mi-àyn gway] countryside

miền tây [mi-àyn day-i] west

miễn thuế [mi-ãyn twáy] duty-free

miễn vào no entry, no admittance

miếng [mi-áyng] piece

miệng [mi-ẹyng] mouth

miếu [mi-áyoo] temple

mình [mìng] I; me; let's; oneself

mở [mủr] open (adj/verb)

mở cửa [mủr gỏo-a] open (of shop)

mọi [mọy] every

môi [moy] lips

mỗi [mõy] each; every; per

mời [mùh-i] invite; please; new; offer

mới đầu [múh-i dòh] at first

mỗi đêm [mõy daym] per night

mọi địa điểm khác all other destinations

mọi nơi [mọy nuh-i] everywhere

mọi ngày [mọy ngày] every day

mọi người [mọy ngoo-ùh-i] everyone

mọi thứ [mọy tỏo] everything

môn hội họa [mawn họy hwạ] art

môn lặn trần [mawn lụn jùhn] skin-diving

môn lướt thuyền gió [mawn lœ-úrd twee-àyn yó] windsurfing

môn lướt thuyền [mawn lœ-úrd twee-àyn] sailboarding

món quà [món gwà] gift, present

môn thể thao [mawn tảy tao] sport

môn vật [mawn vụhd] wrestling

mong [mong] hope

mốt [máwd] fashion; the day after tomorrow

một [mạwd] one; a, an; some

một cái khác [mạwd gái kág] another one

một chiều [mạd ji-àyoo] single (ticket); one way (street)

một chút [mạwd jóód] a little, a bit

một đôi [mạwd doy] a pair

một gói [mạwd góy] a pack (food)

một ít [mạwd íd] some (uncountable); a little

một khi [mạwd ki] once

một lần [mạwd lùhn] once (one time)

một lần nữa [mạwd lùhn nõ-a] once again, once more

một miếng lớn [mạwd mi-áyng lúrn] a big bit

một miếng nhỏ [mạwd mi-áyng n-yỏ] a little bit

một mình [mạwd mìng] alone, by oneself

một người [mạwd ngoo-ùh-i] single (room)

một tí [mạwd dí] some; a little bit

một vài [mạwd vài] several; a few; some

mù [mòò] blind

mụ ấy [mọo áy-i] she (pejorative)
mũ két [mõõ géd] cap (hat)
mụ ta [mọo da] she (pejorative)
mua [mwaw] buy
múa [móo-a] dance (traditional)
mưa [moo-a] rain (noun)
múa dân tộc [móo-a yuhn dạwg] folk dancing
mùa đông [mòò-a dawng] winter
mùa gặt [mòò-a gụd] rice harvest
mùa hạ [mòò-a hạ] summer
mùa hè [mòò-a hèh] summer holiday
mua lại [mwaw lại] second-hand
múa lân [mwá luhn] unicorn dance
mùa mưa [mòò-a moo-a] rainy season
múa rối nước [móo-a róy nꝏ-úrg] water puppet show
múa rồng [móo-a ràwng] dragon dance
mua sắm [mwaw súm] shopping
mùa thu [mòò-a too] autumn
mua trước [mwaw jꝏ-úrg] book (ticket etc)
mùa xuân [mòò-a swawn] spring (season)
mục đích [mọog dịj] purpose
mũi [mõõ-i] nose
mũi ghim [mõõ-i gim] pin (noun)
mũi kim [mõõ-i gim] needle
mùi vị [mòò-i vị] taste, flavour (noun)
mừng [mꝏng] glad

muỗi [mwõy] mosquito
muốn [mwáwn] want; wish
  ông/bà muốn gì? [awng/bà mwáwn yì] what do you want?
  tôi muốn … [doy mwáwn] I would like to …
muộn [mwạwn] late
mượn [mꝏ-ụrn] borrow
mướn (S) [mꝏ-úrn] rent, hire
muỗng (S) [mwãwng] spoon
muỗng cà phê (S) [mwãwng gà fay] teaspoon
mướt [mꝏ-ụrd] soft (material)
Mỹ [mĩ] USA; American (adj)
mỹ phẩm [mĩ fủhm] cosmetics

N

nam male
năm [num] year
nắm [núm] hold; catch
nam chiêu đãi viên [nam ji-ayoo dãi vi-ayn] steward (on plane)
nam hay nữ sex
năm mới [num múh-i] New Year
nằm xuống [nùm swáwng] lie down
nặng [nụng] heavy; strong
nâng [nuhng] raise
nâng lên [nuhng layn] lift (verb)
nào which
nào, ông bạn! [nào, awng bạn] come on, mate!
nắp chai [núp jai] cap (of bottle)
nấu [nóh] cook (verb)
này this; these

ném [ném] throw (verb)

nệm [naym] cushion; mattress

ném đi [ném di] throw away (verb)

nến [náyn] candle

nếu [náyoo] if

nếu không [náyoo kawng] otherwise

nếu như [náyoo n-yœ] if

nịt thun [nịd toon] elastic (noun)

nịt vú [nịd vóó] bra

nó it; he; she

nói [nóy] talk; say; speak; tell

ông/bà nói gì? [awng/bà nóy yì] sorry?

tôi nói không được ... [doy nóy kawng dœ-ựrg] I don't speak ...

anh nói gì vậy? [ang nói yì vạy-i] what did you say?

nối [nóy] connection

nơi ăn chỗ nghỉ [nuh-i un jãw ngĩ] accommodation

nói bậy! [nóy bạy-i] rubbish!

nói chuyện [nóy jwee-ạyn] talk

nói đến [nói dáyn] mention

nơi đến [nuh-i dáyn] arrival; destination

nội địa [nọy dịa] domestic

nói đùa [nóy dòò-a] joke

nơi giải đáp thông tin [nuh-i yải dáp tawng din] information desk

nơi khác [nuh-i kág] elsewhere

nói lại [nóy lại] repeat

nơi nào đó [nuh-i nào dó] somewhere

nói nhảm! [nóy n-yảm] rubbish!

nơi nhận hành lý [nuh-i n-yụhn

hàng lí] baggage claim

nơi sinh place of birth

nổi tiếng [nỏy di-áyng] famous

nơi thu đổi tiền [nuh-i too dỏy di-àyn] bureau de change

nón hat

nón lá conical hat

nón sắt [nón súd] helmet (for motorcycle)

nóng hot; quick-tempered

nông dân [nawng yuhn] peasant

nóng nực [nóng nœg] humid

nữ [nœ̃] female

nữ cảnh sát [nœ̃ gảng sád] policewoman

nữ công an [nœ̃ gawng an] policewoman

nữ chiêu đãi viên [nœ̃ ji-ayoo dãi vi-ayn] stewardess

nụ hôn [nọọ hawn] kiss (noun)

nửa [nỏỏ-a] half

nữa [nœ̃-a] again; more; any more; else; one more, another

nửa đêm [nỏỏ-a daym] midnight

nửa giá [nỏỏ-a yá] half price

nửa giá vé [nỏỏ-a yá véh] half fare

nửa giờ [nỏỏ-a yùr] half an hour

nửa tá [nỏỏ-a dá] half dozen

nửa tiếng [nỏỏ-a di-áyng] half an hour

núi [nóó-i] mountain

nước [nœ-úrg] water; country (nation)

nước Ái Nhĩ Lan [nœ-úrg ái n-yĩ lan] Ireland

nước Ấn [ộ [nɯ̄ɔ-úrg úhn dạw] India

nước Anh [nɯ̄ɔ-úrg ang] England

nước Bỉ [nɯ̄ɔ-úrg bỉ] Belgium

nước Bru-nê [nɯ̄ɔ-úrg broo-nay] Brunei

nước Cam-pu-chia [nɯ̄ɔ-úrg gam-poo-jia] Cambodia

nước Đan Mạch [nɯ̄ɔ-úrg dan mạj] Denmark

nước [ức [nɯ̄ɔ-úrg dỏbg] Germany

nước hoa [nɯ̄ɔ-úrg hwa] perfume

nước Hòa Lan [nɯ̄ɔ-úrg hwà lan] Netherlands

nước kem thoa [nɯ̄ɔ-úrg gem twa] lotion (for skin)

nước Lào [nɯ̄ɔ-úrg lào] Laos

nước Miến [iện [nɯ̄ɔ-úrg mi-áyn di-ạyn] Burma

nước Mỹ [nɯ̄ɔ-úrg mĩ] the United States, the States

nước Na uy [nɯ̄ɔ-úrg na wee] Norway

nước Nam Phi [nɯ̄ɔ-úrg nam fĩ] South Africa

nước ngoài [nɯ̄ɔ-úrg ngwài] foreign; abroad; overseas

nước Nhật [nɯ̄ɔ-úrg n-yụhd] Japan

nước Pháp [nɯ̄ɔ-úrg fáp] France

nước Tân Tây Lan [nɯ̄ɔ-úrg duhn day-i lan] New Zealand

nước Tàu [nɯ̄ɔ-úrg dà-oo] China

nước Tây Ban Nha [nɯ̄ɔ-úrg day-i ban n-ya] Spain

nước Tô Cách Lan [nɯ̄ɔ-úrg daw gáj lan] Scotland

nước thơm dịu [nɯ̄ɔ-úrg turm yi-oo] eau de toilette

nước Thụy [iển [nɯ̄ɔ-úrg tọọ-i di-ạyn] Sweden

nước Úc [nɯ̄ɔ-úrg úg] Australia

nước uống [nɯ̄ɔ-úrg wáwng] drinking water

nước uống được [nɯ̄ɔ-úrg wáwng dɔɔ-ụrg] drinking water

nước Ý [nɯ̄ɔ-úrg í] Italy

nút [nóód] button

nút chai [nóód jai] cork

NG

Ngã ba Sông Hồng [ngã ba sawng hàwng] Red River Gorge

ngã tư [ngã dɔɔ] square; junction, crossroads (for traffic)

ngắm cảnh [ngúm gảng] sightseeing

ngăn [ngun] compartment; box

ngắn [ngún] short (journey)

ngăn cấm hút thuốc [ngun gúhm hóód twáwg] nonsmoking compartment

ngăn đựng tiền [ngun dợng di-ạyn] till

ngân hàng [nguhn hàng] bank

ngăn kéo [ngun géh-ao] drawer

ngành [ngàng] department (in university)

ngay straightaway, at once,

immediately; soon; even

ngày day

ngay bây giờ [ngay bay-i yừr] right now

ngay cả [ngay gả] even

ngay chỗ này [ngay jãw này] just here

ngay đây [ngay day-i] just here

ngày hết hạn expiry date

ngày hội [ngày họy] carnival

ngày làm việc [ngày làm vi-ạyg] working day

ngay lập tức [ngay lụhp dứơg] immediately

ngày lễ public holidays

ngày mai [ngày mai] tomorrow

ngày nghỉ closing day

ngày nghỉ lễ public holidays

ngày nghỉ lễ công cộng [ngày nghỉ lãy gawng gạwng] public holiday

ngay như ... [ngay n-yơơ] even if ...

ngày sinh [ngày sing] date of birth

ngày thường [ngày tơơ-ừrng] weekdays

nghe [ngeh] listen; hear

nghèo [ngèh-ao] poor (not rich)

nghỉ [ngỉ] closed

nghĩ [ngĩ] think

  tôi nghĩ vậy [doy ngĩ vạy-i] I think so

nghỉ giải lao [ngỉ yải lao] interval; rest

nghỉ hè [ngỉ hèh] school holiday

nghỉ lễ closed for holidays

nghỉ mệt [ngỉ mạyd] have a rest

nghỉ xả hơi [ngỉ sả huh-i] interval (at theatre)

nghĩa địa [ngĩa địa] cemetery

nghĩa trang [ngĩa jang] cemetery

nghiêm nghị [ngi-aym ngị] serious (person)

nghiêm trọng [ngi-aym jọng] serious, grave

ngõ (N) [ngõ] alley

ngoài [ngwài] in addition to; beyond; outside

ngoại ô [ngwại aw] suburb

ngoại quốc [ngwại gwấwg] foreign

ngoài ra [ngwài ra] apart from, besides; in addition to

ngoại tệ [ngwại dạy] foreign currency

ngoài trời [ngwài jùh-i] outdoors

ngoại trừ [ngwại jờ] except

ngồi xuống [ngòy swáwng] sit down

ngon [ngon] nice, lovely

ngọn đồi [ngọn dòy] hill

ngôn ngữ [ngawn ngữ] language

ngón tay [ngón day] finger

ngu [ngoo] stupid, thick

ngủ [ngỏỏ] sleep (verb)

ngu như chó [ngoo n-yơơ jó] as thick as two short planks

ngừa thai [ngờ-a tai] contraception

ngực [ngơơg] chest

ngừng [ngờơng] stop

người [ngoo-ùh-i] people; person

người Anh [ngoo-ùh-i ang] English; British

người bán thuốc lá [ngoo-ùh-i bán twáwg lá] cigarette vendor

người đi xe đạp [ngoo-ùh-i di seh dạp] cyclist

người gác cửa [ngoo-ùh-i gág gỏ̉-a] doorman

người gác dan [ngoo-ùh-i gág yan] caretaker

người gác đêm [ngoo-ùh-i gág daym] night porter

người già [ngoo-ùh-i yà] senior citizen

người gửi [ngoo-ùh-i gỏ̉-i] sender

người hướng dẫn [ngoo-ùh-i hơ-úrng yũhn] tour guide

người khuân vác [ngoo-ùh-i kwawn vág] porter

người lạ mặt [ngoo-ùh-i lạ mụd] stranger

người lái xe điện [ngoo-ùh-i lái seh di-ạyn] tram-driver

người lớn [ngoo-ùh-i lúrn] adult

người nào đó [ngoo-ùh-i nào dó] somebody

người nước ngoài [ngoo-ùh-i nơ-úrg ngwài] foreigner

người ngoại quốc [ngoo-ùh-i ngwại gwáwg] foreigner

người nhận [ngoo-ùh-i n-yụhn] addressee

người Tây Phương [ngoo-ùh-i day-i fơ-urng] Westerner

người tình [ngoo-ùh-i dìng] lover

người về hưu [ngoo-ùh-i vày her-oo] pensioner

người yêu [ngơ-ùh-i yayoo] boyfriend; girlfriend

nguy hiểm [ngwee hi-ảym] danger; dangerous

nguy hiểm - không thò qua cửa sổ it is dangerous to lean out of the window

NH

nhà [n-yà] house; home; building

nhà ăn (N) [n-yà un] restaurant

nhà băng [n-yà bung] bank (money)

nhà bếp [n-yà báyp] kitchen

nhà công cộng [n-yà gawng gạwng] public building

nhà để xe [n-yà dảy seh] garage

nhà hàng [n-yà hàng] restaurant

nhà hát [n-yà hád] theatre

nhà khách [n-yà káj] guesthouse

nhà khối [n-yà kói] apartment block

nhà lầu [n-yà lòh] flat, apartment

nhà nấu cơm trọ [n-yà núh-oo gurm jọ] boarding house

nhà nước [n-yà nơ-úrg] state (in country)

nha sĩ [n-ya sĩ] dentist

nhà tù [n-yà dòò] prison

nhà thờ [n-yà từ] church

nhà thờ lớn [n-yà từr lúrn] cathedral

nhà thuốc [n-yà twáwg] pharmacy, chemist's

nhà thương [n-yà tœ-urng] hospital

nhà trường [n-yà jœ-ùrng] school

nhà vệ sinh [n-yà vạy sing] toilet, rest room

nhà vệ sinh công cộng [n-yà vạy sing gawng gawng] public toilets, rest rooms

nhà vệ sinh nam [n-yà vạy sing nam] gents' toilets, men's room

nhà vệ sinh nữ [n-yà vạy sing nỡ] ladies' toilet, ladies' room

nhạc [n-yạg] music

nhắc [n-yúg] mention (verb)

nhạc kịch [n-yạg gịj] opera

nhạc kịch trường [n-yạg gịj jœ-ùrng] opera house

nhắc lại [n-yúg lại] repeat

nhạc sĩ [n-yạg sĩ] musician

nhạc sống [n-yạg sáwng] live music

nhẫn [n-yũhn] ring (on finger)

nhận [n-yụhn] accept; receive

nhân chứng [n-yuhn jỡng] witness

nhãn hiệu [n-yãn hi-ạyoo] make, brand name; label

nhận ra [n-yụhn ra] recognize

nhân viên lễ tân [n-yuhn vi-ayn lãy duhn] receptionist

nhân viên phục vụ bàn [n-yuhn vi-ayn fọog vọo bàn] waiter;

waitress

nhân viên tiếp tân [n-yuhn vi-ayn di-áyp duhn] receptionist

nhân viên tổng đài [n-yuhn vi-ayn dảwng dài] operator

nhanh [n-yang] soon; quick, fast

nhanh chóng [n-yang jóng] quickly

nhanh lên! (N) [n-yang layn] hurry up!

nhất [n-yúhd] most; first

nhau [n-ya-oo] each other, one another

nhảy [n-yảy] jump; dance

nhảy đầm [n-yảy dùhm] disco

nhỉ [n-yỉ] isn't it?; aren't you?; don't you?

nhiệt [nyi-ạyd] heat

nhiệt độ [nyi-ạyd dạw] temperature (weather)

nhiệt đới [nyi-ạyd dúh-i] tropical

nhiệt kế [nyi-ạyd gáy] thermometer

nhiều [n-yàyoo] much, plenty of, a lot, lots; many; more

nhiều bụi [n-yàyoo bọo-i] dusty

nhiều hơn thế nữa [n-yàyoo hurn táy nỡ-a] more than that

nhiều mây [n-yàyoo may-i] cloudy

nhiều nhất [n-yàyoo n-yúhd] the most

nhiều nhất là [n-yàyoo n-yúhd là] at the most; maximum

nhiều quá [n-yàyoo gwá] so much; so many

nhìn [n-yìn] look at

nhìn này! [n-yìn này] look!

nhỏ [n-yỏ] small

nhớ [n-yúr] remember

nhớ ơn [n-yúr urn] grateful

nhóm [n-yóm] group; party

như [n-yœ] like; such as; as

như thế nào [n-yœ táy nào] how

như thế này [n-yœ táy này] like this

nhức đầu [n-yœg dòh] headache

nhưng [n-yœng] but

những [n-yœ̃ng] some; plural marker

những cái đó [n-yœ̃ng gái dó] those

những cái này [n-yœ̃ng gái này] these

những điều đó [n-yœ̃ng di-àyoo dó] those

những trang vàng [n-yœ̃ng jang vàng] yellow pages

O
—

ở [ừr] live, stay; at; in; on; to

ở nhà [ừr n-yà] at home

ổ cắm [ǎw gúm] socket (electrical)

ở chỗ đó [ừr jǎw dó] over there

ở đâu? [ừr doh] where?

ở đâu đó [ừr yoh dó] somewhere

ở đâu vậy? [ừr doh vạy-i] where is it?

ở đây [ừr day-i] here

ở đó [ừr dó] there

ở gần [ừr gùhn] nearby

ô kính [aw gíng] window (of shop)

ổ khóa [ǎw kwá] lock (noun)

ô nhiễm [aw n-yãym] polluted

ô tô điện [aw daw di-ạyn] trolleybus

ở trên cao [ừr jayn gao] at the top

ở trên đỉnh của ... [ừr jayn dĩng gwả] on top of ...

ở trong [ừr jong] in; inside

ở trước mặt [ừr jœœ-úrg mụd] in front

ơi: ông/bà ơi [awng/bà uh-i] excuse me

ôm [awm] carry (in one's arms)

ốm [áwm] illness; ill

ôn hòa [awn hwà] mild (weather)

Ông [äng] Mr

ổng (S) [ǎwng] he

ông ... được không? [awng ... dœœ-ựrg kawng] can you ...? (request)

ông ấy [awng áy-i] he

ông có thể ...? [awng gó tảy] could you ...?

ông có thích ... không? [awng gó tịj ... kawng] do you like ...?

ống điếu [áwng di-áyoo] pipe (for smoking)

ông già [awng yà] dad; old man

ông già vợ [awng yà vụr] father-in-law (informal)

ống kính [áwng gíng] lens (of camera)

ông không nên ... [bà kawng

nayn] you shouldn't

ông nên ... [awng nayn] you should

ông nội [awng nọy] grandfather (paternal)

ống nghe [áwng ngeh] receiver

ông ngoại [awng ngwại] grandfather (maternal)

ô-tô khách (N) [aw-daw káj] coach, bus

P
▬

pin battery (for radio)

PH
▬

phà [fà] ferry

phà chở khách [fà jử káj] passenger ferry

phà chở xe [fà jử seh] car ferry

pha len wool mixture

phải [fải] must; that's right

phải chăng [fải jung] reasonable, fair

phải không [fải kawng] isn't it?; aren't you?; don't you? etc

phải thế không? [fải táy kawng] is it?; do they? etc

phải vậy không? [fải vạy-i kawng] is it?; do they? etc

phần [fùhn] part (noun)

phản đối [fản dóy] disagree; against

phần lưng [fùhn lœng] back

phân tây [fuhn day-i]

centimetre

phần tư [fùhn dœ] quarter

phần trăm [fùhn jum] per cent

phẳng [fủng] flat, level

pháo [fáo] firecracker

pháo bông [fáo bawng] fireworks

pháo hoa [fáo hwa] fireworks

Pháp [fáp] French (adj)

phát [fád] delivery; deliver

Phật [fụhd] Buddha

phật giáo [fụhd yáo] Buddhism

phẫu thuật [fõh twạwd] operation

phẹc mơ-tuya [fẹg mur-dwee-a] zip

phi cơ [fi gur] plane

phía bắc [fía búg] north

phía dưới [fía yoo-úh-i] below

phía đông [fía dawng] east

phía nam [fía nam] south

phía sau [fía sa-oo] behind

phía tây [fía day-i] west

phiá trước [fiá jœ-úrg] front

phích cắm [fịj gúm] plug (electrical)

phiên dịch [fi-ayn yịj] interpret

phiếu [fi-áyoo] ticket; card

phiếu lên máy bay [fi-áyoo layn máy bay] boarding pass

phim [fim] film, movie

phim ảnh [fim ảng] film (for camera)

phim đèn chiếu [fim dèn ji-áyoo] slide (photographic)

phim màu [fim mà-oo] colour film

phố [fáw] street

phổ biến [fảw bi-áyn] popular

phố nhỏ [fáw n-yỏ] side street

phố xá [fáw sá] street

phòng [fòng] room

phòng ăn [fòng un] dining room

phòng bán vé [fòng bán véh] box office; ticket office; booking office

phòng bệnh [fòng bạyng] ward (in hospital)

phong bì [fong bì] envelope

phòng cấp cứu [fòng gúhp gớ] casualty department

phòng cứu thương [fòng gér-oo tơ-urng] casualty department

phòng chẩn mạch [fòng jủhn mạj] clinic

phòng chờ [fòng jừr] waiting room

phòng đôi [fòng doy] double room

phòng đợi [fòng dụh-i] lounge (in airport)

phòng đợi khởi hành [fòng dụh-i kủh-i hàng] departure lounge

phòng đợi lên máy bay [fòng dụh-i layn máy bay] departure lounge

phòng đơn [fòng durn] single room

phòng đơn có buồng tắm [fòng durn gó bwàwng dúm] single room with bathroom

phòng đơn không có buồng tắm [fòng durn kawng gó bwàwng dúm] single room without bathroom

phòng hai giường [fòng hai yơ-ừrng] twin room

phòng hai người [fòng hai ngoo-ừh-i] double room

phòng hội nghị [fòng họy ngị] conference room

phòng hướng dẫn [fòng hơ-úrng yũhn] information desk

phòng kép [fòng gép] twin room

phòng khách [fòng káj] lounge (in house, hotel)

phòng khách sạn [fòng káj sạn] hotel room

phòng khám [fòng kám] clinic

phòng một người [fòng mạwd ngoo-ừh-i] single room

phòng ngủ [fòng ngỏ] bedroom

phòng tắm [fòng dúm] bathroom

phòng tắm riêng [fòng dúm ri-ayng] private bathroom

phòng tiếp tân [fòng di-áyp duhn] foyer, lobby; reception

phong tục [fong dọog] custom

phòng thông tin [fòng tawng din] information desk

phòng thông tin du lịch [fòng tawng din yoo lịj] tourist information office

phòng thư lưu [fòng tơ ler-oo] poste restante, general delivery

phòng thử quần áo [fòng tơ gwùhn áo] fitting room

phòng trà [fòng jà] hostess bar

phòng treo quần áo [fòng jeh-ao gwùhn áo] cloakroom

phòng triển lãm hội họa [fòng ji-ảyn lãm họy hwạ] art gallery

phổi [fŏy] lungs
phu khuân vác [foo kwawn vág] porter (in hotel)
phụ nữ [fọọ nõ̃] woman
phục vụ [fọọg vọọ] service
phục vụ phòng [fọọg vọọ fòng] room service
phút [fóód] minute

Q

QL main road from N to S
qua [gwa] through, via; cross; go past
quá [gwá] too (excessively)
quà [gwà] gift, present
quả bóng [gwả bóng] ball
quả bóng đá [gwả bóng dá] football (ball)
qua đêm [gwa daym] overnight
quá nhiều [gwá n-yàyoo] too much
quà tặng [gwà dụng] gift
quán [gwán] tavern
quần [gwùhn] trousers, (US) pants
quận [gwụhn] district
quán ăn [gwán un] restaurant; inn
quần áo [gwùhn áo] clothes
quần áo bơi [gwùhn áo buh-i] swimming costume
quần áo cần giặt [gwùhn áo gùhn yụd] laundry, washing
quần áo dơ [gwùhn áo yur] laundry (clothes)
quần áo đàn bà [gwùhn áo dàn bà] ladies' wear

quần áo đàn ông [gwùhn áo dàn awng] menswear
quần áo nam [gwùhn áo nam] menswear
quần áo phụ nữ [gwùhn áo fọọ nõ̃] ladies' clothing, ladies' wear
quần áo trẻ em [gwùhn áo jẻh em] children's wear
quần bò [gwùhn bò] jeans
quần bó chẽn [gwùhn bó jẽn] tights
quán cà-phê [gwán gà-fay] café
quần lót [gwùhn lód] underpants, pants
quần lót đàn bà [gwùhn lód dàn bà] knickers, panties
quần nịt [gwùhn nịd] tights
quần soóc [gwùhn soóg] shorts
quần tắm [gwùhn dúm] swimming trunks
quan trọng [gwan jọng] important
quần vợt [gwùhn vụrd] tennis
quảng trường [gwảng jơơ-ùrng] square (in town)
quành [gwàng] bend (in road)
quạt máy [gwạd máy] fan (electrical)
quạt tay [gwạd day] fan (handheld)
quát tháo [gwád táo] shout (verb)
quạt trần [gwạd jùhn] ceiling fan
quầy [gwày-i] counter
quầy bán báo [gwày-i bán báo] newsagent's
quầy bán đồ nhắm [gwày-i bán

dàw n-yúm] snack bar
quầy cân hành lý [gwày-i guhn hàng lí] check-in
quầy đổi tiền [gwày-i dỏy di-àyn] exchange bureau
quay số [gway sáw] dial
quầy tiếp tân [gwày-i di-áyp duhn] reception desk
quầy trả tiền [gwày-i jả di-àyn] cash desk
quầy văn phòng phẩm [gwày-i vun fòng fủhm] stationer's
quen [gwen] familiar with, acquainted with
quen rồi [gwen ròy] used to
quẹo (S) [gwẹ-ao] turn
quẹt [gwẹd] matches
quẹt lửa [gwẹd lỏ̉-a] cigarette lighter
quê quán country of origin
quên [gwayn] forget
 tôi đã quên rồi [doy dã gwayn ròy] I've forgotten
quốc gia [gwáwg ya] country; national
Quốc lộ [gwáwg lạw] main road from N to S and between major cities
quốc tế [gwáwg dáy] international
quốc tịch [gwáwg dij] nationality
quý [gwí] valuable
quỷ tha ma bắt [gwẻễ ta ma búd] go to hell!
quyết định [gwi-áyd dịng] decide

R

ra out; go out
rác [rág] rubbish, trash
rám nắng [rám núng] tan, suntan
răng [rung] tooth
rằng [rùng] that (conjunction)
rành (S) [ràng] fluent
rảnh [rảng] free
rạp chiếu bóng [rạp ji-áyoo bóng] cinema, movie theater
rạp hát [rạp hád] theatre
rất [rúhd] quite; really; very
rất nhiều [rúhd n-yàyoo] very much
rẻ [rẻh] cheap
rèm cửa [rèm gỏ̉-a] blinds
riêng [ri-ayng] private; separately
rõ ràng [rõ ràng] clear, obvious
rồi! [ròy] right!; already; denotes past tense
rời [rùh-i] leave
rời khỏi [rùh-i kỏi] leave; depart
rồi sao? (S) [ròy sao] so what?; what happens next?
rộng [rạwng] wide
rốt cuộc [ráwd gwạwg] at last, in the end
ruồi [rwòy] fly (noun)
ruộng lúa [rwạwng lóỏ-a] paddy field
ruộng rẫy [rwạwng rẫy-i] farm
rửa [rỏ̉-a] wash; develop
rửa phim [rỏ̉-a fim] film processing

rừng [rừng] forest
rừng cây [rừng gay-i] woods
rừng nhiệt đới [rừng n-yạyd dúh-i] tropical rainforest
rừng rậm [rừng rụhm] jungle

S

sắc [súg] sharp (knife)
sách [sáj] book (noun)
sạch sẽ [sạj sẽh] clean (adj)
Sài gòn trước đây [sài gòn joo-úrg day-i] old Saigon
sai lầm [sai lùhm] false; error
sấm sét mưa bão [súhm séd moo-a bão] thunderstorm
sân bay [suhn bay] airport
sân chơi [suhn juh-i] playground
sân đậu xe [suhn dọh seh] car park
sân đỗ [suhn dãw] platform
san hô [san haw] coral
sàn nhà [sàn n-yà] floor (of room)
sản phẩm của ... product of ...
sẵn sàng [sũn sàng] ready
sản xuất tại ... made in ...
sáng chói [sáng jói] bright (light etc)
sang chuyển [sang jwee-ảyn] transfer
sáng nay [sáng nay] this morning
sang trọng [sang jọng] posh, upmarket
sành sứ [sành sứ] porcelain

sao? why?; prompting word after long silence
sao không? [sao kawng] why not?
sáo trúc [sáo jóóg] bamboo flutes
sạp báo [sạp báo] newspaper kiosk
sau [sa-oo] after; rear
sâu [soh] deep
sâu bọ [soh bọ] insect
sau cùng [sa-oo gòòng] finally, at last
sau đó [sa-oo dó] then; afterwards
sau khi [sa-oo ki] after
sau lưng [sa-oo lưng] behind; at the back
sấy tóc [sáy-i dóg] blow-dry
s. CN A.D.
sẽ [sẽh] will; shall
séc [ség] cheque
séc du lịch [ség yoo lịj] traveller's cheque
siêu thị [si-yoh tị] supermarket
sinh [sing] birth
sinh nhật [sing n-yụhd] birthday
số [sáw] number; amount; gears
sở [sử] department; office; agency
sở bưu điện [sử ber-oo di-ạyn] post office
sơ cứu [sur gứoo] first aid
số chuyến bay [sáw jwee-áyn bay] flight number
số đăng ký [sáw dung gí] registration number

số điện thoại [sáw di-ạyn twại] phone number

số hiệu chuyến bay [sáw hi-ạyoo jwee-áyn bay] flight number

số không [sáw kawng] zero

số mã vùng [sáw mã vòong] area code

sổ nhật ký [sảw n-yụhd gí] diary (business etc)

sổ tay [sảw day] notebook

sở thú [sửr tóó] zoo

sổ vé [sảw véh] book of tickets

số vùng [sáw vòong] dialling code

số zê-rô [sáw zay-raw] zero

sô-cô-la [saw-gaw-la] chocolate

sô-cô-la sữa [saw-gaw-la sõỏ-a] milk chocolate

sợi cọ [sụh-i gọ] raffia

sợi chỉ [sụh-i jỉ] thread (noun)

sợi dây [sụh-i yay-i] string

sớm [súrm] early

sơn [surn] paint (noun)

sơn còn ướt [surn gòn ɔɔ-úrd] wet paint

son môi [son moy] lipstick

son phấn [son fúhn] make-up; cosmetics

song [song] still

sông [sawng] river

Sông Cửu Long [sawng gɔɔoo long] Mekong River

Sông Hương [sawng hɔɔ-urng] Perfume River

song mây [song may-i] rattan

Sông Mê Công [sawng may gawng] Mekong River

sự [sɔɔ] word placed in front of verbs and adjectives to turn them into nouns

sự bắt đầu [sɔɔ búd dòh] start (noun)

sự chết chóc [sɔɔ jáyd jóg] death

sử dụng [sɔ̉d yọong] use

sự đón tiếp [sɔɔ dón di-áyp] reception (for guests)

sự giảm giá [sɔɔ yảm yiá] reduction

sự giúp đỡ [sɔɔ yóóp dữr] help (noun)

sự hân hạnh của tôi [sɔɔ huhn hạng gỏỏ-a doy] my pleasure

sự khởi hành [sɔɔ kủh-i hàng] departure

sự may mắn [sɔɔ may mún] luck

sự miêu tả [sɔɔ mi-yoh dả] description

sự ồn ào [sɔɔ àwn ào] noise

sự rám nắng [sɔɔ rám núng] suntan

sự sai lầm [sɔɔ sại lùhm] mistake (noun)

sự việc [sɔɔ vi-ạyg] events; incidents

sự xa hoa [sɔɔ sa hwa] luxury

sự yên lặng [sɔɔ yayn lụng] silence

sửa [sỏỏ-a] repair, mend

sửa chữa [sỏỏ-a jõỏ-a] repair

sửa chữa ô tô [sỏỏ-a jõỏ-a aw daw] auto repairs

sức nóng [sɔ̉ɔg nóng] heat

súc vật [sóóg vụhd] animal

suối [swóy] stream

sưởi ấm [sɔɔ-ủh-i úhm] heating

sương mù [sɔɔ-urng mòò] fog, mist

suốt ngày [swáwd ngày] all day

T

tá [dá] dozen

tã [dã] nappy, diaper

tắc xi [dúg si] taxi

tai [dai] ear

tại [dại] at; in; due to, because of

tại sao? [dại sao] why?

tại sao không? [dại sao kawng] why not?

tại sao vậy? [dại sao vạy-i] why is that?

tại đây [dại day-i] here

tài liệu [dài li-ạyoo] information

tai nạn [dai nạn] accident

tài xế [dài sáy] driver

tắm [dúm] have a bath

tấm [dúhm] piece

tấm áp-phích [dúhm áp-fíj] poster

tạm biệt [dạm bi-ạyd] goodbye

tấm đra [dúhm dra] sheet (for bed)

tấm hình (S) [dúhm hing] picture

tắm hơi [dúm huh-i] sauna

tắm rửa [dúm rỏô-a] wash (verb)

tàn tật [dàn dụhd] disabled

tán thành [dán tàng] agree; support; OK

tầng lầu [dùhng lòh] floor, storey

tặng phẩm [dụng fủhm] present, gift

tao [dao] I; me

tạp chí [dạp jí] magazine

tập nhật ký [dụhp n-yụhd gí] diary

tập quán [dụhp gwán] custom

tắt [dúd] switch off; off

tất cả [dúhd gả] all; altogether; everyone

tất nhiên [dúhd ni-ayn] of course

Tàu [dà-oo] Chinese

tàu [dà-oo] ship; train

tàu bè [dà-oo bèh] water transport

tàu hàng freight train

tàu hỏa [dà-oo hỏa] train

tàu liên tỉnh intercity train

tàu lửa [dà-oo lỏó-a] train

tàu tốc hành [dà-oo dáwg hàng] express train

Tàu Thống Nhất [dà-oo táwng n-yứhd] North-South express train

tàu thuỷ [dà-oo twẻẻ] ship

tay [day] hand

tây bắc [day-i búg] northwest

tây hóa [day-i hwá] westernize

tây nam [day-i nam] southwest

tay non [day non] beginner

té [déh] fall (verb)

tệ nhất [dạy n-yứhd] worst

tệ quá [dạy gwá] terrible

tem [dem] stamp (noun)

tên [dayn] name; first name, given name

tên ông/bà là gì? [dayn

awng/bà là yì] what's your name?

Tết [dáyd] Vietnamese New Year

tết [dáyd] festival; carnival

Tết Âm Lịch [dáyd uhm lịj] Vietnamese New Year

Tết Thanh Minh [dáyd tang ming] Ching Ming Festival

Tết Trung Thu [dáyd joong too] Mid-Autumn Moon Festival

TGĐ Managing Director

tí (S) [dí] little

tỉ giá hối đoái [dỉ yá hóy dwái] exchange rate

tỉ lệ [dỉ lạy] exchange rate

tỉ lệ đổi tiền [dỉ lạy dỏy di-àyn] exchange rate

tí nữa [dí nỗ-a] in a minute

tí xíu (N) [dí séw] tiny; a little bit

tỉa [tỉ-a] trim

tiệc [di-ayg] party (celebration)

tiệm (S) [di-ạym] shop

tiệm ăn [di-ạym un] restaurant

tiệm bán bánh mì [di-ạym bán báng mì] bakery

tiệm bán bánh ngọt [di-ạym bán báng ngọd] cake shop

tiệm bán cá [di-ạym bán gá] fishmonger's

tiệm bán đồ cổ [di-ạym bán dàw gảw] antique shop

tiệm bán đồ sắt [di-ạym bán dàw súd] hardware shop

tiệm bán giày dép [di-ạym bán yày yép] shoe shop

tiệm bán hàng miễn thuế [di-ạym bán hàng mi-ãyn twéh] duty-free shop

tiệm bán hoa [di-ạym bán hwa] florist

tiệm bán máy ảnh [di-ạym bán máy ảng] camera shop

tiệm bán quà kỷ niệm [di-ạym bán gwà gỉ ni-ạym] gift shop

tiệm bán rau cải [di-ạym bán ra-oo gải] greengrocer's

tiệm bán sách [di-ạym bán sáj] bookshop

tiệm bán thức ăn [di-ạym bán tỏg un] food shop/store

tiệm bánh ngọt [di-ạym báng ngọd] cake shop

tiệm báo [di-ạym báo] newsagent's

tiệm cà phê [di-ạym gà fay] café

tiệm đồng hồ [di-ạym dàwng hàw] watch repairer

tiệm giặt khô [di-ạym yụd kaw] dry-cleaner

tiệm giặt quần áo [di-ạym yụd gwùhn áo] laundry

tiệm hớt tóc (S) [di-ạym húrd dóg] barber's, men's hairdresser's

tiệm may [di-ạym may] tailor's

tiệm may nữ [di-ạym may nỗ] dressmaker's

tiệm nữ trang [di-ạym nỗ jang] jeweller's

tiệm rượu [di-ạym rɔɔ-ựroo] liquor store; pub

tiệm tạp chí [di-ạym dạp jí] newsagent's

tiệm tạp hóa [di-ạym dạp hwá] grocer's

Ti

Ti

tiệm thuốc bắc [di-ạym twáwg búg] Chinese medicine shop

tiệm thuốc tây [di-ạym twáwg day-i] pharmacy, chemist's

tiệm uốn tóc [di-ạym wáwn dóg] women's hairdresser's

tiệm vàng [di-ạym vàng] jeweller's; goldsmith

tiện [di-ạyn] convenient

tiền [di-àyn] money

tiền bảng [di-àyn bảng] sterling

tiền giấy [di-àyn yáy-i] banknote

tiền hoa hồng [di-àyn hwa hàwng] commission

tiền lẻ [di-àyn lẻh] small change

tiền mặt [di-àyn mụd] cash (noun)

tiền nhà [di-àyn n-yà] rent

tiền pao [di-àyn pao] sterling

tiền puốc boa [di-àyn pwáwg bwa] tip

tiền tệ [di-àyn dạy] currency

tiền thuê [di-àyn tweh] rent; rental

tiền thưởng [di-àyn tɔɔ-ừrng] tip (to waiter etc)

tiền vào cửa [di-àyn vào gỏ̉-a] admission charge

tiền xe [di-àyn seh] fare

tiếng [di-áyng] voice; sound; language; hour

tiếng Anh [di-áyng ang] English

tiếng Cam-pu-chia [di-áyng gam-poo-jia] Cambodian

tiếng nói [di-áyng nói] speech

tiếng Pháp [di-áyng fáp] French

tiếng Quảng Đông [di-áyng gwảwng dawng] Cantonese

tiếng Việt [di-áyng vi-ạyd] Vietnamese

tiếp cận [di-áyp gụhn] approach

tiếp diễn [di-áyp yi-ạyn] continue, go on

tiếp tục [di-áyp dọọg] stay, remain; continue, go on

tiểu thuyết [di-âyoo twee-áyd] novel

tìm [dim] fetch; find; look for; search

tìm ra [dìm ra] find out

tìm thấy [dìm táy-i] find

tin [din] believe

Tin Lành [din làng] Protestant (adj)

tin tức [din dớg] news; information

tin tưởng [din dɔɔ-ừrng] believe

tình trạng khẩn cấp [dìng jạng kủhn gúhp] emergency

TL. (signed) by order of

TLĐLĐVN Vietnam Workers' Confederation

to [do] large, big

tơ [dur] silk

tờ báo [dừr báo] newspaper

Tô Cách Lan [daw gáj lan] Scottish

tờ đơn [dừr durn] form

to lắm [do lúm] enormous

tơ lụa [dur lọọ-a] silk

to tiếng [do di-áyng] loud

toa [dwa] compartment

toà đại sứ [dwà dại sớ] embassy

toa giường nằm [dwa yɔɔ-ừrng nùm] couchette

toa ngủ [dwa ngoỏ] sleeping car

toà nhà [dwà n-yà] building

toà thị chính [dwà tị jíng] town hall

toa thuốc (S) [dwa twáwg] prescription

toa xe lửa [dwa seh lỏỏ-a] carriage, coach

toán [dwán] team; party, group

toàn bộ [dwàn bạw] altogether; completely, entirely; the whole

toàn thể [dwàn tẩy] the whole

tóc [dóg] hair

tốc hành [dáwg hàng] express

tôi [doy] I; me

  tôi có thể ... [doy gó tẩy] I might ...

  tôi có thể [doy gó tẩy] I can

  tôi không thể ... [doy kawng tẩy] I couldn't ...; I can't ...

tối đa [dóy da] at the most

tồi đi [dòy di] worsen

tối nay [dóy nay] tonight; this evening

tồi nhất [dòy n-yúhd] worst

tới tầng ... to ... floor

tối thiểu [dóy ti-ẩyoo] at least; minimum

tôn giáo [dawn yáo] religion

tổng cộng [dẳwng gạwng] total, add up

Tổng Công ty Bưu Chính Viễn Thông Vietnam Post and Telecommunications

tổng đài địa phương [dẳwng dài địa fɔɔ-urng] local exchange

tổng đài điện thoại [dẳwng dài di-ạyn twại] operator

Tổng Giám đốc [dẳwng yám dáwg] Managing Director

Tổng liên đoàn lao động Việt Nam Vietnam Workers' Confederation

tổng quát [dẳwng gwád] generally

tổng thống [dẳwng táwng] president (of country)

Tổng Thư Ký Secretary General

tốt [dáwd] good; fine; OK; all right

tốt hơn [dáwd hurn] better

tốt mã [dáwd mã] good-looking

tốt nhất [dáwd n-yúhd] best

TTK Secretary General

TTXVN Vietnam News Agency

tư [dɔɔ] private

từ [dɔɔ] from

  từ ... đến ... [dɔɔ ... dáyn] from ... to ...

tự [dɔɔ] oneself

từ [dɔɔ] word

tự điển [dɔɔ di-ảyn] dictionary

tủ đựng quần áo [dỏỏ dạwng gwùhn áo] cupboard

tủ gửi đồ bảo đảm [dỏỏ gửi-i dàw bảo dảm] safe-deposit box

từ khi [dɔɔ ki] since

tủ khóa [dỏỏ kwá] locker (for luggage etc)

tủ lạnh [dỏỏ lạng] fridge

tư nhân [dɔɔ n-yuhn] private

tự nhiên [dợo n-yi-ayn] natural

tu sĩ [doo sĩ] monk

tử tế [dửo dáy] kind (generous)

tu viện [doo vi-ayn] monastery

tuần [dwàwn] week

tuần sau [dwàwn sa-oo] next week

tuần tới [dwàwn dúh-i] next week

tuần vừa qua [dwàwn vửo-a gwa] last week

tuần biển [dwàwn bi-âyn] lifeguard

tức thì [dứog tì] immediately

tui (S) [dwee] I

túi [dóó-i] pocket

túi cóc [dóó-i góg] rucksack

túi để đồ [dóó-i dẩy dàw] carrier bag

túi đựng hàng [dóó-i dợong hàng] carrier bag

túi giấy [dóó-i yáy-i] paper bag

túi ni-lon [dóó-i ni-lon] plastic bag

túi ngủ [dóó-i ngỏỏ] sleeping bag

túi xách hàng [dóó-i sáj hàng] carrier bag

từng [dừong] ever; indicates perfect tense

tuổi [dwỏy] age

tươi [doo-uh-i] fresh (fruit etc)

tuồng [dwàwng] play

tường [dơo-ùrng] wall

tượng [dơo-urng] statue

tương đối [dơo-urng dóy] relatively

tương lai [dơo-urng lai] future

tương tự [dơo-urng dợo] similar

tuy nhiên [dwee ni-ayn] however

tuy vậy [dwee vạy-i] however

tuyến [dwee-áyn] route

tuyến đường sắt [dwee-áyn dơo-ùrng súd] railway line

tuyệt [dwee-ạyd] great, excellent

TH

thà rằng [tà rùng] rather

thác nước [tág nơo-úrg] fountain

thác phun [tág foon] fountain

thảm [tẩm] carpet

thăm [tum] visit (verb)

tham ăn [tam un] greedy

thậm chí [tụhm jí] even

tham lam [tam lam] greedy

thẩm mỹ viện [tủhm mĩ vi-ayn] beauty salon; beautician

tham quan [tam gwan] visit

tham thân visiting relatives

thân mật [tuhn mụhd] informal; friendly

thân thiện [tuhn ti-ayn] friendly

thận trọng! [tụhn jong] caution!

tháng [táng] month

thẳng [tủng] direct (adj)

tháng Ba [táng ba] March

tháng Bảy [táng bảy] July

thắng cảnh ... [túng gảng] the sights of ...

thắng cảnh lịch sử [túng gảng lịj sửo] historical site

thằng cha [tùng ja] he (pejorative)

tháng Chín [táng jín] September

tháng Giêng [táng yayng] January

tháng Hai [táng hai] February

thằng khốn! [từng káwn] you damned bastard!

thang máy [tang máy] lift, elevator; escalator

tháng Mười [táng moo-ùh-i] October

tháng Mười Hai [táng moo-ùh-i hai] December

tháng Mười Một [táng moo-ùh-i mạwd] November

tháng Năm [táng num] May

tháng Sáu [táng sá-oo] June

tháng Tám [táng dám] August

tháng Tư [táng dσ] April

thẳng thừng [tửng từng] direct; down-to-earth

thành [tàng] citadel

thành lũy [tàng lõõ-i] citadel

Thành Nội [tàng nọy] Royal Citadel

thành phần ingredients

thành phần thuốc medicinal composition

thành phố [tàng fáw] city

Thành phố Hồ Chí Minh [tàng fáw hàw jí ming] Ho Chi Minh City

thành quách [tàng gwáj] citadel

tháp [táp] tower; pagoda

thấp [túhp] low

thật [tụhd] true; really

thật vậy há? [tụhd vạy-i hả] is that so?

thật vậy sao? [tụhd vạy-i sao] really?

thất lạc [túhd lạg] missing

thất nghiệp [tứhd ngi-ạyp] unemployed

thật nhiều hơn nữa [tụhd n-yàoo hurn nõ̃-a] a lot more

thật tởm lợm! [tụhd dừm lựrm] it's disgusting!

thật tuyệt! [tụhd dwee-ạyd] splendid!

thất vọng [túhd vọng] disappointed

thấy [tấy-i] see

thay vì ... [tay vì] instead of ...

thẻ [tẻh] credit card

thế [tấy] so; cushion word

thể [tảy] cushion word

thẻ chứng minh nhân dân [tẻh jũng ming n-yuhn yuhn] ID card

thể dục [tảy yọog] gym

thế đấy [tấy dáy-i] that's it

thẻ điện thoại [tẻh di-ạyn twại] phonecard

thế giới [tấy yúh-i] world

thẻ lên máy bay [tẻh layn máy bay] boarding pass

thế nào [tấy nào] what?; what about?; how?

thẻ tín dụng [tẻh dín yọong] credit card; charge card

thể thao [tảy tao] sport

thế thôi [tấy toy] no more, that's it

thêm một cái nữa [taym mạwd gái nõ̃-a] another one (thing)

thêm một người nữa [taym mạwd ngoo-ùh-i nõ̃-a] another one (person)

theo [teh-ao] follow

theo Công giáo [teh-ao gawng yáo] Catholic (adj)

theo phật giáo [teh-ao fuhd yáo] Buddhist (adj)

thì [tì] grammatical word used in conditions and to express effect

thì giờ [tì yừr] time

... thì sao? [tì sao] what about ...?, how about ...?

thì sao nào? [tì sao nào] so what?

thị thực [tị tợng] visa

thị thực nhập cảnh/xuất cảnh entry/exit visa

thị trấn [tị júhn] town

thị xã [tị sã] town

thìa (N) [tìa] spoon

thìa cà phê (N) [tìa gà fay] teaspoon

thích [tíj] like; enjoy

thích nhất [tíj n-yúhd] favourite

thiếc [ti-áyg] tin

thiên nhiên [ti-ayn n-yi-ayn] natural

thiếp [ti-áyp] card

thiệp [tiayp] card

thiết bị [ti-áyd bị] equipment

thiếu [ti-áyoo] missing

thiếu niên [ti-áyoo ni-ayn] teenager

thính giả [tíng yả] audience

thình lình [tìng lìng] suddenly

thỉnh thoảng [tỉng twảng] sometimes

thờ cúng ông/bà [tùr góóng awng/bà] ancestor worship

thợ điện [tụr di-ạyn] electrician

thợ may [tụr may] tailor

thợ máy [tụr máy] mechanic

thợ ống cống [tụr áwng gáwng] plumber

thợ sửa giày [tụr sỏỏ-a yày] shoe repairer

thờ tổ tiên [tùr dảw di-ayn] ancestor worship

thoa bóp [twa bóp] massage

thỏa thuận [tỏa twạwn] agreement; deal

thoải mái [twải mái] comfortable

thôi [toy] no longer

thời gian [tùh-i yan] time

thời gian biểu [tùh-i yan bi-ảyoo] timetable

thời kỳ [tùh-i gì] period (of time)

thời tiết [tùh-i di-áyd] weather

thời trang [tùh-i jang] fashionable

thông báo notice

thông báo hướng dẫn du lịch tourist information

thông dịch [tawng yịj] translator; interpreter

thông minh [tawng ming] clever, intelligent

thông ngôn [tawng ngawn] interpreter

thông tin [tawng din] information

thông thường [tawng tϿϿ-ừrng] usual

thư [tϿϿ] letter

thứ [tϿϿ] day; type

thử [tϿϿ] try; try on

thứ Ba [tϿϿ ba] Tuesday

thư bảo đảm [tɯ bảo dảm] registered letter

thứ Bảy [tɯ́ bảy] Saturday

thủ công [tỏ gawng] handicrafts

thu gom [too gom] collect

thư gửi đường hàng không [tɯ gɯ̉-i dɯɯ-ừrng hàng kawng] sent by airmail

thứ Hai [tɯ́ hai] Monday

thứ hai [tɯ́ hai] second (adj)

thứ Năm [tɯ́ num] Thursday

thư phát nhanh [tɯ fád n-yang] express letter

thứ Sáu [tɯ́ sá-oo] Friday

thứ Tư [tɯ́ dɯɯ] Wednesday

thư từ [tɯ dɯ̀] post, mail

thủ tướng [tỏ dɯɯ-úrng] prime minister

thú vị [tóó vị] enjoyable; interesting (day, film)

thư viện [tɯ vi-ạyn] library

thưa [too-a] polite word used when addressing people

thực [tɯ̣g] true

thức ăn [tɯ́g un] food

thực sự [rúhd tɯ̣g sɯ̣] real

thuê [tweh] rent, hire

thuế [twéh] tax

thuế quan [twéh gwan] Customs

thung lũng [toong lõõng] valley

Thung lũng sông Hồng [toong lõõng sawng hàwng] Red River Valley

thùng rác [tòòng rág] dustbin, bin

thùng thư [tòòng tɯ] postbox, letterbox

thùng xe [tòòng seh] boot (of car)

thuốc [twáwg] medicine; cigarette

thuộc [too-ạwg] belonging to

thuốc dán [twáwg yán] plasters

thuốc ho [twáwg ho] cough medicine

thuốc lá [twáwg lá] tobacco; cigarette

thuốc men [twáwg men] drug

thuốc mỡ [twáwg mữr] ointment

thuốc ngừa sâu bọ cắn [twáwg ngɯ̀-a soh bọ gún] insect repellent

thuộc phía bắc [twạwg fía búg] northern

thuốc sát trùng [twáwg sád jòòng] antiseptic

thuốc trị đau [twáwg jị da-oo] painkillers

thuốc viên ngừa thai [twáwg vi-ayn ngɯ̀-a tai] pill

thường [tɯɯ-ừrng] usual; usually; often

thương vong [tɯɯ-urng vong] casualty

thường xuyên [tɯɯ-ừrng swee-ayn] frequent; often

thuỷ tinh [twẻẻ ding] glass

thuỷ triều [twẻẻ jị-àyoo] tide

thuyền [twee-àyn] small boat

thuyền buồm [twee-àyn bwàwm] sailing boat

thuyền chèo [twee-àyn jèh-ao] rowing boat

thuyền máy [twee-àyn máy]

motorboat
thuyền thể thao [twee-àyn tầy tao] yacht

TR

trả giá [jả yá] bargaining
trả lại [jả lại] give back; refund (noun)
trả lời [jả lùh-i] answer, reply
trả tiền [jả di-àyn] pay; payment
trả tiền mặt [jả di-àyn mụd] cash payment; pay cash
trả thêm [jả taym] supplement (extra charge)
trại bệnh [jai bạyng] ward
trạm [jạm] station; terminus
trạm đổ xăng [jạm dảw sung] garage (for fuel)
trạm sửa chữa [jạm sỏd-a jõ̃-a] service station
tràm trọng [jùhm jọng] serious (illness)
trạm xăng [jạm sung] service station; petrol station
trạm xe buýt [jạm seh bwééd] bus stop
trạm y tế địa phương [jạm i dáy địa fôo-urng] local health unit
trận đấu [jụhn dóh] match (football etc)
trăng [jung] moon
trắng [júng] white
tranh cãi [jang gãi] argument; argue
tránh ra! [jáng ra] get out of the way!
trâu [joh] water buffalo
tr. CN B.C.
tre [jeh] bamboo
trẻ [jẻh] young
trễ (S) [jãy] late; delay
trẻ con [jẻh gon] children
trẻ em [jẻh em] children
trên [jayn] on; above; up
trên đây [jayn day-i] above
trên đó [jayn dó] up there
trên kia [jayn gia] up there
trên lầu [jayn lòh] upstairs
triển lãm [ji-àyn lãm] exhibition
trò chơi [jò juh-i] game
trở lại [jửr lại] back; return
trở về [jửr vày] go back
Trời [jùh-i] God
trời [jùh-i] sky
trời đất! [jùh-i dúhd] good heavens!
trời ơi! [jùh-i uh-i] oh my God!
trộm [jawm] steal
trong [jong] in; among; clear
trống [jáwng] vacant
trồng [jàwng] filling (in tooth)
trông đợi [jawng dụh-i] expect
trong khi [jong ki] during; while
trống không [jáwng kawng] empty (adj)
trong nước [jong nôo-úrg] domestic
trong nhà [jong n-yà] indoors
trong số [jong sáw] among

trong thời gian [jong tùh-i yan] during

trừ [jờ] except

trứ phi [jờ fi] except

trúc [jóóg] bamboo

trực tiếp [jợg di-áyp] direct

trung [joong] average; mid; centre

trưng bày [joong bày] display

trung bình [joong bìng] on average; medium, average

Trung Quốc [joong gwáwg] Chinese (adj); China

trung tâm [joong duhm] centre

trung tâm thành phố [joong duhm tàng fáw] city centre

trung tâm thị xã [joong duhm tị sã] town centre

trung ương [joong oo-urng] central

trước [joo-úrg] before; in front of; in advance; ahead of; first; denotes past tense

trước đây [joo-úrg day-i] ago; before, previously

trước hết [joo-úrg háyd] above all; first of all

trước khi [joo-úrg ki] before

trường cao đẳng [joo-ùrng gao dửng] college

trường đại học [joo-ùrng dại họg] university

trường học [joo-ùrng họg] school

trượt nước [joo-ụrd noo-úrg] waterskiing

truyền thống [jwee-àyn táwng] traditional

U

UBND People's Committee

uống [wáwng] drink (verb)

uống (dùng) ngày ba lần to be taken three times a day

uống (dùng) trước/sau bữa ăn to be taken before/after meals

uống thuốc [wáwng twáwg] to take medicine

ướt [oo-úrd] wet

Ủy Ban Nhân Dân People's Committee

V

và and

vác [vág] carry

vai shoulder

vài several; some

vải cloth, material, fabric

vải băng bó [vải bung bó] bandage

va-li suitcase, case, bag

ván game, match

vẫn [vũhn] still

vẫn còn [vũhn gòn] still

vấn đề [vúhn dày] problem

vặn nút để mở unscrew to open

văn phòng [vun fòng] office

văn phòng du lịch [vun fòng yoo lịj] travel agent's

vắn tắt [vún dúd] brief

vàng gold

vâng (N) [vuhng] yes

vàng hoe [vàng hweh] blond (adj)
vào entry; on (days)
vào các ngày chủ Nhật on Sundays
vào miễn phí admission free
vào thứ Bảy on Saturday
vật dụng điện khí [vuhd yoọng di-ạyn kí] electrical appliances
vật kỷ niệm [vuhd gỉ ni-ạym] souvenir
vật liệu [vuhd li-ạyoo] material
vay borrow
váy skirt
vậy [vạy-i] so; therefore
vậy à? [vạy-i à] really?
vậy đấy [vạy-i dáy-i] that's it
váy dài [váy yài] dress (noun)
vậy thì [vạy-i tì] then
vậy thì sao? [vạy-i tì sao] so what?
vé [véh] ticket
về [vềh] seem; appear to
vẽ [vẽh] drawing
về [vày] about; go back
vé du lịch [véh yoo lịj] tourist fare
vé đã bán hết sold out
vé khứ hồi [véh kứ hòy] return ticket
về lại [vày lại] go back; come back; get back (return)
vé tập thể [véh dụhp tảy] group/party ticket
về trước [vày jœ-úrg] ago, before
về việc [vày vi-ạyg] about
vé xe [véh seh] fare

vết bỏng [váyd bỏng] scald
vết cắt [váyd gúd] cut (noun)
vết cháy [váyd jáy] burn
ví [ví] purse
vì [vì] because; as, since
ví dụ [ví yọọ] example
vị khách [vị kái] guest; visitor
vì sao? [vì sao] why?
vì vậy [vì vạy-i] so; therefore
vỉa hè [vía hèh] pavement
việc [vi-ạyg] work; word placed before verbs to make them into the corresponding nouns
việc gì đã xảy ra thế? [vi-ạyg yì dã sảy ra táy] what has happened?
việc gì đang xảy ra thế? [vi-ạyg yì dang sáy ra táy] what's happening?
có việc gì vậy? [gó vi-ạyg yì vạy-i] what's up?
việc làm [vi-ạyg làm] job
viện bảo tàng [vi-ạyn bảo dàng] museum
viết [vi-áyd] write
vịnh [vịng] bay
Vịnh Bắc Bộ [vịng Búg Bạw] Gulf of Tonkin
Vịnh Hạ Long [vịng Hạ Long] Ha Long Bay
Vịnh Thái Lan [vịng tái lan] Gulf of Thailand
V.N.P.T Vietnam Post and Telecommunications
vớ [vúr] sock
vỡ [vũr] break
vợ: tôi có vợ [doy gó vụr] I have a wife

vô cùng [vaw gòòng] extremely

vợ chưa cưới [vụr joo-a goo-úh-i] fiancée

vở kịch [vủr gịj] play (noun: in theatre)

vô lễ [vaw lãy] rude

vỡ nát [vũr nád] smashed

vô phận sự cấm vào no unauthorized entry

Vô tuyến truyền hình Việt Nam Vietnam Television

vỡ vụn [vũr vọon] broken, in pieces

vỏ xe [vỏ seh] tyre

vòi [vòi] tap

vội [vọy] hurry

với [vúh-i] with; cushion word

vòi hoa sen [vòi hwa sen] shower

với một phòng tắm riêng [vúh-i mạwd fòng dúm ri-ayng] with a private bathroom

với nhau [vúh-i nya-oo] together

vòi tắm [vòi dúm] shower

vòng cung [vòng goong] circle

vòng đeo tay [vòng deh-ao day] bracelet

vòng ngực [vòng ngọg] bust; chest

VTV Vietnam Television

vú [vóó] breast

vũ dân tộc [võõ yuhn dạwg] folk dance

vụ gặt (lúa) [vọọ gụd (lóó-a)] rice harvest

vụ làm ăn [vọọ làm un] deal; transaction

vừa [vừ-a] just, only; medium (adj: size)

vừa đủ [vừ-a đỏỏ] just right

vừa mới [vừ-a múh-i] just, only just

vui [voo-i] enjoyable; happy

vui nhộn [voo-i n-yạwn] lively

vui vẻ [voo-i vẻh] happy; enjoy oneself

vùng [vòòng] area; region

vườn [vừ-ùrn] garden

vườn bách thảo [vừ-ùrn báj tảo] botanical garden

vườn bách thú [vừ-ùrn báj tóó] zoo

vườn hoa [vừ-ùrn hwa] garden

Vườn Quốc gia Cúc Phương Cuc Phuong National Park

vườn thú [vừ-ùrn tóó] zoo

Vương Quốc Anh [vừ-urng gwáwg ang] UK

vượt quá [vừ-urd gwá] beyond; go past

X

xa [sa] far

xà bông [sà bawng] soap

xa hơn [sa hurn] further

xà phòng [sà fòng] soap

xa xỉ phẩm [sa sỉ fủhm] luxury goods

xắc tay [súg day] bag (handbag)

xách [sáj] carry

xài [sài] spend

xăng [sung] petrol, (US) gas

xăng-ti-mét [sung-di-méd] centimetre

xấu [sóh] bad

xấu đi [sóh dĩ] worsen

xấu nhất [sóh n-yúhd] worst

xấu quá [sóh gwá] terrible

xấu xí [sóh sĩ] ugly

xảy ra [sảy ra] happen

xe buýt [seh bwééd] bus

xe buýt nội thành [seh bwééd nọy tàng] city bus

xe ca [seh ga] coach

xe ca buýt [seh ga bwééd] bus

xe cộ [seh gạw] traffic; vehicles

xe cứu thương [seh gér-oo tơơ-urng] ambulance

xe chở hành lý [seh jửr hàng lĩ] luggage van

xe đạp [seh dạp] bicycle, bike

xe đẩy [seh dảy-i] trolley

xe đẩy hành lý [seh dảy-i hàng lĩ] luggage trolley

xe điện [seh di-ạyn] tram

xe điện bánh hơi [seh di-ạyn báng huh-i] trolleybus

xe đò (S) [seh dò] coach

xe gắn máy [seh gún máy] moped; bike, motorbike

xe hơi [seh huh-i] car

xe hon-đa [seh honda] bike, motorbike

xe hư [seh hơơ] break down

xe khách [seh káj] coach

xe lam lambretta (popular form of three-wheeled transport for short distances)

xe lửa [seh lỏ̉-a] train

xe mô tô [seh maw daw] motorbike

xe scutơ [seh sgoodur] scooter

xe tắc xi [seh dúg sị] taxi

xe tải [seh dải] van

xe thuê [seh tweh] rented car

xe vận tải [seh vụhn dải] lorry

xe vét-pa [seh véd-pa] scooter, vespa

xem [sem] look at; see

xem này! [sem này] look!

xếp hàng [sáyp hàng] queue

xích lô [síj-law] cyclo (popular form of three-wheeled transport for short distances)

xiếc [si-áyg] circus

xiếc nhào lộn [si-áyg n-yào lạwn] acrobat

xì-gà [sì-gà] cigar

xin [sin] please; beg

xin cám ơn ông/bà [sin gám urn awng/bà] please, thank you

xin cho tôi ... được không? [sin jo doy ... dơơ-urg kawng] could I have ...?

xin ông/bà thứ lỗi [sin awng/bà tớ lỗy] excuse me; forgive me

xin phép ông/bà [sin fép awng/bà] excuse me (asking for the way)

xin chúc mừng ông/bà! [sin jóóg mờng awng/bà] congratulations!

xin đừng ... please do not ...

xin đừng nói chuyện với lái xe do not speak to the driver

xin kính chào quí vị ... [sin gíng

jào gwí vị] welcome to ...

xin lỗi [sin lõy] sorry; excuse me; apologize

xin lỗi ông/bà nói gì đó? [sin lõy awng/bà nóy yì dó] pardon (me)?

xin ngồi yên cho đến khi xe dừng hẳn please remain seated until vehicle comes to a complete stop

xin ngồi yên trong khi xe đang chạy please hold on while vehicle is in motion

xin thắt dây an toàn fasten your seat belts

xi-nê [si-nay] cinema, movie theater

xi-nê-ma [si-nay-ma] cinema, movie theater

xinh đẹp [sing dẹp] pretty (beautiful)

xô [saw] push

xoa bóp [swa bóp] massage

xong [song] finish

xuất phát [swáwd fád] depart

xú-chiêng [sóó ji-ayng] bra

xung quanh [soong gwang] around

xuống [swáwng] go down; get down; come down; get off

xương [soo-urng] bone

xưởng chế tạo [soo-ừrng jáy dạo] factory

xuồng hơi [swàwng huh-i] dinghy

xuồng máy [swàwng máy] motorboat

xuồng phao [swàwng fao] dinghy

xuống tầu [swáwng dòh] embark

xuống xe [swáwng seh] get out; get off (of car etc)

Y

ý [í] meaning

ý ông muốn nói gì? [í awng mwáwn nóy yì] what do you mean?

ý kiến [í gi-áyn] opinion; idea

y tá [i dá] nurse

yên nào! [i-ayn nào] quiet!

yên tĩnh [yayn dĩng] silence; quiet

yêu love (verb)

yếu [yáyoo] bad; weak

yêu cầu [yayoo gòh] request

Menu
Reader:
Food

Contents

Essential Terms

bowl chén [jén]
chopsticks đũa [dõõ-a]
cup chén (N) [jén], ly (S) [li]
dessert đồ tráng miệng [dàw jáng mi-ạyng]
fish cá [gá]
fork cái nĩa [gái nĩa]
glass (tumbler) cốc vại [gáwg vai]
  (wine glass) ly đựng rượu [li dợng rɔɔ-ụroo]
knife con dao [gon yao]
meat thịt [tịd]
menu thực đơn [tɔɔg durn]
noodles bún [bóón]
pepper hạt tiêu [hạd di-yoh]
plate đĩa [đĩa]
rice (cooked) cơm [gurm]
salt muối [mwóy]
set menu thực đơn cố định [tɔɔg durn gáw dịng]
soup xúp [sóóp], canh [gang]
spoon muỗng (S) [mwãwng], thìa (N) [tìa]
table cái bàn [gái bàn]

Beef

bò [bò] beef
bò bít tết khoai rán [bò bíd dáyd kwai rán] steak and chips/French fries
bò hầm khoai tây [bò hùhm kwai day-i] beef stewed with potatoes
bò nấu đông [bò nóh dawng] roast beef served chilled
bò nấu sốt vang [bò nóh sáwd vang] beef in wine sauce
bò nướng xả ớt [bò nɔɔ-úrng sả úrd] grilled beef seasoned with chilli and lemon grass
bò tái nhúng dấm [bò dái n-yóóng yúhm] rare beef sliced and served in carambola or tamarind sour soup
bò tái thính [bò dái tíng] rare beef served with a special herb dressing
bò xào cần tây [bò sào gùhn day-i] stir-fried beef with celery
bò xào giá [bò sào yá] stir-fried beef with beansprouts
bò xào hành tây [bò sào hàng day-i] stir-fried beef with spring onions
bò xào rau [bò sào ra-oo] stir-fried beef with vegetables
bò xào tỏi tây [bò sào dỏy day-i] sliced beef fried with leeks
bò xiên nướng [bò si-ayn nɔɔ-úrng] barbecued beef
bún bò Huế đặc biệt [bóón bò hwéh dụg biạyd] Hue-style beef and noodles with seasoning

miến xào thịt bò [mi-áyn sào tịd bò] beef stir-fried with vermicelli
nộm thịt bò [nạwm tịd bò] rare beef with finely chopped vegetables, fruit and ground sesame seeds or peanuts
thịt bò kho [tịd bò ko] beef casserole with ginger

Bread

bánh mì [báng mì] bread
bánh mì bơ [báng mì bur] bread and butter
bánh mì kẹp thịt hun khói [báng mì gẹp tịd hoon kóy] ham sandwich
bánh mì kẹp trứng [báng mì gẹp jóóng] bread with a fried egg

Chicken

cánh gà chiên bơ [gáng gà ji-ayn bur] fried chicken wings with butter
cánh gà chiên dầu [gáng gà ji-ayn yòh] fried chicken wings
chân gà rút xương xào với hành tây và nấm [juhn gà róód sɔɔ-urng sào vúh-i hàng day-i và núhm] boneless chicken leg fried with onion and mushrooms
gà [gà] chicken
gà etcalop, khoai rán [gà edgalop kwai rán] chicken

escalope with French fries

**gà hầm khoai tây, cà rốt và cà
chua** [gà hùhm kwai day-i gà ráwd
và gà jwaw] chicken stew with
potatoes, carrots and
tomatoes

gà hấp [gà húhp] steamed
chicken

**gà lăn trứng rán phủ đầu
trứng (mayonnaise)** [gà lun
jổơng rán fỏô yòh jổơng] fried
chicken with mayonnaise

gà luộc lá chanh [gà lwạwg lá
jang] boiled chicken with
lime leaves

gà nấu đông [gà nóh dawng]
roast chicken served chilled

gà nấu măng [gà nóh mung]
chicken with bamboo
shoots

gà nấu nước cốt dừa [gà nóh
nơơ-úrg gáwd yờ-a] chicken
cooked in coconut milk

**gà nhồi thịt, miến, nấm hấp
cách thủy** [gà n-yòy tịd, mi-áyn,
núhm húhp gáj tỏô-i] steamed
chicken stuffed with pork,
noodles and mushrooms

gà quay khoai rán [gà gway
kwai rán] roast chicken and
chips/French fries

gà quay sốt nấm [gà gway sáwd
núhm] roast chicken with
mushroom sauce

gà quay tẩm gia vị [gà gway
dủhm ya vị] roast chicken with
seasoning

gà rán tẩm gia vị [gà rán dủhm
ya vị] fried chicken with

gà rang với gừng, cary [gà
rang vúh-i gổơng, gari] fried
chicken with ginger and
curry

gà rim lá chanh [gà rim lá jang]
casseroled chicken with
lime leaves

gà tẩm bột rán [gà dủhm bạwd
rán] fried chicken in batter

gà tần sen nấm [gà dùhn sen
núhm] chicken stewed with
lotus kernels and
mushrooms

gà tần thuốc bắc [gà dùhn
twáwg búg] chicken stewed in
medicinal herbs

gà xào dứa [gà sào yóó-a] fried
chicken with pineapple

gà xào giá [gà sào yá] fried
chicken with beansprouts

gà xào hành tây [gà sào hàng
day-i] fried chicken with
onions

gà xào nấm [gà sào núhm] fried
chicken with mushrooms

gà xào ngô non và nấm [gà sào
ngaw non và núhm] fried
chicken with baby
sweetcorn and mushrooms

gà xào xả ớt [gà sào sả úrd]
fried chicken with fresh hot
chillies

gà xiên nướng lá chanh [gà si-
ayn nơơ-úrng lá jang] grilled
sliced chicken with lemon
leaves

Cooking Methods

chiên (S) [ji-ayn] fry
hâm [huhm] reheat
hầm [hùhm] stew/casserole
hấp [húhp] steam
kho [ko] slow cooking with brine
luộc [lwạwg] boil
nấu [nóh] cook
nướng [nɔɔ-úrng] barbecue/grill
quay [gway] roast
rán (N) fry
rang stir-fry without liquid
tần [dùhn] steam in a sealed pot
trần [jùhn] poach
xào [sào] stir-fry

Desserts and Cakes

bánh dừa [báng yɔ̀ɔ-a] coconut cake
bánh gatô [báng gadaw] gateau
bánh gatô coffee [báng gadaw] coffee and walnut gateau
bánh gatô trứng [báng gadaw jóhng] gateau made with eggs
bánh kem dừa, sôcôla [báng gem yɔ̀ɔ-a, sawgawla] coconut cake with cream and chocolate
bánh ngọt [báng ngọd] cakes and pastries
bánh ngọt các loại [báng ngọd gág lwại] assorted sweet pastries and cakes
bánh quế cuộn kem [báng gwáy gwạwn gem] ice cream in a cone
bánh sôcôla [báng sawgawla] chocolate cake
bánh su bơ [báng soo bur] cake with butter cream
bánh su kem [báng soo gem] cream cake
kem [gem] cream; ice cream
kem caramen [gem garamen] crème caramel
sữa chua có đường [sɔ̃ɔ-a jwaw gó dɔɔ-ùrng] natural yoghurt with sugar
sữa chua không đường [sɔ̃ɔ-a jwaw kawng dɔɔ-ùrng] natural yoghurt without sugar
sữa chua với mật ong [sɔ̃ɔ-a jwaw vúh-i mụhd ong] yoghurt with honey

Duck

vịt [vịd] duck
vịt áp chảo với dứa [vịd áp jảo vúh-i yɔ̀ɔ-a] stir-fried duck and pineapple
vịt luộc [vịd lwạwg] plain boiled duck, served with a dipping sauce
vịt nấu nước cốt dừa [vịd nóh nɔɔ-úrg gáwd yɔ̀ɔ-a] duck cooked in coconut milk
vịt nướng [vịd nɔɔ-úrng] barbecued duck with garlic

vịt nướng lá chanh [vịd nœ-úrng lá jang] grilled duck with lime leaves

vịt nhồi thịt tần cách thủy [vịd n-yòy tịd dùhn gáj tôỏ-i] stewed duck stuffed with minced pork

vịt quay tẩm gia vị [vịd gway dùhm ya vị] roast duck with spices

vịt sáo măng [vịd sáo mung] duck stewed with bamboo shoots

vịt tần sen nấm [vịd dùhn sen núhm] duck stewed with lotus kernels and mushrooms

vịt xào cần tây [vịd sào gùhn day-i] stir-fried duck with celery

vịt xào hành tây [vịd sào hàng day-i] stir-fried duck with onions

vịt xào nấm [vịd sào núhm] stir-fried duck with mushrooms

vịt xào ngô non, hành [vịd sào ngaw non, hàng] stir-fried duck with baby sweetcorn and onions

vịt xào tỏi tây [vịd sào dỏi day-i] stir-fried duck with leeks

Egg Dishes

hột vịt lộn [hawd vịd lạwn] duckling egg (be warned! duck foetus with hair and all, eaten with herbs and peppered salt)

trứng gà luộc [jôíng gà lwạwg] boiled egg

trứng gà ốp-lếp [jôíng gà áwp-láyp] omelette

trứng gà rán [jôíng gà rán] fried egg

trứng vịt luộc [jôíng vịd lwạwg] boiled duck egg

trứng vịt rán [jôíng vịd rán] fried duck egg

Fish and Seafood

ba ba fresh water tortoise

bánh tôm bột lọc Huế [báng dawm bạwd lọg hwéh] steamed shrimp cake

bào ngư [bào ngœ] abalone

cá [gá] fish

cá chiên (S) [gá ji-ayn] fried fish, served with fresh lime

cá chiên ăn chanh (S) [gá ji-ayn un jang] fried fish, served with fresh lime

cá kho tộ [gá ko dạw] fish cooked in a clay pot over an open fire

cá lóc (S) [gá lóg] mud-fish, freshwater fish with soft white firm flesh

cá quả (N) [gá gwả] mud-fish, freshwater fish with soft white firm flesh

cá quả hấp [gá gwả húhp] steamed mud-fish

cá quả luộc bia [gá gwả lwạwg bia] mud-fish boiled in beer

cá quả nướng bơ [gá gwả nŏŏ-úrng bur] fried mud-fish with butter

cá quả xào hành nấm [gá gwả sào hàng núhm] mud-fish sautéed with onions and mushrooms

cá rán (N) [gá rán] fried fish, served with fresh lime

cá rán ăn chanh (N) [gá rán un jang] fried fish, served with fresh lime

cá sốt cà-ri [gá sáwd gà-ri] fried fish with curry sauce

cá sốt chua cay [gá sáwd jwaw gay] fried fish with sauce made from chilli and spices

cá sốt nấm [gá sáwd núhm] fried fish with mushroom sauce

cá sốt ngũ liễu [gá sáwd ngŏŏ li-ãyoo] fried fish sautéed with five spices

canh cá chua [gang gá jwaw] hot and sour fish soup with fresh herbs and vegetables

canh cua với cà chua, hành [gang gwaw vúh-i gà jwaw hàng] crab soup with tomatoes and spring onions

canh cua với rau [gang gwaw vúh-i ra-oo] crab soup with vegetables

cua [gwaw] crab

cua bấy rang muối [gwaw báy-i rang mwóy] dry stir-fried soft-shell crab with salt, chillies and spices

cua bể luộc [gwaw bảy lwạwg] plain boiled crab

cua đồng [gwaw dàwng] freshwater crab

cua hấp gừng hành [gwaw húhp gừng hàng] steamed crab with onion and ginger

cua phá xỉ [gwaw fá sỉ] crab shell filled with fried crabmeat

cua rang muối [gwaw rang mwóy] dry stir-fried crab with salt, chillies and spices

chả cá [jà gá] fried fish cake

cháo cá quả [jáo gá gwả] mud-fish cooked in rice porridge

đồi mồi [dòy mòy] turtle

hến [háyn] mussel

lẩu cá [lỏh gá] fish with fresh herbs served boiling in a special pot over a charcoal burner

lẩu cá quả – mỳ trần [lỏh gá gwả – mì jùhn] mud-fish served boiling in a special pot with noodles

lẩu lươn/lẩu lươn-mì trần [lỏh lŏŏ-urn/lỏh lŏŏ-urn-mì jùhn] eel with fresh herbs served boiling in a special pot over a charcoal burner

lẩu tôm, mực, cá [lỏh dawm, mọog, gá] prawn, cuttlefish and fish served boiling in a special pot

lươn [lŏŏ-urn] eel

lươn cuộn thịt nấm rán [lŏŏ-urn gwạwn tịd núhm rán] fried eel stuffed with meat and mushrooms

lươn nấu rượu vang [lɔɔ-urn nóh rɔɔ-ɣroo vang] eel cooked in red wine

lươn nướng xả ớt [lɔɔ-urn nɔɔ-úrng sả úrd] grilled eel seasoned with chilli and lemon grass

lươn tẩm bột rán [lɔɔ-urn dủhm bạwd rán] fried eel in batter

lươn xào xả ớt [lɔɔ-urn sào sả úrd] fried eel with chilli and lemon grass

mực [mɔɔg] squid; cuttlefish

mực chiên bơ [mɔɔg ji-ayn bur] fried squid with butter

mực chiên sốt chua ngót [mɔɔg ji-ayn sáwd jwaw ngód] fried cuttlefish with sweet and sour sauce

mực khô nướng [mɔɔg kaw nɔɔ-úrng] grilled squid

mực luộc [mɔɔg lwạwg] boiled squid

mực nhồi thít lớn [mɔɔg n-yòy tíd lúrn] squid stuffed with pork

mực tẩm bột rán [mɔɔg dủhm bạwd rán] fried squid in batter

mực xào cần tây [mɔɔg sào gùhn day-i] fried cuttlefish with celery

mực xào dứa [mɔɔg sào yɔɔ-a] fried cuttlefish with pineapple

mực xào hành tây [mɔɔg sào hàng day-i] fried cuttlefish with spring onions

mực xào nấm, gà [mɔɔg sào núhm, gà] fried cuttlefish with chicken and mushrooms

mực xào nấm, hành [mɔɔg sào núhm, hàng] fried cuttlefish with mushrooms and onions

mực xào tỏi tây [mɔɔg sào dỏi day-i] fried cuttlefish with leeks

ngao [ngao] large mussel

rùa [ròò-a] tortoise

sò [sò] like oyster but smaller

tôm [dawm] shrimp; prawn

tôm bao mía [dawm bao mía] fried sticks of sugarcane coated in minced shrimps

tôm he [dawm heh] similar to crayfish, with wide, flat tail and no claws

tôm he luộc [dawm heh lwạwg] boiled crayfish

tôm he nướng sốt dầu trứng (mayonnaise) [dawm heh nɔɔ-úrng sáwd yòh jõng] grilled crayfish with mayonnaise

tôm hùm [dawm hòòm] lobster

tôm hùm hấp bia [dawm hòòm húhp bia] steamed lobster with beer

tôm hùm nướng [dawm hòòm nɔɔ-úrng] grilled lobster

tôm hùm sốt nấm [dawm hòòm sáwd núhm] lobster and mushroom sauce

tôm rang [dawm rang] fried shrimps with spices

tôm sốt cà chua [dawm sáwd gà jwaw] king prawns and tomato sauce

tôm sốt chua ngọt [dawm sáwd jwaw ngọd] fried shrimps with

sweet and sour sauce

tôm tẩm bột rán [dawm dủhm bạwd rán] fried shrimps in batter

tôm tẩm trứng rán [dawm dủhm jứng rán] fried shrimps with eggs

tôm viên Tuyết hoa [dawm vi-ayn dwee-áyd hwa] Tuyet Hoa prawn balls

tôm xào hành nấm [dawm sào hàng núhm] fried shrimps with onions and mushrooms

thịt cá [tịd gá] fish

trai [jai] oyster

Frogs

đùi ếch chiên bơ [dòò-i áyj ji-ayn bur] frogs' legs fried in butter

đùi ếch rán lá chanh [dòò-i áyj rán lá jang] frogs' legs fried with lime leaves

đùi ếch rán sốt chua ngọt [dòò-i áyj rán sáwd jwaw ngọd] fried frogs' legs with sweet and sour sauce

đùi ếch rút xương nhồi thịt, nấm [dòò-i áyj róód sœ-urng n-yòy tịd, núhm] boneless frogs' legs stuffed with pork and mushrooms

đùi ếch tẩm bột rán [dòò-i áyj dủhm bạwd rán] frogs' legs fried in batter

ếch [áyj] frog

ếch rán bơ, tỏi [áyj rán bur, dỏi]

frog fried with butter and garlic

Fruit

bưởi [bœ-ủh-i] pomelo (like large green orange)

cam [gam] orange (green!)

chà là [jà là] date

chanh [jang] lemon; lime

chôm chôm [jawm jawm] rambutan

chùm ruột [jòòm rwạwd] very sour, light green berry

chuối [jwóy] banana

chuối xanh [jwóy sang] type of sweet, green banana

dâu tây [yoh day-i] strawberry

dưa [yoo-a] melon

dứa (N) [yứ-a] pineapple

dừa [yừ-a] coconut

dưa đỏ (S) [yoo-a đỏ] water melon

dưa gang [yoo-a gang] type of large cucumber with yellow stripes, eaten as a fruit

dưa hấu [yoo-a hóh] water melon

dưa lê [yoo-a lay] round, yellowish/ivory, fragrant, crunchy, sweet melon

dào [dào] peach

dào lộn hột [dào lạwn hạwd] cashew fruit – bell-shaped, red or yellow, very juicy (juice stains clothing!)

đu đủ [doo đỏỏ] papaya

khế [káy] star fruit

233

lê [lay] pear

mận [muhn] pink or white, pear shape and size, hollow with seeds

mận (tây) [muhn (day-i)] plum

măng cầu (N) [măng gòh] custard apple

măng cầu tây [măng gòh day-i] shiny, green spiky fruit about the size of a melon; has white, juicy flesh, is deliciously sweet with an edge, often found in drinks

măng cụt [mung goọd] mangosteen; like small, round, purplish apple with a hard skin, delicious white flesh in segments.

mít [míd] jack fruit (similar to durian but can be a lot bigger and not so strong-smelling)

mơ [mur] apricot

nhãn [n-yãn] longan ('dragon eyes' – similar to lychee but smaller and sweeter)

nho [n-yo] grapes

ổi [ỏy] guava

quả bơ [gwả bur] avocado

quả cốc [gwả gáwg] sour fruit soaked in salty water, sold in the street, on a stick

quả dâu [gwả yoh] mulberry

quả hồng [gwả hàwng] sharon fruit

quả na (S) [gwả na] custard apple

quả trứng gà [gwả jứng gà] looks like goose egg, green

shiny skin, bright yellow and powdery flesh, large stone in middle

quít [gwíd] tangerine (green)

sầu riêng [sòh ri-ayng] durian – very pungent!

soài [swài] mango

táo [dáo] jujube (size of a big marble, yellow or red, fragrant, large stone)

táo tây [dáo day-i] apple

táo Thái Lan [dáo tái lan] 'Thai apple' (looks and tastes like a small Granny Smith)

thạch lựu [tại lọ] pomegranate

thanh long [tang long] dragon fruit – large, oval, bright pink, soft flesh with tiny black seeds looking like sesame seeds

thơm (S) [turm] pineapple

vải [vải] lychee

vú sữa [vóó sỏo-a] mamey apple – purplish or light green, round, deliciously sweet milky juice

Herbs, Spices and Seasonings

bột ngọt [bawd ngọd] monosodium glutamate (MSG)

cải chua [gải jwaw] preserved sour vegetable

củ hành [góỏ hàng] shallot

dấm [yúhm] vinegar

dầu mè [yòh mèh] sesame oil

đậu xị [dọh sị] preserved black beans

đường [dơ-ùrng] sugar

gừng [gờng] ginger

hành [hàng] spring onion

hành tây [hàng day-i] onion

hạt hồi [hạd hòy] star anise

hẹ [hẹh] similar to spring onion but flat leaves (like small garlic leaves), known as garlic chives

mắm cái [múm gái] fish paste (strong smell)

mắm ruốc [múm rwág] shrimp paste (strong smell)

mắm tôm [múm dawm] prawn paste (strong smell)

me [meh] turmeric

muối [mwóy] salt

nước màu [nɔɔ-úrg màoo] caramel (used in savoury dishes)

nghệ [ngay] tamarind

ngò (S) [ngò] coriander

ngũ vị hương [ngõõ vị hɔɔ-urng] five spices (powder)

ớt [úrd] hot chilli

quế [gwáy] cinnamon

rau é [ra-oo éh] a kind of basil – smells like star anise, widely used in salad and dipping sauce, known as sweet basil

rau húng [ra-oo hóóng] common name for a variety of herb in the mint family

rau mùi (N) [ra-oo mòò-i] coriander

rau ngổ [ra-oo ngảw] a herb grown in water, leaves grow in threes, often used in fish soup

rau răm [ra-oo rum] persicaria – a kind of basil, slightly peppery green variegated leaves, widely used in salad

rau thơm [ra-oo turm] herbs

riềng [ri-àyng] wild ginger

tía tô [día daw] melissa – mint family, deep red, jagged leaves with tiny hairs

tiêu [di-yoh] pepper

tỏi [dỏi] garlic

xả [sả] lemon grass

Meat

bít tết [bíd dáyd] steak (beef)

kì nhông [gì n-yawng] a kind of lizard

sườn [sɔɔ-ùrn] spare ribs

thịt ba chỉ [tịd ba jỉ] belly (pork)

thịt bò [tịd bò] beef

thịt cày [tịd gày] dog

thịt chim [tịd jim] pigeon

thịt chó [tịd jó] dog

thịt dê [tịd yay] goat

thịt ếch [tịd áyj] frog (the whole frog apart from head is eaten)

thịt gà [tịd gà] chicken

thịt gà tây [tịd gà day-i] turkey

thịt heo (S) [tịd heh-ao] pork

thịt heo rừng [tịd heh-ao rừng] boar

thịt lợn (N) [tịd lụrn] pork
thịt mỡ [tịd mữr] fatty meat
thịt nạc [tịd nạg] lean meat
thịt nai [tịd nai] deer
thịt ngỗng [tịd ngãwng] goose
thịt rừng [tịd rừng] game
thịt thỏ [tịd tỏ] rabbit
thịt vịt [tịd vịd] duck

Miscellaneous

bánh cuốn [báng gwạwn]
steamed pancakes usually
filled with minced meat and
prawns, served with a
dipping sauce
bánh chưng [báng jơơng] made
of sticky rice, filling made of
green beans and meat or
sugar, wrapped in leaves,
square, boiled for a long
time, popular at Tết (New
Year)
bánh dày [báng yày] a solid
sweetmeat made of rice
flour mixed with brown
sugar and water, steamed for
a long time, popular at Tết
(New Year)
bánh đúc [báng đóóg] rice
flour mixed with water,
steamed layer by layer with
savoury filling in each layer
bánh tét [báng déd]
Southerners' version of bánh
chưng but cylindrical
bơ [bur] butter
cà chua nhồi thịt [gà jwaw n-yòy

tịd] tomatoes stuffed with
minced pork and spices
cà rốt, dưa chuột dầm dấm
[gà ráwd, yoo-a jwạwd yùhm yúhm]
shredded raw carrot and
cucumber in sweet and sour
fish sauce
chả (N) [jả] meat, fish or
prawns sliced, crushed or
pounded, marinaded then
fried or cooked over open
fire
chè [jèh] kind of sweet
pudding made from dried
beans or rice flour, often
with coconut milk
chè ba màu [jèh ba mà-oo]
three-coloured chè – usually
consists of dried beans,
tapioca and a root vegetable
such as yam or sweet potato
chè đậu xanh [jèh dọh sang]
green bean chè
chè sen [jèh sen] lotus seed
chè
củ dong [gỏỏ yong] arrowroot
củ đậu [gỏỏ dọh] yam bean –
shaped like garlic bulb,
yellowish, white crisp flesh,
sweetish and refreshing, very
easy to peel by pulling from
the top, eaten raw
củ từ [gỏỏ dừ] yam
dầu cha quẩy [yòh ja gwủh-i]
unsweetened doughnut –
long, light, hollow, reddish
brown stick – for dipping
into hot soya drink or
diluted condensed milk as

part of breakfast

đậu phụ nhồi thịt [dọh fọo n-yòy tịd] beancurd stuffed with minced pork and spices

món chính [món jíng] main courses

mứt [mœ̀d] jam

mứt nhừ [mœ̀d n-yœ̀] marmalade

nem pounded fermented raw pork and pig skin (boiled and sliced thinly), mixed with (fried) rice flour. Also a short name for nem chua

nem chua marinaded fermented minced meat

ởbánh canh cua Ỷ (Sài gòn) (S) [báng gang gwaw (sài gòn)] pieces of rice pasta with prawns, crab or meat in soup

phó mát [fó mád] cheese

sữa dê [sœ̃-a yay] goat's milk

Mushrooms

cà pháo [gà fáo] morel (often served pickled)

mộc nhĩ (N) [mạwg n-yĩ] wood ears

nấm [núhm] mushroom

nấm hương [núhm hœo-urng] winter mushroom

nấm mèo (S) [núhm mèo] wood ears

nấm rơm [núhm rurm] mushroom

Noodles

bún [bóón] round rice noodles

bún bò [bóón bò] flat noodles stir-fried with beef and beansprouts

bún chả [bóón já] noodles with roast meat and salad

bún riêu [bóón ri-yoh] noodles in soup made from crab or fish and sour ingredients, e.g. star fruit or turmeric

bún tàu [bóón dà-oo] bean threads (dry noodles made of green beans)

bún thang [bóón tang] noodles, shredded chicken, thinly sliced giò (see **Snacks**) and fried egg, scattered with finely ground dried prawns

hủ tiếu (N) [hỏô di-áyoo] flat rice noodles

mì [mì] noodles

mì xào bơ [mì sào bur] noodles stir-fried with butter

mì xaò gà, nấm, ngô non [mì saò gà, núhm, ngaw non] fried noodles with chicken, mushroom and baby sweetcorn

mì xào tim bầu dục [mì sào dim bòh yọog] fried noodles with pig's heart and kidneys

mì xào thăn lợn [mì sào tun lựrn] noodles stir-fried with pork

mì xào thịt bò [mì sào tịd bò] noodles stir-fried with beef

mì xào thịt gà [mì sào tịd gà] noodles stir-fried with chicken

miến [mi-áyn] vermicelli (dry)

miến xào thịt gà [mi-áyn sào tịd gà] vermicelli stir-fried with chicken

phở (N) [fửr] flat rice noodles

phở bò chín [fửr bò jín] rice noodles with beef

phở bò tái [fửr bò dái] rice noodles with medium-rare beef soup

phở gà [fửr gà] rice noodles with chicken

phở xào tim bầu dục [fửr sào dim bòh yọog] rice noodles stir-fried with pig's heart and kidneys

phở xào thịt bò [fửr sào tịd bò] rice noodles stir-fried with beef

phở xào thịt gà [fửr sào tịd gà] rice noodles stir-fried with chicken

Offal

bầu dục trần [bòh yọog jùhn] poached kidneys

bầu dục xào [bòh yọog sào] fried kidneys

gan [gan] liver

ruột [rwạwd] intestine

tim [dim] heart

thận [tụhn] kidney

Pigeon

chim [jim] pigeon

chim nướng lá chanh [jim nœ-úrng lá jang] grilled pigeon with lime leaves

chim om nấm, hạt sen [jim om nuhm, hạd sen] stewed pigeon with mushrooms and lotus kernels

chim quay [jim gway] roast pigeon

chim quay sốt nấm [jim gway sáwd núhm] roast pigeon with mushroom sauce

chim rán bơ sa lát [jim rán bur sà láj] fried pigeon with butter and salad

Pork and Ham

chả chìa [jả jìa] spare ribs, chopped into short pieces, fried then cooked with a sweet sauce

chả giò/lụa (S) [jả yò/lọo-a] lean pork pounded very smooth, wrapped in leaves and boiled

chả quế [jả gwáy] lean pork finely pounded with ingredients, smeared onto bamboo stick, barbecued

chân giò lợn nấu măng [juhn yò lựrn nóh mung] leg of pork stewed with bamboo shoots

chân giò rút xương nhồi thịt, nấm [juhn yò róód sœ-urng n-yòy tịd, núhm] stuffed boneless leg of pork

giò lụa (N) [yò lọọ-a] lean pork pounded very smooth, wrapped in leaves and boiled

heo (S) [heh-ao] pork

lợn (N) [lựrn] pork

lợn kho tàu [lựrn ko dà-oo] Chinese-style gammon

lợn luộc [lựrn lwạwg] boiled pork

lợn nấu đông [lựrn nóh dawng] roast pork served chilled

lợn nấu khoai tây, cà rốt [lựrn nóh kwai day-i, gà rấwd] pork with potatoes and carrots

lợn quay [lựrn gway] roast pork

lợn quay sốt nấm [lựrn gway sấwd núhm] roast pork with mushroom sauce

lợn rán [lựrn rán] fried pork with spices

lợn rang với hạt tiêu [lựrn rang vúh-i hạd di-yoh] slices of pork with pepper

lợn tẩm bột rán [lựrn dủhm bạwd rán] fried pork in batter

lợn xiên nướng [lựrn si-ayn nœ-úrng] grilled pork slice

sườn xào chua ngọt [sœ-ùrn sào jwaw ngọd] pork spare ribs with sweet and sour sauce

thăn lợn tẩm trứng rán [tun lựrn dủhm jấwng rán] gammon dipped in egg and fried

thăn lợn tẩm vừng rán [tun lựrn dủhm vừng rán] gammon coated with sesame seeds

and fried

thịt lợn hun khói [tịd lựrn hoon kóy] ham

thịt lợn sốt cà chua [tịd lựrn sấwd gà jwaw] pork fried with tomatoes

thịt lợn xào giá [tịd lựrn sào yá] pork fried with beansprouts

thịt lợn xào hành tây [tịd lựrn sào hàng day-i] pork fried with onions

thịt lợn xào nấm [tịd lựrn sào núhm] pork fried with mushrooms

Rabbit

thỏ [tỏ] rabbit

thỏ chiên tẩm gia vị [tỏ ji-ayn dủhm ya vị] fried rabbit with spices

thỏ nấu nấm rưới vang [tỏ nóh núhm rœ-úroo vang] rabbit stewed in mushrooms and red wine

thỏ nướng xả ớt [tỏ nœ-úrng sả úrd] grilled rabbit seasoned with chilli and lemon grass

thỏ quay sốt nấm [tỏ gway sấwd núhm] roast rabbit with mushroom sauce

thỏ tẩm bột rán [tỏ dủhm bạwd rán] fried rabbit in batter

thỏ tẩm trứng rán [tỏ dủhm jấwng rán] fried rabbit with egg

thỏ xiên nướng lá chanh [tỏ si-ayn nœ-úrng lá jang] barbecued rabbit with lemon leaves

Rice

cơm [gurm] cooked rice
cơm chiên (S) [gurm ji-ayn] fried rice
cơm nếp (S) [gurm náyp] glutinous cooked rice
cơm rang (N) [gurm rang] fried rice
cơm rang Quảng đông [gurm rang gwẳng dawng] Guangdong-style fried rice with barbecued pork, shrimps and sometimes chicken
cơm rang thập cẩm [gurm rang tụhp gừhm] Cantonese-style fried rice with barbecued pork, shrimps and sometimes chicken
cơm trắng [gurm júng] boiled rice
cháo [jáo] rice porridge
xôi (N) [soy] glutinous cooked rice

Salads

gà xé phay [gà séh fay] sweet and sour chicken salad
nộm rau với thịt lợn [nạwm ra-oo vúh-i tịd lựrn] mixed salad with pork
sa lát cà chua [sa lád gà jwaw] tomato salad
sa lát cà chua dưa chuột [sa lád gà jwaw yoo-a jwạwd] cucumber and tomato salad

sa lát hành tây, cà rốt, dưa chuột [sa lád hàng day-i, gà ráwd, yoo-a jwạwd] onion, carrot and cucumber salad
sa lát rau thập cẩm trộn gia vị [sa lád ra-oo tụhp gừhm jawn ya vị] mixed salad with dressing
sa lát rau trứng [sa lád ra-oo jứng] vegetable and egg salad
sa lát rau xanh các loại [sa lád ra-oo sang gág lwại] green salad, usually includes herbs

Sauces

dầu hào [yòh hào] oyster sauce
ma-gi [ma-yi] Maggi®
nước chấm [nꝏ-úrg júhm] thin dipping sauce
nước mắm [nꝏ-úrg múm] fish sauce
xì dầu [sì yòh] Chinese soy sauce

Snacks

bánh bao [báng bao] light steamed dumpling with a variety of fillings but often with finely shredded coconut and sugar
bánh đa [báng da] like huge poppadum but translucent with black sesame seeds – sold as a snack in the street
bánh phồng tôm [báng fàwng dawm] prawn crackers

bánh tráng [báng jáng] pancake

bánh xèo [báng sèo] eggy rice pancake cooked on the spot, stuffed with shrimps and beansprouts and served with salad, fresh herbs and dipping sauce

chả (S) [jå] thinly sliced or pounded meat, tightly wrapped in leaves and boiled

đậu hũ (S) [dọh hõõ] soya bean 'junket' – served hot or cold

đậu phụ [dọh fọọ] beancurd

giò (N) [yò] thinly sliced or pounded meat, tightly wrapped in leaves and boiled

nem chua [nem jwaw] sour nem (see **Miscellaneous**)

tào phở (N) [dào fůr] soya bean 'junket' – served hot or cold

Snails

ốc [áwg] snails

ốc hấp lá gừng [áwg húhp lá gůông] steamed snails with ginger leaves

ốc luộc [áwg lwạwg] boiled snails

ốc nấu chuối [áwg nóh jwóy] snails cooked with spices and banana

ốc nhồi thịt hấp lá gừng [áwg n-yòy tịd húhp lá gůông] steamed snails stuffed with minced pork

ốc xào chua cay [áwg sào jwaw gay] stir-fried snails wrapped in ginger leaves and served with hot and sour sauce

Soups

canh [gang] soup

lẩu [lỏh] filling soup of fish, spices, herbs and vegetables

lẩu nhúng-mỳ trần [lỏh n-yóóng-mì jùhn] fish, eel or beef selected by the customer and placed in a pot of boiling stock, often eaten with a dipping sauce or salad

lẩu thập cẩm-mỳ trần [lỏh tụhp gủhm-mì jùhn] mixed fish or meat with noodles, served boiling in a special pot

mì bò [mì bò] beef noodle soup

mì gà [mì gà] chicken noodle soup

mì heo (S) [mì heh-ao] pork noodle soup

mì lợn (N) [mì lụnr] pork noodle soup

miến bò chín [mi-áyn bò jín] beef soup with vermicelli

miến bò tái [mi-áyn bò dái] rare beef soup with vermicelli

miến cua [mi-áyn gwaw] crab soup with vermicelli

miến gà [mi-áyn gà] chicken soup with vermicelli

miến lươn [mi-áyn lɷ-urn] eel

241

soup with vermicelli

súp [sóóp] soup

súp cua bể [sóóp gwaw bảy] crab soup

súp gà cua bể [sóóp gà gwaw bảy] chicken and crab soup

súp gà nấm [sóóp gà núhm] chicken soup with mushrooms

súp hành [sóóp hàng] French-style onion soup

súp kem gà [sóóp gem gà] chicken soup with cream

súp lươn ngũ vị [sóóp lꝏ-urn ngõõ vị] eel soup

súp ngô non [sóóp ngaw non] baby sweetcorn soup

súp rau [sóóp ra-oo] vegetable soup

súp thập cẩm [sóóp tụhp gủhm] mixed soup of meat, vegetables and seafood

Spring Rolls

chả nem (S) [jả nem] spring roll

nem spring roll

nem cua bể [nem gwaw bảy] crab spring roll

nem cuốn tôm [nem gwáwn dawm] shrimp spring roll

nem cuốn thịt bò [nem gwáwn tịd bò] beef spring roll

nem cuốn thịt gà [nem gwáwn tịd gà] chicken spring roll

nem cuốn thịt lợn [nem gwáwn tịd lựrn] pork spring roll

nem chay [nem jay] vegetable spring roll

nem gà cua bể [nem gà gwaw bảy] crab and chicken spring roll

nem rán Vietnamese spring roll

nem Sài gòn Saigon spring roll

Vegetables and Vegetable Dishes

bạc hà [bạg hà] looks like rhubarb, used extensively in hot and sour fish soup

bầu [bòh] bottleneck gourd

bắp (S) [búp] sweetcorn

bí pumpkin

bí đao [bí dao] winter melon – dark green skin, white flesh, enormous, often in soup

bông cải/súp lơ [bawng gải/sóóp lur] cauliflower

cà chua [gà jwaw] tomato

cà rốt [gà ráwd] carrot

cà tím [gà dím] aubergine

cải bắp [gải búp] cabbage

cải bẹ trắng [gải bẹh júng] Chinese leaf

cải củ [gải gỏỏ] mooli

cải cúc [gải góóg] chrysocome – leafy vegetable, looks like chrysanthemum, often found in soup or eaten raw

cải làn [gải làn] a green vegetable, similar taste to broccoli

cải thìa [gải tìa] Chinese white cabbage

cải xanh [gải sang] mustard cabbage – leafy green vegetable

củ ấu [gỏ óh] water chestnuts

củ sen [gỏ sen] lotus roots

đậu [dọh] beans

đậu đũa [dọh dõõa] long beans – literally 'chopstick beans'

đậu Hòa Lan [dọh hòa lan] mange-tout, (US) snow peas

dưa chuột (N) [yoo-a jwạwd] type of short, fat cucumber

dưa leo (S) [yoo-a leh-ao] type of short, fat cucumber

giá [yá] beansprouts

giá đậu nành [yá dọh nàng] soya beansprouts

giá muối [yá mwóy] beansprouts soaked in salt and water

giá sống [yá sáwng] uncooked beansprouts

giá trần [yá jùhn] poached beansprouts

hành [hàng] spring onions

hành trần [hàng jùhn] poached onions

khổ qua (S) [kảw gwa] bitter melon

khoai lang [kwai lang] sweet potato

khoai mì (S) [kwai mì] cassava

khoai môn [kwai mawn] taro

khoai sắn (N) [kwai sún] cassava

khoai tây [kwai day-i] potato

khoai tây rán [kwai day-i rán] chips/French fries

măng [mung] bamboo shoots

mướp [mᴐᴐ-úrp] loofah

mướp đắng [mᴐᴐ-úrp dúng] loofah

ngô (N) [ngaw] sweetcorn

rau các loại [ra-oo gág lwại] vegetables

rau cần [ra-oo gùhn] celery

rau cỏ [ra-oo gỏ] vegetables

rau dền/giền [ra-oo yàyn/yàyn] a kind of spinach – colourful and much smaller leaves

rau luộc các loại [ra-oo lwạwg gág lwại] boiled vegetables

rau muống [ra-oo mwáng] water spinach – similar to spinach but with long hollow stalks

rau sống [ra-oo sáwng] raw vegetables

rau xào các loại [ra-oo sào gág lwại] stir-fried vegetables

su hào [soo hào] kohlrabi

su su [soo soo] chayote – pear-shaped, green or spiny skin, white sweet flesh, often found in soup

xà lách [sà láj] salad

xà lách xoong [sà láj soong] watercress

Menu Reader:
Drink

Essential Terms

beer bia
bottle chai [jai]
coconut milk nước dừa [nœœ-úrg yœ̀œ-a]
coffee cà-phê [gà-fay]
cup chén (N) [jén], ly (S) [li]
fruit juice nước trái cây [nœœ-úrg jái gay-i]
gin 'gin'
glass (tumbler) cốc vại [gáwg vai]
  (wine glass) ly đựng rượu [li dœng rœœ-urou]
milk sữa [sœ̄œ-a]
mineral water nước khoáng [nœœ-úrg kwáng]
red wine rượu vang đỏ [rœœ-úroo vang dỏ]
soda (water) nước sô da [nœœ-úrg saw da]
soft drink nước ngọt [nœœ-úrg ngọd]
sugar đường [dœœ-ùrng]
tea trà [jà] tea
tonic water nước 'tonic' [nœœ-úrg]
water nước [nœœ-úrg]
whisky rượu uýt-ki [rœœ-úroo wíd-gi]
white wine rượu vang trắng [rœœ-úroo vang júng]
wine list bảng rượu [bảng rœœ-uroo]

a cup of ..., please làm ơn cho một chén/ly [làm urn jo mạwd jén/li]

bia beer

bia Hơi [bia hu-i] draught lager served in pints

cà phê [gà fay] coffee

cà phê đen [gà fay den] black coffee

cà phê đen đá [gà fay den dá] iced black coffee

cà phê sữa [gà fay sỡ-a] hot coffee with milk

cà phê sữa đá [gà fay sỡ-a dá] iced milky coffee

đồ uống [dàw wáwng] drinks

nước cam [nɔɔ-úrg gam] fresh orange juice

nước cam đá [nɔɔ-úrg gam dá] orange juice with ice

nước cam nóng [nɔɔ-úrg gam nóng] hot orange juice

nước chanh [nɔɔ-úrg jang] fresh lime juice with sugar and water

nước chanh đá [nɔɔ-úrg jang dá] fresh lime juice with water, sugar and ice

nước chanh nóng [nɔɔ-úrg jang nóng] hot lemon juice

nước dừa [nɔɔ-úrg yỡ-a] coconut milk

nước khoáng [nɔɔ-úrg kwáng] mineral water

nước mía [nɔɔ-úrg mía] sugar cane juice with fresh lime

nước ngọt cà chua [nɔɔ-úrg ngọd gà jwaw] tomato juice

nước ngọt Côca [nɔɔ-úrg ngọd gawga] Coca-Cola®

nước ngọt Hara-côla [nɔɔ-úrg ngọd hara-gawla] Hara-Cola®

nước rau má [nɔɔ-úrg ra-oo má] refreshing and cooling drink made from dark green leaves – often seen turning vigorously in a glass box in the street

nước sô da [nɔɔ-úrg saw da] soda water

nước táo [nɔɔ-úrg dáo] apple juice

nước tonic [nɔɔ-úrg] tonic water

nước trà [nɔɔ-úrg jà] tea without milk

nước trái cây [nɔɔ-úrg jái gay-i] fruit juice

nước xoài [nɔɔ-úrg swài] mango juice

rượu cô-nhắc [rɔɔ-úroo gaw-n-yúg] brandy

rượu sâmpanh [rɔɔ-úroo suhmpang] champagne

rượu uýt-ki [rɔɔ-úroo wíd-gi] whisky

rượu vang đỏ [rɔɔ-úroo vang dỏ] red wine

rượu vang trắng [rɔɔ-úroo vang júng] white wine

sinh tố [sing dáw] fresh fruit purée, texture like milkshake

sữa ca cao nóng [sỡ-a ga gao nóng] cocoa

sữa đậu nành [sỡ-a dọh nàng] soya drink – served hot or cold, often with unsweetened doughnut

sữa nóng [sỡ-a nóng] hot milk (condensed milk

247

diluted with water)
sữa tươi [sữ-a doo-uh-i] fresh
milk
sữa tươi sô-cô-la [sữ-a doo-uh-
i saw-gaw-la] chocolate milk
trà [jà] tea
trà sữa [jà sữ-a] tea with milk